थिंक युवरसेल्फ गॉर्जियस

आत्मविश्वासपूर्ण व्यक्तिमत्त्वाचा भक्कम पाया

लेखक
अनिता नायक

अनुवाद
मंजुषा मुळे

मेहता पब्लिशिंग हाऊस

✆ +91 020-24476924 / 24460313 / Mob. No. 9545000513

Email : production@mehtapublishinghouse.com

Website : www.mehtapublishinghouse.com

THINK YOURSELF GORGEOUS by ANITA NAIK

© 2009 by Anita Naik

First Published in Great Britain in 2009 by Piatkus Books.

Translated into Marathi Language by Manjusha Mule

थिंक युवरसेल्फ गॉर्जियस / अनुवादित मार्गदर्शनपर

अनुवाद : मंजुषा मुळे

Email : author@mehtapublishinghouse.com

मराठी अनुवादाचे व प्रकाशनाचे हक्क मेहता पब्लिशिंग हाऊस, पुणे.

प्रकाशक : सुनील अनिल मेहता, मेहता पब्लिशिंग हाऊस,
१९४१, सदाशिव पेठ, माडीवाले कॉलनी, पुणे - ४११०३०.

अक्षरजुळणी : स्वाती एंटरप्राइजेस, पुणे - ४११००९

मुद्रक : ट्रिनिटी ॲकॅडमी फॉर कॉर्पोरेट ट्रेनिंग लिमिटेड

मुखपृष्ठ : सतीश भावसार

प्रथमावृत्ती : सप्टेंबर, २०१८

किंमत : ₹ २४०

P Book ISBN 9789353171179

जेडी पॅनायिस हीस –
जी अगदी अंतर्बाह्य सुंदर आणि छान आहे.

अभिप्राय

आत्मविश्वास देणारं पुस्तक...

– महाराष्ट्र टाइम्स २-१२-२०१८

वयात येताना वाटणारा न्यूनगंड हा वयात येण्याचाच एक भाग आहे, त्यात खचून जाण्यासारखे काहीही नाही. 'थिंक युवरसेल्फ गॉर्जियस'सारख्या पुस्तकांचा त्यासाठी मुलींना आधार नक्कीच वाटू शकतो.

– लोकप्रभा : ३० ऑगस्ट २०१९

प्रस्तावना

'थिंक युवरसेल्फ गॉर्जियस' हे पुस्तक तुम्हाला स्वतःविषयी काय वाटते, म्हणजेच तुमचे स्वतःबद्दलचे मत काय आहे याबाबत जाणून घेणारे आहे. तुमचे पालक व शिक्षकही तुम्हाला 'काय गं सारखी भुणभुण करतेस?' असे कदाचित म्हणत असतील. पण तुम्ही खऱ्या अशा आहात का? स्वतःविषयीचे तुमचे निर्भेळ मत म्हणजे, तुम्हाला स्वतःविषयी अंतर्यामी काय वाटते आणि तुमच्या शरीराच्या बाह्य रूपाविषयी तुम्हाला नेमके काय वाटते, ते तुमचे खरेखुरे मत होय. म्हणजेच तुमच्या मनात तुमची स्वतःचीच प्रतिमा कशी आहे, याबाबतचे तुमचे मत, अशी सोपी व्याख्या करता येईल. तुमच्या शरीराबद्दल तुम्हाला काय वाटते? तुमचे त्याच्यावर प्रेम आहे, की तुमच्या रूपाचा तुम्हालाच तिटकारा वाटतो? तुमचे व्यक्तिमत्त्व कसे आहे? तुमचे मन हळुवार आणि संवेदनशील आहे, की तुम्ही क्षुद्र, संकुचित वृत्तीच्या आणि चिडखोर आहात? तुम्ही जात्याच बुद्धिमान आहात की परीक्षेत नेहमी नापास होणाऱ्या आहात? तुमच्या अंगात काही विशेष कौशल्ये आहेत, की काहीच नाही? तुमच्या स्वतःबद्दलच्या या सर्व प्रश्नांची तुम्हाला वाटणारी उत्तरे जितकी सकारात्मक असतील, तितके तुमचे स्वतःबद्दलचे मत चांगले असेल. पण याउलट, स्वतःबद्दलची तुमची मते जर नकारात्मक असतील, तर मात्र तुमचा आत्मविश्वासही नक्कीच कमी असेल.

अर्थात, स्वतःबद्दल खूप चांगले मत असणे, आणि स्वतःच स्वतःला जसे आहोत तसे आवडणे; एवढ्यावरच हा विषय संपत नाही आणि संपूही नये. कारण आपल्यापैकी कोणीच कोणत्याच बाबतीत शंभर टक्के बरोबर नसतो किंवा १००टक्के चुकीचा किंवा अर्थशून्यही नसतो (जरी चुकणाऱ्याला कधीकधी तसे वाटले तरीही!). खरे तर प्रश्न हा आहे की, जेव्हा तुमचे वय १३ वर्षे ते १९ वर्षे यादरम्यान असते, म्हणजेच तुम्ही किशोरावस्थेत असता, तेव्हा आयुष्यातली प्रत्येक गोष्टच तुम्हाला नकारार्थी वाटत असते. म्हणूनच, तुमच्या दिसण्यापासून

ते तुमच्या क्षमतांपर्यंत कोणत्याही गोष्टीबद्दल तुम्ही शंकाग्रस्त असाल आणि आपण काही फारशी चांगली व्यक्ती नाही, दिसायला अजिबात आकर्षक नाही, पुरेशा स्मार्टही नाही, असे जर तुम्हाला वाटत असेल, तर अगदी नक्की खात्री बाळगा, की तुम्ही एकदम व्यवस्थित, अगदी ठीक आहात.

पण स्वतःबद्दल फारसे चांगले मत नसणे, ही वेगवेगळ्या प्रकारे त्रास देणारी एक समस्या असते आणि त्यामुळे स्वतःला स्वतःमुळेच त्रास होतो, वाईट वाटते. हे तर होतेच; पण आपल्या इतरांशी वागण्यावर, आपल्या आवडीनिवडींवरही त्याचा परिणाम होतो. त्यामुळे तुम्ही स्वतःला आनंदी ठेवू शकत नाही. आयुष्यात जे करण्याची तुमची इच्छा आहे, ते तुम्ही करू शकत नाही आणि ज्यांच्यावर तुमचे प्रेम आहे, त्यांच्याशीही तुम्ही निष्ठुरपणे वागू शकता किंवा ज्यांना तुम्ही चक्क हाकलून दिले पाहिजे, त्यांच्या गळ्यात गळे घालून तुम्ही फिरत असता.

तुमच्या मनात कमी आत्मप्रतिष्ठा असेल तर पुढील गोष्टी घडू शकतात :

- तुम्ही कायमच स्वतःला कमी लेखत राहता.
- कोणतीही नवीन गोष्ट करून पाहण्याची तुम्हाला भीती वाटते.
- तुमच्याकडे कोणत्याच प्रकारचे कौशल्य किंवा बुद्धी नाही, अशी तुम्हाला खात्री वाटू लागते.
- कामात काहीतरी गोंधळ होईल, या भीतीने तुम्ही काम करायला तयारच होत नाही.
- स्वतःबद्दल ठामपणे काही सांगायला किंवा आपले मत मांडायला तुम्ही घाबरता.
- तुमच्या समस्यांबद्दल तुम्ही नेहमी इतरांनाच दोष देत राहता.

तुम्हाला स्वतःविषयी काय वाटते, याची काळजी करणे फारसे महत्त्वाचे नाही, असे कदाचित वाटू शकते. पण प्रत्यक्षात ते खूप गरजेचे आहे. कारण तुम्हाला स्वतःविषयी काय वाटते आणि त्या दृष्टीने कसे वागता, यावरच तुमचे पुढचे, मोठेपणीचे आयुष्य अवलंबून असते. जर या वयात तुम्हाला आपण अपात्र, कमी महत्त्वाचे आहोत असे वाटत असेल, तर नंतरच्या परिपक्व आयुष्यातही तुमच्या मनात याच भावना कायम राहतील आणि त्यामुळे तेव्हाही तुमचे वागणे आत्तासारखेच राहील. तुलनेने सांगायचे झाल्यास, जर तुम्ही स्वतःबद्दलचे मत आत्ताच सुधारू शकलात, तर त्यामुळे फक्त आत्ताच नाही; पण भविष्यातही चांगल्या गोष्टींची निवड करता येणे, चुकीचे किंवा धोकादायक वागणे कमी करणे, स्वतःविषयी शक्य तेवढा सकारात्मक विचारच करणे, यासाठी तुम्हाला खूप उपयोग होऊ शकतो. शिवाय त्यामुळे आपण अपूर्ण आहोत, अपात्र आहोत, या

भावनेला तुमच्या मनात थारा मिळणार नाही आणि इतर ताणतणाव जाणवत असतानाही, तुम्हाला जे योग्य वाटत असेल तेच करण्यासाठी तुम्हाला बळ येईल. इतरांच्या दबावाला तुम्ही बळी पडणार नाही.

अर्थात स्वतःबद्दलचे निर्भेळ मत म्हणजे 'स्वतःचे स्वतःबद्दलचे मत' या संज्ञेत अनेक गोष्टी समाविष्ट असतात. उदाहरणार्थ– आत्मविश्वास, शरीराची ठेवण, स्वतःवरचा भरवसा इ. आणि म्हणूनच, तुमच्या आसपास नेहमी कोण असते, तुम्हाला कशा प्रकारची मुले आवडतात, कोणत्या प्रसिद्ध व्यक्तींची तुम्ही प्रशंसा करता, तसेच तुमचे आई-वडील कोण आहेत, अशा विविध गोष्टींचा तुमच्या स्वतःबद्दलच्या मतावर परिणाम होत असतो. दूरचित्रवाणीवरील कार्यक्रम, जाहिराती, डीव्हीडीज, चित्रपट, संगीत आणि मासिके यांचाही स्वतःबद्दलचे मत ठरवताना तुमच्यावर काही ना काही परिणाम होतो. पण या सर्व माध्यमांमधून निर्माण केल्या जाणाऱ्या प्रतिमा आणि कल्पना, वास्तव जीवनात अनुसरणे मात्र बहुधा अशक्यच असते. खरे तर, 'आपल्याला स्वतःबद्दल काय वाटते, या भावनांवर या सर्व गोष्टींचा परिणाम होऊ देणे मूर्खपणाचे आहे,' असा तर्कदृष्ट्या विचार करण्यास फारशा बुद्धिमत्तेची गरजच नाही. पण या बाह्यविश्वाचा आपल्या मनोविश्वावर परिणाम होऊ न देणे अशक्य असते; ही वस्तुस्थिती आहे.

'थिंक युवरसेल्फ गॉर्जियस' हे पुस्तक इथे तुमच्या मदतीला येईल. आत्ता तुम्ही कोण आहात, कशा आहात याबद्दल विलक्षण भावना तुमच्या मनात असाव्यात यासाठी खरोखरच हे पुस्तक तुम्हाला मार्गदर्शक ठरेल. तुमच्या मनातल्या नकारात्मक विचारांशी झगडताना, तुम्हीही खरोखरच कशा 'ग्रेट' आहात ते शोधायला शिकवणारे हे पुस्तक आहे. 'वयात येणे' या अवस्थेला प्रत्यक्ष कसे सामोरे जायचे, बरोबरीच्या मुलींमध्ये कसे वागायचे, क्षुद्र वृत्तीच्या मुलींना कसे तोंड द्यायचे आणि तुमच्या स्वतःच्या विश्वावर ज्यांचे नियंत्रण आहे आणि ज्यांच्यामुळे तुमच्या विचारांवर परिणाम होतो, अशा लोकांशी कसे वागायचे, यासारख्या किशोरावस्थेतील मुलीला नेहमी पडणाऱ्या प्रश्नांना कसे सामोरे जायचे, हे या पुस्तकात सांगितले आहे.

जरी वर सांगितलेल्या या गोष्टी जराशा घाबरवणाऱ्या, नाउमेद करणाऱ्या असल्या, तरीही तुम्ही स्वतःबद्दलचे मत आणखी सुधारू शकता, जास्त आनंदी राहू शकता आणि तुमची अस्वस्थताही कमी करू शकता आणि तुम्हाला वाटते त्यापेक्षा हे खूप सोपे आहे. हे पुस्तक वाचा, मग तुम्ही स्वतःलाच खूप जास्त आवडू लागाल, स्वतःचीच एक चांगली मैत्रीण बनू शकाल. आपणही खरेच आकर्षक व सर्वोत्तम आहोत, असे तुम्हाला वाटू लागेल आणि सर्वांत जास्त म्हणजे तुम्ही खंबीर व्हाल. तुम्ही जशा आहात त्यातच तुम्हाला समाधान वाटेल

आणि मुख्य म्हणजे तुमच्या हेही लक्षात येईल की, इतर लोक तुम्हाला काहीही म्हणत असले, तरी तुम्ही कशा आहात हे तुम्हालाच नेहमी जास्त चांगले माहिती असेल.

अर्थात या पुस्तकात सांगितल्याप्रमाणे वागताना हे सतत लक्षात ठेवा की, तुम्ही एक कठीण, त्रासदायक आणि वेदनादायक विषय हाताळत आहात; कारण सुंदर, आकर्षक आणि मोहक असण्याची क्षमता तुमच्यात आहे.

आरशात पाहून स्वतःलाच नाके मुरडण्याची मग गरज उरणार नाही आणि तुम्ही स्वतःलाच अगदी अंतर्बाह्य आवडू लागाल. स्वतःच स्वतःला आवडायला हवे हे शिका, आणि माझी खात्री आहे की, त्यामुळे मग तुम्ही तुमच्या कल्पनेपेक्षाही जास्त सुंदर दिसू लागाल!

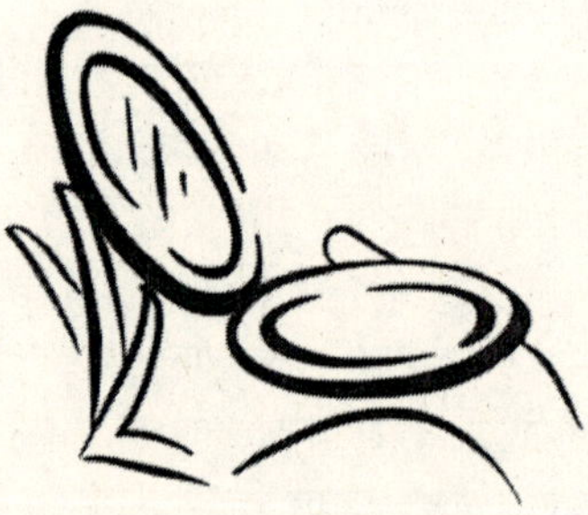

अनुक्रमणिका

प्रकरण
१

शारीरिक बदल

काही मुली आपल्या शरीरावर खूप प्रेम करतात आणि त्या जशा दिसतात तशाच त्या त्यांना आवडतात, म्हणून त्यांचा आत्मविश्वास नुसता सळसळत असतो. त्यांच्या प्रत्येक कृतीतून, प्रत्येक हालचालीतून तो दिसतो. या मुली नवीन कपडे घालून पाहण्यासाठी कपडे बदलण्याची सामाईक खोली सहजपणे वापरू शकतात. आपल्या अंतवस्त्रांमध्येही या विश्वासाने वावरू शकतात आणि आपले शरीर पुरेसे झाकले जात आहे की नाही याचा विचारसुद्धा न करता, त्यांना हवे ते कपडे घालू शकतात. पोहण्यासाठी गेल्यावर त्या अंग आक्रसून घेत नाहीत, स्तन उघडे पडतील का याची काळजी न करता, मोकळेपणाने अंगात 'टॉप' घालतात, आणि नवीन फॅशनचे कपडे पाहताना, त्यांना 'अरे बापरे' असे म्हणावेसे वाटत नाही आणि हो, त्यांतल्या काही जणी उंच आणि सडपातळ असल्या तरी सगळ्याच जणी काही तशा नसतात.

१३ वर्षांची एक मुलगी मला म्हणाली, "मला माझ्यातलं काय आवडतं? माझ्या मैत्रिणी म्हणतात की, माझे डोळे खूप छान आहेत. पण मी नक्कीच खूप जाड आणि बुटकी आहे. माझ्या स्तनांचीही मला लाज वाटते आणि माझे पायही खूप जाड आहेत, म्हणून ते नेहमीच वाईट दिसतात. माझे वजन कमी असते, मी हडकुळी असते आणि माझे केस अगदी सरळ असते, तर मला ते अधिक आवडले असते."

खरेतर, काही मुली स्वतःच्या शरीरावर खरोखरच प्रेम करतात. मग इतरांना काय वाटते आहे, याचा विचारही त्या करत नाहीत आणि म्हणूनच आपल्यापेक्षा त्यांच्या आयुष्यात खूप कमी गुंतागुंत असते. अर्थात आपल्यापैकी बहुतेक जणी त्यांच्यासारखा विचार करत नाहीत. एका पाहणीच्या निष्कर्षानुसार १३ वर्षे वय झालेल्या किशोरवयीन मुलींपैकी अर्ध्याहून जास्त मुली आपल्या शरीराबद्दल आणि आपल्या दिसण्याबद्दल असमाधानी असतात आणि जेव्हा त्या १७ वर्षांच्या होतात तेव्हा अशा मुलींची संख्या एकूण किशोरवयीन मुलींच्या ७५ टक्क्यांपेक्षाही जास्त झालेली असते.

जरा तुमच्या अवतीभोवती पाहा- तुम्हाला खरेच असे वाटते का, की बऱ्याच मुलींनी अशा तऱ्हेने विचार करण्याचे काही कारण आहे म्हणून? हे बरोबर नाही. हो ना? असे करा, झट्कन तुमच्या मैत्रिणींना गोळा करा, याबद्दलची त्यांची मते अजमावा आणि मग पुढे दिलेले प्रश्न स्वतःलाच विचारा –

(१) तुमच्या मैत्रिणींपैकी किती जणी त्यांच्या शरीराबद्दल नाखूश आहेत? आणि तुम्हाला मात्र त्यांनी नाखूश होण्याजोगे काही त्यांच्यात आहे, असे वाटतही नाही.

(२) किती मैत्रिणी त्यांच्या शरीराच्या एखाद्या अवयवाबद्दल तक्रार करत आहेत; पण तुम्हाला मात्र अशा तक्रारीचे काही कारण नाही असे वाटते?

(३) तुमच्या शरीराच्या कोणत्या अवयवाबद्दल तुम्ही स्वतः नाखूश आहात, आणि तुमच्या मैत्रिणींना मात्र त्यात काहीच वाईट दिसत नाही?

तुम्हीही तुमच्या दिसण्याबद्दल समाधानी नसाल आणि म्हणून तुम्हाला असुरक्षित वाटत असेल, तर तुमच्यामध्ये काय काय तुम्हाला नकोसे आहे, याबद्दल तुम्ही एक निबंधही लिहू शकाल. तुमचे पोट सपाट न दिसता त्यावर छोट्या वळ्या दिसतात, याचा कदाचित तुम्हाला खूप त्रास होत असेल किंवा तुमच्या स्तनांचा वा नितंबांचा आकार तुम्हाला आवडत नसेल. यांसारख्या प्रत्येक गोष्टीचा तुम्हाला तिटकारा वाटत असेल आणि जर असे असेल तर तुम्ही टॉवेल न काढता आतल्या आत कपडे बदलण्याची धडपड करत असाल, पोहताना बिकिनी, म्हणजे अगदी तोकडा स्वीमिंग सूट न घालता, काळ्या रंगाचा, पूर्ण अंगभर असणारा स्वीमिंग सूट घालत असाल आणि स्वच्छ सूर्यप्रकाशाचा आनंद घेत पाण्यावर पोहण्याऐवजी गळ्यापर्यंत पाण्यात बुडून डुंबत राहणेच तुम्हाला जास्त आवडते, असा दावाही करत असाल.

चला, मी हे मान्य करते की, मी किशोरावस्थेत असताना कशी होते, त्याचेच सर्व वर्णन मी वर केले आहे. पण तुमच्यापैकी काही जणींना तरी, त्यातील काही गोष्टींत साधर्म्य जाणवले असणार, हे मी नक्की सांगू शकते. आता जेव्हा मी मागे

वळून पाहते तेव्हा मला वाटते की, मी किती व्यर्थ प्रयत्न करत होते? इतरांसमोर स्वीमिंग सूटमध्ये चालत जाण्याची मला खूप भीती वाटायची; म्हणून त्वचा अगदी काळी पडेपर्यंत, दिवसभर उगीचच पाण्यात डुंबत राहून, पूर्ण दिवस मी वाया घालवत असे. यांतला सर्वांत धक्कादायक भाग हा आहे की, अशी वागणारी मी एकटीच नव्हते. माझ्या बहुतेक सर्व मैत्रिणीही अशाच माझ्याबरोबर पाण्यात असत, आपले शरीर सारखे झाकून घेण्याचा प्रयत्न करत असत आणि अगदी बारकाव्याने आपल्या शरीराबद्दल बोलत असत. त्यांच्याकडे पाहताना त्यांना काही समस्या का जाणवतात, याचे मला आश्चर्य वाटायचे. कारण मला तर त्या खूप चांगल्या दिसायच्या; पण माझ्याबद्दल त्याही बहुतेक असाच विचार करत असाव्यात.

हे सगळेच खूप वेगाने बदलत असते

इथे वस्तुस्थिती अशी आहे की, जर तुम्हाला आत्ता तुमच्या शरीराचा तिरस्कार वाटत असेल, तर असे वाटणाऱ्या तुम्ही एकट्या नाहीत. याचे कारण असे की, जेव्हा आपण सुंदर, आकर्षक आहोत, असे वाटण्याचा प्रश्न येतो, तेव्हा बहुतेक मुलींच्या, विशेषतः बालपण संपून तरुण वयात येऊ घातलेल्या मुलींच्या मनात, आपल्या शरीराबद्दल, अगदी आश्चर्य वाटावे इतक्या परस्परविरोधी भावनांचा गोंधळ उडालेला असतो. अशा वेळी असल्या भावना जास्त भयानक वाटतात. ज्या वेळी तुम्ही अगदी काही वर्षांपूर्वीचे दिवस आठवता आणि तुम्हाला जाणवते की, त्या वेळी 'आपण कसे दिसतो?' याचा फारसा विचारच तुम्ही करत नव्हतात, मग आत्ताच असे काय झालेले असते? तर याचे उत्तर असे आहे की, तुम्ही वयात येऊ लागलेल्या असता आणि त्यामुळे तुमचे शरीर आणि विचार दोन्हीही जणू एका रात्रीत, म्हणजे अगदी झपाट्याने बदललेले असतात.

वयात येत असताना सतत लाज वाटण्याची, बुजल्यासारखे वाटण्याची अनेक कारणे असतात. खरे तर तो एक मोठा विनोदच असतो. जसजशी तुमच्या शरीराची उंची व जाडी वाढू लागते आणि शरीराचा आकार बदलू लागतो, तसतशा तुमच्या भावना तुम्हाला गोंधळात टाकू लागतात आणि तुम्ही जास्तच संवेदनशील बनता आणि स्वतःबद्दल जास्तच जागरूक होता. दुर्दैव असे की, या जागरुकतेमुळे इतर मुली व बायकांच्या तुलनेत आपण किती उण्या आहोत, असे वाटू लागते आणि या इतर मुली म्हणजे फक्त तुमच्या मैत्रिणी किंवा शाळेतल्या मुली नसतात; तर त्यात आपण रोज पाहत असलेली कितीतरी चित्रे, विशेषतः सडपातळ आणि सुडौल बांध्याच्या मॉडेल्स, ख्यातनाम स्त्रिया, नट्या यांचा समावेश असतो.

तुम्हाला आदर्श वाटणारी 'मॉडेल' कोणती?

तुम्हाला जर असे वाटत असेल, की तुम्ही जे काही बघत असता, त्याचा तुमच्यावर काहीही परिणाम होत नाही, तर पुन्हा एकदा यावर विचार करा. 'डव्ह'ने केलेल्या एका पाहणीत असे दिसून आले आहे की, मुलगी १२ वर्षांची होते तेव्हा ७७००० हूनही जास्त जाहिराती तिच्या अवतीभोवती झळकताना ती पाहते. या अभ्यासात युरोप आणि अमेरिकेतील १० ते १४ या वयोगटातील मुलींची पाहणी केली गेली त्यात असे दिसून आले की, त्यातल्या ७५ टक्के मुलींनी, 'सुंदर दिसणाऱ्या मॉडेल्स आणि नट्यांची चित्रे पाहिल्यावर आपण जाड आहोत, अनाकर्षक आहोत; असे वाटल्याने खिन्न आहोत,' असे सांगितले आणि यातल्या अर्ध्यापेक्षा जास्त मुलींनी स्वतःचे वर्णन 'तिरस्करणीय आणि कुरूप' असे केले.

तुम्हीही असाच विचार करत असाल, तर त्यात आश्चर्य वाटण्यासारखे काही नाही. कारण आपण आपल्या अवतीभोवती जे पाहत असतो, त्याचा परिणाम आपल्याला काय वाटते यावरच फक्त होत नाही, तर आपल्या वर्तनावरही होतो. म्हणूनच, 'आपण फार जाड आहोत, फार बुटक्या आहोत, फार उंच आहोत' असले काही स्वतःबद्दल ठरवताना, तुम्ही स्वतःलाच एक प्रश्न विचारणे फार गरजेचे आहे. तो प्रश्न असा की, तुमच्या वयोगटासाठी तयार केलेली जाहिरात तुम्ही किती वेळा पाहिली आहे आणि त्यात एखाद्या सामान्य किशोरवयीन मुलीसारखी दिसणारी 'मॉडेल' तुम्हाला कधी दिसली आहे का? म्हणजे, ती मॉडेल वयात येत असतानाचा अवघडलेपणा अनुभवते आहे का आणि तुमच्या एखाद्या मैत्रिणीसारखी वाटते आहे का? या प्रश्नाचे उत्तर बहुत करून 'नाही, कधीच नाही' असेच असेल आणि त्यावर जेव्हा तुम्ही विचार कराल, तेव्हा तुम्हाला खरोखरच हे सगळे चमत्कारिक वाटेल.

आपण कसे दिसतो, याला खूप जास्त महत्त्व देत असतानाच आणखी एक फारच चुकीची गोष्ट केली जाते, ती म्हणजे- आपले वजन किती असायला हवे

हे पक्के ठरवणे; आणि सडपातळ असणे केव्हाही चांगलेच, असा विश्वास वाटणे. सडपातळ असलो की, जास्त सुंदर दिसतो आणि सडपातळ मुली आयुष्यात नक्कीच जास्त यशस्वी होतात; यावर बऱ्याच मुलींचा विश्वास असतो. मग बऱ्याच मुलींना 'आपण गौण आहोत, अपूर्ण आहोत' असे वाटू लागते; यात फारसे आश्चर्य वाटण्यासारखे काहीच नाही. म्हणूनच तुमच्या मनात स्वतःबद्दल चांगल्या भावना असायला हव्यात असे वाटत असेल, तर तुमच्या शरीरात आणि मनातही जे काही बदल होत असतात ते समजून घेणे आणि तुमच्या अवास्तव अपेक्षा सोडून देणे, हे खूप महत्त्वाचे असते.

या सगळ्याची सुरुवात 'वयात येण्याची' प्रक्रिया समजून घेण्यापासून करू या. यात फक्त शारीरिक बदलच समजून घेणे पुरेसे नाही, तर अशा बदलांमुळे तुम्हाला स्वतःबद्दल काय वाटू लागेल, तुमच्या स्वतःबद्दलच्या मतावर त्यामुळे काय परिणाम होईल आणि तुमच्या आत्मविश्वासावरही काय परिणाम होईल, हे सगळेच तुम्ही समजून घ्यायला हवे.

'वयात येणे' किंवा 'तरुण होणे' म्हणजे नक्की काय असते?

तुमच्या शरीरात जसजसा बदल होत जातो, तसतशा तुमच्या शरीराबद्दलच्या तुमच्या भावना, तुमची क्षमता, बुद्धिमत्ता आणि इतरांशी वागतानाची तुमची शैली हीसुद्धा बदलू लागते आहे, हे तुमच्या लक्षात आले आहे का? वयात येताना शरीरात होणाऱ्या बदलांमुळे, तुम्हाला अधिक सशक्तपणा वाटू लागला आहे, की अधिक अशक्तपणा वाटतो आहे? तुम्हाला आणखी शहाणे झाल्यासारखे वाटते आहे, की स्वतःत काही कमतरता आहे, असे वाटते आहे? शरीरात काय काय बदल होत आहेत, हे कळण्याइतक्या तुम्ही नक्कीच हुशार असता. पण या बदलांमुळे, तुम्हाला स्वतःबद्दलच काहीतरी विचित्र वाटू लागते. कदाचित या सगळ्याचे तुम्हाला आश्चर्यही वाटू लागते आणि तुमच्या दिसण्याबद्दल, एकूणच व्यक्तिमत्त्वाबद्दल, तुम्हाला एवढे चमत्कारिक आणि असुरक्षित का वाटू लागले आहे, याची तुम्ही काळजीही करत असता.

तुमचा आत्मविश्वासही वाजवीपेक्षा जरा जास्तच ढळला असेल आणि तुम्ही कोणीतरी विशेष आहात, असेही बहुतेक आता तुम्हाला वाटत नसेल. हे

सगळे नक्की काय चालले आहे, हेच तुम्हाला कळत नसेल. जर असे सर्व होत असेल, तर याचा अर्थ तुम्ही वयात येत आहात. एका लहान मुलीची आता मोठी मुलगी होते आहे, असे सांगणारे हे सर्व शारीरिक बदल असतात आणि तुमच्या भावविश्वात खळबळ उडवून देणारी ही एक भावनिक प्रक्रियाही असते.

जुई नावाची १४ वर्षांची मुलगी म्हणते की, ''मासिक पाळी का येते, त्या वेळी वक्षांचा आकार का वाढतो, या सर्व शारीरिक गोष्ट माझ्या आईने मला सांगितल्या आणि असेही सांगितले की, ही सर्व निरोगीपणाची चांगली लक्षणे आहेत. पण मासिक पाळीचा हा काळ इतका भयानक असेल, मी खूप जाड आणि ओंगळ आहे असे मला वाटेल आणि माझे शरीर इतके वाईट दिसेल, हे तिने मला कधीच सांगितले नव्हते.''

'वयात येणे' कधी सुरू होते?

मुलींच्या बाबतीत ९ ते १३ वर्षे या वयादरम्यान वयात येणे सुरू होते. अर्थात कधीकधी ते यापेक्षा लवकर तर कधीकधी उशिरानेही सुरू होते आणि तसे झाले, तर ती एक समस्या असू शकते. लवकर वयात येणे हे अडचणी निर्माण करणारे असते. कारण त्यामुळे तुम्हाला चमत्कारिक आणि बेचैन वाटू शकते. इतर मैत्रिणींपेक्षा, तुमच्या शरीरात खूप आधीच बदल होऊ लागल्याने, स्वतःच्या मैत्रिणींमध्येच 'आपण परक्या आहोत', असेही तुम्हाला वाटू शकते. जरी शेवटी नक्कीच तुम्ही सगळ्या एकसारख्याच दिसणार असलात, तरी वयात लवकर आल्याने तुम्हाला एकटेपणा आणि अस्वस्थता येऊ शकते. याचे एक कारण असे की, तुमच्या मनात तशा कोणत्याही भावना नसतानाही, मुले तुमच्याकडे आकर्षित होऊ लागतात आणि दुसरे कारण असे की, तुम्ही खूप एकट्या पडल्या आहात, असे तुम्हाला खरोखरच वाटू लागते.

उशिराने वयात येऊ लागणेही त्रासदायकच असते, कारण त्यामुळे आपण आकर्षक नाही, अपरिपक्व आहोत आणि आपल्या सगळ्या मैत्रिणी आपल्याला मागे टाकून केव्हाच पुढे गेल्या आहेत, असे वाटू शकते. खरेतर तुम्ही लवकर वयात आलात की उशिरा, याकडे कोणाचे लक्षही नसते आणि कोणी तुम्हाला हसतही नसते. कारण प्रत्येकच जण 'स्वतःच्या शरीरात हे काय बदल होत आहेत' याच काळजीत असते. तरीही, ज्या व्यक्तीवर तुमचा विश्वास आहे, तिच्याशी तुम्ही

या सर्व बदलांबद्दल बोलू शकता, आणि या सर्व बदलांदरम्यान तुम्हाला कमीत कमी त्रास व्हावा, म्हणून त्यांची मदतही मागू शकता.

(१) लवकर वयात आल्यास, पुढील गोष्टी करा –

- *नीट बसतील असे आतले कपडे घालणे.*
- *नीट बसतील असे नवे कपडे आणणे*
- *तुमच्या पालकांशी याबाबत बोला; जेणेकरून तुमच्या बाबतीत काय होते आहे हे त्यांना समजेल.*
- *तुम्हाला कसे बेचैन व चमत्कारिक वाटते आहे, याबद्दल मैत्रीणींशी बोला.*

(२) उशिरा वयात आल्यास पुढील गोष्टी करा –

- *तुम्ही एकदम व्यवस्थित आहात, याची खात्री करून घेण्यासाठी तुमच्या डॉक्टरांकडे जा.*
- *तुमच्या मनातल्या भीतीबद्दल तुमच्या आईशी बोला. तुमच्या मनातील अस्वस्थता घालवण्यास ती मदत करू शकेल.*
- *'आपण थोडे मोठे कपडे वापरायला हवेत का?' हे मैत्रिणींशी बोला.*

अडचणींवर मात करणे

वयात येताना आणखी एक प्रश्न असतो, तो आजूबाजूच्या मुलांचा. कारण मुलींपेक्षा मुले उशिराने म्हणजे १० ते १५ वर्षे या वयादरम्यान वयात येऊ लागतात आणि म्हणूनच कदाचित तुम्हाला एकदम असे वाटू लागते की, तुमच्या वर्गातल्या बहुतेक सर्वच मुलांपेक्षा तुम्ही उंच आणि मोठ्या आहात आणि त्यांच्या बालिश वागण्याची तुम्हाला कीव येते आहे. सत्य परिस्थिती ही असते की, बऱ्याच मुलांना, वयात येताना कसे वागायचे हे माहितीच नसते, कारण त्याबद्दल त्यांना मुलींपेक्षाही खूप कमी माहिती मिळालेली असते.

१७ वर्षांची मानसी नावाची मुलगी दहाव्या वर्षी वयात आली. ती म्हणते की, "त्या वेळी मी कोणत्या परिस्थितीतून जात होते, हे माझ्या आईच्या तेव्हा लक्षातच आले नव्हते, असे मला वाटते. कारण त्या वेळी तिने मला नवीन ब्रा किंवा नवीन कपडे काहीच आणले नव्हते. तेव्हा मला किती विचित्र वाटायचे म्हणून सांगू! माझ्या वाढलेल्या स्तनांबद्दल मुले माझी कशी चेष्टा करायची आणि विशेषतः शारीरिक शिक्षणाचा तास चालू असताना मला किती बुजल्यासारखे वाटायचे, याबद्दल मी माझ्या मावशीशी बोलले होते. तिने हे सर्व माझ्या आईला सांगितले आणि मग आम्ही एकत्रच खरेदीला गेलो. एकदाचे अगदी मापातले, व्यवस्थित बसणारे कपडे घातल्यावर, मला फारसे असुरक्षित असल्यासारखे वाटनासे झाले."

तर मग अशा सगळ्या गोष्टी मुलीने कशा हाताळायला हव्यात? सर्वांत आधी, तुम्ही या सर्व गोष्टी समजून घ्यायला हव्यात. स्वतःलाच सतत असे सांगत राहायला हवे की, वयात येताना सुरुवातीला किंवा नंतरच्या काळात तुम्ही जशा दिसता, तशाच त्यानंतर दिसणार नाही. तुम्ही १६ किंवा १७ वर्षांच्या होईपर्यंत ही वयात येण्याची क्रिया खरे तर थांबणार नसते. तुम्ही कशा दिसता, तुमच्या शरीराचा आकार कसा आहे, हे त्यानंतर खरे स्पष्ट होते. म्हणूनच १३व्या वर्षी तुम्ही इतर प्रत्येक मुलापेक्षा किंवा मुलीपेक्षा खूप उंच दिसत असलात किंवा १५व्या वर्षीही एखाद्या पॅनकेकसारख्या सपाट बांध्याच्या दिसत असलात, तरी घाबरून जाण्याचे काहीच कारण नाही.

भविष्याकडे बघण्याचा प्रयत्न करणे

तुम्ही मोठेपणी कशा दिसाल, याची साधारण कल्पना यावी म्हणून तुमच्या घरातल्याच स्त्रियांकडे पहा. तुमची आई, मावशी, मोठी बहीण यांचे फोटो पाहिलेत, तर तुम्ही कशा दिसाल याची साधारण कल्पना तुम्हाला येऊ शकेल; कारण तुमच्यातही त्यांच्यातलेच काही आनुवंशिक घटक आहेत. (फक्त साधारण कल्पना येईल, असे मी म्हणते आहे. तुम्ही तंतोतंत तशा दिसाल असे म्हटलेले नाही). आईच्या पोटात असतानाच, पालकांकडून हे आनुवंशिक घटक तुमच्यापर्यंत पोहोचलेले असतात. हे आनुवंशिक घटक 'डीएनए'पासून बनलेले असतात आणि तुमचे शरीर कसे वाढणार आहे, तयार होणार आहे, हे या घटकांवरून ठरत असते.

अर्थात तुम्ही तंतोतंत तुमच्या आईसारख्या, मावशी-आत्या यांच्यासारख्या किंवा तुमच्या बहिणींसारख्या दिसू लागाल; असा याचा अर्थ नाही. पण या सगळ्यांमध्ये स्तन लहान असणे किंवा मोठे असणे, पाय लांब असणे, शरीर धट्टेकट्टे असणे अशा बाबतीत जर काही साधर्म्य दिसत असेल, तर तुमच्या बाबतीतही या गोष्टी तशा स्वरूपाच्याच असण्याची शक्यता जास्त आहे. इथे एक नक्की सांगायला हवे की, ज्यावर तुम्ही अजिबात जास्त विचार करू नये; अशी गोष्ट म्हणजे वजन. कारण तुमचे वजन किती असेल, हे आनुवंशिक घटकांवरून ठरत नाही, तर तुमची जीवनपद्धती आणि वय यांसारख्या बाह्य घटकांवरून ते ठरते. (दुसऱ्या प्रकरणात याबद्दल जास्त लिहिलेले आहे). तसेच तुम्ही उशिरा वयात आलात, किंवा लवकर आलात, तर तुमच्या आईचे वयात येणे तिच्या कितव्या वर्षी सुरू झाले, हे विचारा. कारण या बाबतीत आई आणि मुलगी यांचे वयात येतानाचे वय साधारण एकसारखेच असते आणि हेही आनुवंशिक घटकांमुळेच होते.

स्वप्रतिमा आणि वयात येणे

अनेकदा केलेल्या पाहणीमधून असे दिसून आले आहे की, वयात येत असताना, मुलींना आपला आत्मविश्वास कमी झाल्याचा अनुभव येतो. त्यामुळे त्यांच्या मनातील स्वप्रतिमा ढासळते. असे का होते हे शोधून काढण्याआधी, हे तपासून पाहा की, आता वयात येत असताना तुम्ही नक्की कशा आहात आणि तुमची स्वप्रतिमा तुम्हाला कशी वाटते आहे?

चाचणी : वयात येत असल्याने, तुमची स्वप्रतिमा एकदमच खूप ढासळली आहे का?

पुढे दिलेल्या प्रश्नांची, तुम्हाला सर्वांत बरोबर वाटणारी उत्तरे निवडून त्यावर खूण करा आणि शेवटी तुम्हाला मिळालेल्या गुणांची बेरीज करा :

(१) लाकडी फळीवर उभे राहून, बर्फावरून घसरण्याचा खेळ शिकण्याची संधी तुम्हाला मिळाली आहे. तुम्ही तो शिकण्याचा प्रयत्न कराल का?

(अ) शक्यच नाही. अनोळखी लोकांसमोर तुम्ही धडपडणार नाही. (०)

(ब) नाही. तुम्ही नक्कीच 'खेळाडू' या प्रकारात मोडणाऱ्या नाही. (५)

(क) हो. तुम्ही कोणत्याही गोष्टीसाठी प्रयत्न करण्यास तयार असता. (१०)

(२) तुमच्या शाळेत फॅशन शो आहे आणि त्यात 'मॉडेल' म्हणून आपणहून भाग घेऊ इच्छिणाऱ्या मुली हव्या आहेत. तुम्ही तुमचे नाव देणार आहात का?

(अ) मुळीच नाही. मॉडेल होण्याच्या दृष्टीने तुम्ही खूप जाड आहात, म्हणून प्रत्येक जण तुम्हाला हसेल. (०)

(ब) नाही. त्यात कोणत्या मुली निवडल्या जातील ते तुम्हाला माहिती आहे आणि त्यात तुम्ही नसणार. (५)

(क) फॅशन हा तुमचा प्रांत नाही; पण यात मजा येईल असे तुम्हाला वाटते, म्हणून तसा प्रयत्न करताना तुम्हाला आनंद मिळेल. (१०)

(३) तुम्हाला पोहण्याच्या संघात सहभागी होण्यास सांगितले आहे. तुम्हाला कसे वाटते आहे?

(अ) तुम्हाला असे सांगितल्यामुळे खूप आनंद झाला आहे. (१०)

(ब) तुम्हाला धडकी भरली आहे, कारण स्वीमिंग ड्रेसमध्ये तुमचे अंग खूप जास्त उघडे पडते असे तुम्हाला वाटते. (०)

(क) तुम्हाला भीती वाटते आहे की, तुम्ही हराल आणि प्रत्येकाची निराशा होईल. (५)

(४) तुम्ही जेव्हा आठ वर्षांच्या होतात, तेव्हा तुम्ही :

(अ) सध्यापेक्षा जास्त धीट होतात? (०)

(ब) सध्या आहात त्यापेक्षा जास्त मूर्ख होतात? (१०)

(५) अनोळखी लोकांसमोर काही खाताना तुम्हाला कसे वाटते?

(अ) ते तुम्हाला अजिबात आवडत नाही, म्हणून तुम्ही कधीच तसे करत नाही. (०)

(ब) सर्वांसमोर बसून काय खायचे, काय नाही, हे तुम्ही काळजीपूर्वक ठरवता, म्हणजे लोक त्यावरून, तुम्ही कशा आहात ते ठरवत नाहीत. (५)

(क) याची तुम्हाला अजिबात काळजी वाटत नाही. (१०)

गुणसंख्या

० ते १५ : खूपच ढासळलेली स्वप्रतिमा

तुमची स्वप्रतिमा अगदी गंभीर वाटण्याइतकी ढासळली आहे. वयात यायला सुरुवात झाल्यामुळे, तुम्हाला असुरक्षित आणि इतरांसमोर अगदी कसेतरी वाटू लागले असण्याची शक्यता असेल. कदाचित कोणीतरी अगदी कठोरपणे तुमची

परीक्षा घेत आहे किंवा कदाचित तुम्ही स्वतःच तशी परीक्षा घेत आहात. पण त्याचा परिणाम असा होतो की, त्यामुळे तुम्ही अंतर्मुख होता आणि मुळात इतरांपेक्षा मागे पडता.

२० ते ३५ : डळमळती स्वप्रतिमा

तुमची स्वप्रतिमा कशी आहे, हे तुमचे तुम्हालाच नक्की कळत नाही आणि 'अगदीच वाईट' व 'ठीक आहे' या दोन मतांमध्ये ती हेलकावे खात आहे. तुम्हाला मागे ओढणारी गोष्ट म्हणजे तुमच्या मनातील भीती होय. तुम्ही खऱ्या कशा आहात, हे लोकांना कळले तर तुम्ही त्यांना आवडेनाशा व्हाल ही भीती आणि का कोण जाणे; पण तुम्ही खरच इतक्या चांगल्या नाही, अशी भीती तुम्हाला वाटत असते.

४० ते ५० : भक्कम स्वप्रतिमा

छान! तुमची स्वप्रतिमा अगदी हवी तशी, स्वास्थ्यपूर्ण आहे. कोणतीही नवीन गोष्ट करून पाहायला तुम्ही फारशा घाबरत नाही आणि इतरांना काय वाटेल याची फारशी काळजीही तुम्ही करत नाही. तुम्हाला काय आवडते, हे तुम्हाला चांगलेच माहिती आहे. तुमच्या मतावर ठाम राहायला तुम्ही घाबरत नाही आणि तुम्ही जशा आहात तशाच राहायलाही तुम्ही घाबरत नाही.

'वयात येणे' तुम्हाला दुःखी करू शकते

बहुतेक मुलींच्या बाबतीत असे होते की, वयात येऊ लागल्यावर त्यांच्या शरीराबद्दल त्यांना असमाधान वाटू लागते किंवा काहीतरी संकट आल्यासारखे वाटू लागते. स्वतःबद्दल एक प्रकारची साशंकता वाटू लागते. याचे कारण असे की, वयात येऊ लागल्याचे पहिले लक्षण असते ते म्हणजे उंची, वजन यांत अचानकपणे आणि वेगाने झालेली वाढ आणि स्तनांचा आकार वाढण्यास झालेली सुरुवात. याचाच अर्थ असा की, तोपर्यंत तुम्ही अगदी इतर मुलींसारख्याच दिसत असता. पण अचानकच तुमचे स्तन लक्षात येण्याजोगे मोठे दिसू लागतात आणि वाढलेल्या चरबीमुळे तुमचे नितंब, मांड्या यांनाही गोलाई येते. या सगळ्याची भीती तर वाटतेच, पण तुम्ही आधी जशा दिसायचात, तशाच तुम्हाला आवडत असाल आणि हे नवे रूप स्वीकारायला तयार नसाल, तर मात्र या सगळ्या बदलांना तोंड देणे तुम्हाला अवघड जाते. काही अंतर्गत तसेच बाह्य घटकांमुळे हे सगळे आणखीच त्रासदायक वाटू लागते. ते घटक म्हणजे तुमच्या 'हार्मोन्स'चा तुमच्या विचारांवर होणारा परिणाम ('हार्मोन्स' म्हणजे शरीरातील काही ग्रंथींमधून तयार

होणारा आणि शरीरातील अवयवांना चेतना देणारा 'स्राव' होय.)

वयात येत असताना तुमच्या शरीरात होणाऱ्या अनेक बदलांशी जुळवून घेण्यासाठी, तुमच्या शरीरातील हार्मोन्सची पातळी रोजच कधी एकदम वाढते आणि कमीही होते. यामुळे तुम्हाला एका मिनिटाला रडावेसे वाटते, तर दुसऱ्या मिनिटाला हसावेसे वाटते. तुमच्या भावना इतक्या झपाट्याने बदलत का राहतात हे पूर्णपणे समजण्यासारखे आहे. यावरचा उपाय म्हणजे, जे वाटते आहे ते वाटू द्या; त्यासाठी स्वतःला दोष देऊ नका (म्हणजे असे काही वाटते यात तुमचा दोष नाही, हे लक्षात घ्या.) आणि कधीकधी मनसोक्त रडा म्हणजे तुम्हाला बरे वाटेल. तुम्हाला कायमच असे वाटत राहणार नाहीये, ही एक फार चांगली गोष्ट लक्षात ठेवा.

पूजा नावाची १२ वर्षांची मुलगी म्हणते, "मला काय झाले आहे, हेच मला समजत नाही. कोणत्याही गोष्टीमुळे मला रडू येते. मी स्वतःला आरशात पाहते आणि माझ्या डोळ्यांतून अश्रू ओघळू लागतात. काल मला माझी जुनी जीन्स पॅन्ट नीट बसली नाही आणि मग मी अर्धा तास रडत बसले. आई मला म्हणाली की, 'असे वाटणे अगदी सामान्य आहे, स्वाभाविक आहे' आणि मलाही हे माहिती आहे. पण तरीही सततच मला खूप दुःखी असल्यासारखे वाटते."

'वयात येणे' ही एक सर्वांना माहिती असलेली प्रक्रिया आहे

आणखी एक अडचण अशी आहे की, वयात येणे ही अगदी उघडपणे घडणारी आणि सर्वांना माहिती असलेली प्रक्रिया आहे आणि म्हणूनच इतर लोक तुमच्याबद्दल काय बोलतात, काय विचार करतात, याबद्दल तुम्ही फार हळव्या होता. हे जरी पूर्णपणे समजण्यासारखे असले तरीही, बरीचशी मोठी माणसे खूप तापदायक असतात. ती उगीचच टीका करत राहतात आणि "बापरे, अजून तू मोठी झाली नाहीस?", "अरे, हा खूप मोठा डाग आहे" किंवा "तू ते खाणार आहेस का?" असले नको ते भावनाशून्यपणे बोलतात; आणि वर तुम्ही अस्वस्थ का आहात याविषयी आश्चर्यही व्यक्त करत राहतात. यावरचा उपाय म्हणजे, हे लोक

तुमच्या भावना दुखावत आहेत, असे त्यांना स्पष्टपणे सांगणे आणि तुमच्या शरीराबद्दल असली बोचरी टीका त्यांना करू न देणे. खरे तर मोठ्या माणसांना या गोष्टी अगदी व्यवस्थित माहिती असायला हव्यात आणि तुम्ही त्यांना सांगू शकणार नाही असे तुम्हाला वाटत असेल, तर तुमच्या आईला त्यांच्याशी शांतपणे बोलायला सांगा. तुमची आईच जर ही चूक करत असेल, तर तिला या वयात काय वाटत होते, हे आठवून पाहण्यास तिला सांगा आणि तुम्हाला असे कमी लेखल्यामुळे तुम्हाला किती त्रास होतो, हेही तिला सांगा.

वयात येत असताना होणारे बदल त्रासदायक असतात

उंची वाढणे, आधी अजिबात नसलेले स्तन वाढू लागणे आणि तुम्हाला पत्ता लागू न देता, तुमच्या शरीरात काही गोष्टी घडत आहेत असे वाटणे, ही तुमच्या शरीराबद्दल तुम्हाला काहीतरी विचित्रच वाटू लागण्याची फक्त काही कारणे आहेत. विशेष करून अगदी एका रात्रीत व्हावी, अशी जर शरीराची वाढ होऊ लागली, तर तुम्हाला एक प्रकारचा गबाळेपणा आल्यासारखेही वाटू लागते. यावर उपाय म्हणजे शरीराची प्रत्यक्ष मापे घेणे. उदा. योग्य मापातली ब्रा आणण्यासाठी तुम्ही नक्कीच शरीराचे माप आधी घेतले आहे याची खात्री करा (स्तनांबाबत पुढे सविस्तर लिहिले आहे); आणि तुमचे अंग दुखणे जर वाढले असेल, (वयात येताना हाडे दुखतात, म्हणून अंगदुखी स्वाभाविक असते) तर तुमच्या डॉक्टरांचा सल्ला व मदत घ्या.

'वयात येणे' कंटाळवाणे, दमवणारे वाटते

एक गमतीची गोष्ट म्हणजे, तुम्ही जेव्हा लहान बाळ होतात आणि दिवसागणिक वाढत होतात, तेव्हा तुमच्या भोवतीची मोठी माणसे तुम्हाला झोप आली, थंडी वाजली किंवा तुम्हाला खेळवायचे असेल; अशा सर्व वेळी खूप दक्ष असत. तुमची काळजी घेत असत. पण तुम्ही किशोरावस्थेत आहात, तर आता मात्र ते तुमची तेवढी काळजी घेत नाहीत, हे चुकीचे आहे. खरे तर 'वयात येणे' हे खूप थकवणारे, कंटाळा आणणारे असते. म्हणजेच त्यासाठी तुम्हाला झोपेची, विश्रांतीची खरंच खूप गरज असते. तुम्हाला जास्त वेळ झोपण्याची गरज असण्याचे आणखी एक कारण म्हणजे, तुमच्या या वाढीशी संबंधित असणारे हार्मोन्स जागेपणापेक्षा तुम्ही झोपलेल्या असताना जास्त प्रमाणात स्त्रवत असतात. (याच कारणामुळे लहान मुले इतकी झोपतात). म्हणून स्वतःच स्वतःला विश्रांती द्या आणि 'तुम्ही आळशी झाला आहात' असा आरोप तुमचे पालक करत असतील तर वरील गोष्ट त्यांच्या लक्षात आणून द्या.

'वयात येणे' तुम्हाला स्वतःबद्दलच शंका घ्यायला लावते

याचे एक अगदी साधे कारण असे आहे की, आतापर्यंत जवळ जवळ दहा वर्षे तुम्ही तुमच्या शरीराशी परिचित असता, त्याची तुम्हाला सवय झालेली असते. त्या शरीरामुळे काय-काय होते, तुम्ही काय चांगले करू शकता, याची तुम्हाला अगदी पूर्ण अंतर्बाह्य माहिती असते. पण वयात येऊ लागल्यानंतर मात्र तुम्ही त्याच असलात तरी, तुमच्या शरीरात होणाऱ्या बदलांमुळे तुम्हाला असुरक्षित वाटते, तुमच्यावर कोणत्याही गोष्टीचा परिणाम होऊ शकेल असे वाटू शकते. यामुळेच मग तुम्ही स्वतःच्या शारीरिक क्षमतांबद्दल शंका घ्यायला सुरुवात करता. खेळणे टाळण्याकडे आणि निष्क्रिय राहण्याकडे तुमचा कल वाढतो. कारण या वेळी तुम्हाला, तुम्ही बेढब आणि असुरक्षित असल्यासारखे वाटू लागते. यावरचा उपाय म्हणजे प्रत्येक जण याच अवस्थेतून जात आहे, हे लक्षात ठेवणे आणि तोपर्यंत खेळत असलेले खेळ आता खेळावेसे वाटत नसले, तर त्याऐवजी आता नव्याने जाणवणारे- तुम्हाला सोयीस्कर वाटेल असे काहीतरी शोधून काढण्याचा प्रयत्न करणे. हे असे का करायचे? तर याचे कारण असे की, वेगवेगळ्या अभ्यासकांच्या निष्कर्षानुसार, ज्या मुली खेळांमध्ये भाग घेतात (फक्त भाग घेतात, त्यात त्यांनी प्रावीण्य मिळवणे किंवा एखादे पदक मिळवणे आवश्यक नाही), त्या मुलींचा आपल्या शरीराबद्दलचा आत्मविश्वास आणि स्वतःबद्दलचे मत, नुसत्याच कडेला बसून राहणाऱ्या आणि दर आठवड्याला, मासिक पाळी सुरू आहे; असा बहाणा करणाऱ्या इतर मुलींपेक्षा, खूपच चांगले असते.

काय अपेक्षित आहे? वयात येताना होणारे शारीरिक बदल :

वयात येताना अपेक्षित असणारे काही बदल कदाचित तुम्हाला माहिती असतील, पण असे सर्वच बदल आणि ते का होतात, हे बहुतकरून तुम्हाला माहिती नसेल. या भागात त्या सर्व बदलांबद्दल स्पष्टपणे सांगितले आहे. हे सर्व काय घडते आहे याबद्दल तुम्हाला वाटणारी भीती घालवण्यास मदत व्हावी हा यामागचा हेतू आहे. जेणेकरून तुम्हाला त्यात काही विचित्र, भीतिदायक किंवा काळजी करण्यासारखे आहे, असे वाटणार नाही.

वयात येणे आणि लठ्ठ होणे

वयात येताना होणारी शारीरिक वाढ : *वयात येत असताना तुमचे डोके, हात आणि पावले सर्वांत आधी वाढतात. त्यानंतर तुमचे दंड आणि पाय वाढतात, आणि शेवटी इतर अवयव व खांदे यांची शरीराच्या उरलेल्या भागाची प्रमाणबद्ध वाढ होते.*

वयात येताना वजन वाढेल, ही मुख्य भीती बऱ्याच मुलींच्या मनात असते; पण ही अतिशयोक्ती आहे. अर्धवट माहितीमुळे, मनावर आलेल्या दबावामुळे आणि टीव्ही किंवा मासिकांमधून समजलेल्या गोष्टींमुळे तिला खतपाणी घातले जाते. सत्य असे आहे की, वयात येतानाच्या चार वर्षांत तुमची उंची २५ टक्क्यांनी वाढते आणि उंचीतील या वाढीच्या अनुषंगाने तुमच्या वजनात वाढ होते. वजन वाढणे, हा वयात येण्याच्या प्रक्रियेचा एक अगदी सामान्य टप्पा असतो. कारण त्याशिवाय तुमची उंची वाढू शकणार नाही, स्तन वाढणार नाहीत किंवा तुमची मासिक पाळीही सुरू होणार नाही.

तुम्ही स्वतःच स्वतःला मदत करण्याच्या दृष्टीने हे लक्षात ठेवा –

- *'तुमचे शरीर असे कसे दिसते?' या विचाराने तुम्हाला त्रास होऊ शकतो. पण हे अगदी सामान्य आहे. हा त्रास होऊ नये म्हणून तुम्ही स्वतःला कशी मदत करू शकाल, याचा विचार करा. उदाहरणार्थ, तुमच्या अंगावर व्यवस्थित, मापात बसतील असे कपडे खरेदी करणे आणि कपडे घालण्याची पद्धत बदलणे, त्यामुळे मग तुम्हाला बुजल्यासारखे वाटणार नाही.*
- *आरशातले तुमचे प्रतिबिंब कदाचित तुम्हाला आवडणार नाही. याचे मुख्य कारण असे की, स्वतःत काय वेगळे, विचित्र दिसते आहे या दृष्टीनेच तुम्ही स्वतःकडे पाहत असता आणि तुम्हाला न आवडणाऱ्या गोष्टींवर बहुधा जास्त लक्ष केंद्रित करत असता. एक लक्षात ठेवा की, तुमच्या शरीराचे जे अवयव तुम्हाला ओंगळ वाटतात, तेच तुम्हाला ठळकपणे दिसतात, कारण तुम्ही त्यांच्यावरच तुमचे लक्ष केंद्रित करता. अशा प्रत्येक न आवडणाऱ्या अवयवाबरोबर, एक आवडणारा अवयव शोधण्याचा प्रयत्न करा आणि अशा आवडणाऱ्या अवयवावर लक्ष केंद्रित करण्यासाठीही तेवढाच वेळ घालवा.*
- *तुमची भूक वाढू शकते. वयात येताना होणाऱ्या शारीरिक बदलांसाठी तुमच्या शरीराला जास्त कॅलरीजची म्हणजे उष्मांकांची गरज असते. आठ वर्षांची मुलगी किती खाते, आणि १३ वर्षांची*

मुलगी किती खाते, याचीही तुलना तुम्ही करून पाहा. तुम्हाला जर निरोगी राहायचे असेल, तर विविध प्रकारचे अन्न खा, आणि त्याबरोबर तुमचा आवडता पदार्थ थोडासा खा, म्हणजे तुम्ही व्यवस्थित राहाल.

- *शारीरिक टीकेविषयी हळवेपणा येईल*

तुमच्या शरीरावर कोणत्याही प्रकारे लोकांनी टीका केली, तर तुम्ही त्याविषयी हळव्या बनाल.

आपले वय काहीही असले तरी लोकांनी अशी टीका केलेली आपल्याला त्रासदायकच वाटते. अशा वेळी लक्षात ठेवा की, जर कोणी तुम्हाला चिडवत असेल किंवा भावनाशून्यपणे काही बोलत असेल तर त्यांच्याशी बोला आणि तुम्हाला त्यांच्या बोलण्यामुळे काय वाटते ते त्यांना सांगा. त्यांच्या बोलण्यामुळे तुमच्या भावना दुखावल्या जात असतील, तर त्याला 'विनोद' म्हणता येणार नाही.

वयात येत असताना तुमचे वजन जवळ जवळ १८ किलोनी (४० पौंड) वाढते. हे खूप जास्त वाटते; पण स्नायू, हाडे, काही अवयव आणि चरबी या सगळ्यांची वाढ मिळून हे वजन वाढलेले असते. याचा अर्थ काय हे कळण्यासाठी, सात-आठ वर्षांच्या मुलीचा आकार, तिच्या शरीराची मापे याची तुलना, पंधरा-सोळा वर्षांच्या मुलीच्या शरीराशी करून पाहा. मग तुमच्या लक्षात येईल की, शरीराची वाढ झाल्यामुळे वजन वाढते आहे, चरबी वाढल्यामुळे नव्हे.

आणखी एक गोष्ट लक्षात घेणे महत्त्वाचे आहे, ती म्हणजे, उंची वाढण्याआधी वजनात वाढ होते. कारण तुमची मासिक पाळी सुरू होण्यामध्ये चरबी खूप महत्त्वाचे काम करते. (मासिक पाळी सुरू होण्यासाठी आवश्यक ते हार्मोन्स तयार व्हावेत, म्हणून शरीरातील चरबीची मदत होते) याचा अर्थ असा की, काही थोड्या काळासाठी, तुमच्या कमरेभोवती, नितंबांभोवती चरबी वाढल्याचे तुमच्या लक्षात येईल, तिला 'बेबी फॅट' असे म्हणतात. यामुळे तुम्हाला खूप काळजी वाटू शकते, म्हणून स्वतःला बजावा की, जशी तुमची उंची वाढेल तशी ही चरबी दिसेनाशी होणार आहे.

आणखी एक गोष्ट अशी की, वयात येणे सुरू झाल्यावर तुमच्या शरीराचा जो आकार असेल तो आकार तुम्ही १७ वर्षांच्या व्हाल तेव्हा असणार नाही. म्हणून

कितीही वाटले, तरी फक्त वजनाचाच विचार करत बसू नका आणि तुम्हाला डाएटिंग सुरू करण्याची गरज आहे का, याची काळजी करू नका. तुमच्या आहारावर बंधने घालणे, खूप जास्त व्यायाम करणे आणि रोज वजनकाट्यावर उभे राहणे, हे सगळे तुमच्या स्वप्रतिमेला धक्का देणारे मार्ग आहेत. त्यामुळे तुमच्या शरीराची ठेवणही भीतिदायक होईल आणि 'वयात येणे' थांबल्यावरही ती तशीच राहील. (दुसऱ्या प्रकरणात याबद्दल आणखी विस्ताराने सांगितले आहे.)

स्तन

आपण 'सस्तन प्राणी' या वर्गात समाविष्ट आहोत आणि याचा नकळतपणे होणारा परिणाम म्हणजे, तुमच्या स्तनांचे माप आणि आकार याला अगदी सहजपणे विशेष महत्त्व दिले जाते व तुमचे स्तन खूप लहान किंवा खूप मोठे असले, तर तुम्ही आकर्षक दिसत नाही, अशी बहुधा चुकीची कल्पना केली जाते. पण वस्तुस्थिती अशी आहे की, तुमचे स्तन मोठे आहेत किंवा लहान आहेत, खूप उभार आहेत किंवा कमी उभारीचे आहेत, यामुळे काहीही फरक पडत नाही. स्तन हे स्तनच असतात आणि त्यावरून तुम्ही कोण आहात, कशा आहात हे ठरत नाही. दूध तयार करू शकणाऱ्या ग्रंथी, नलिका, पेशी आणि चरबी यांपासून स्तन बनलेले असतात आणि तुम्हाला जेव्हा बाळ होणार असते तेव्हा या स्तनांमध्ये दूध तयार केले जाते; पण तुमच्या आत्मविश्वासावर मात्र या स्तनांचा परिणाम होत असतो.

सामान्यपणे काय होते?

तुमच्या स्तनांमुळे तुम्हाला लाजिरवाणे का वाटते? याचे कारण म्हणजे प्रसारमाध्यमांकडून, पुरुषांना आकर्षित करणारे काय आहे आणि काय नाही, याबद्दलची आपल्यासमोर सादर केली जाणारी माहिती होय. १९५०च्या दशकात, स्त्रियांचे स्तन खूप मोठे असायला हवेत, या विचाराची लाट होती. १९६०च्या दशकात, सपाट स्तन पुरुषांना जास्त आकर्षित करू शकतात, हा विचार बोकाळला होता; तर १९७०च्या दशकात, लोंबलेले, मोकळे आणि सैल स्तन फार आकर्षक असतात, असे वाटू लागले होते. पण सध्या मात्र, सहजपणे नजरेत भरणारे स्तन,

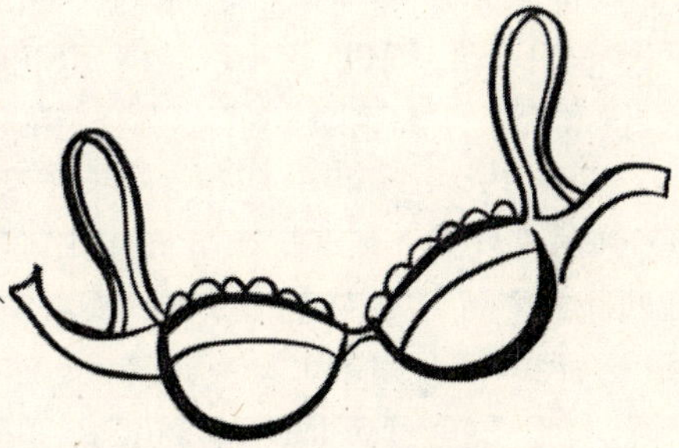

म्हणजे बहुत करून प्लॅस्टिक सर्जरी करून कृत्रिमपणे उठावदार केलेले स्तन, असेच समजले जाते. याचा परिणाम म्हणून आपल्यालाही असे वाटू लागते की, चांगले स्तन हे कडक, तुलनेने मोठे आणि उभार असणारेच असायला हवेत. पण तुम्ही याबद्दल जेव्हा विचार करता तेव्हा, तुमच्या लक्षात येते की, शरीरविज्ञानशास्त्राच्या दृष्टीने या सगळ्याची काहीही गरज नाही, यावर विचार करण्याचीही गरज नाही.

सामान्यतः दिसणाऱ्या स्तनांच्या मानाने तुमचे स्तन लहान असले, तरी ते कृत्रिम स्तनांइतके उभार कधीच असणार नाहीत आणि जर तुमचे स्तन मोठे असतील तरीही, गुरुत्वाकर्षणामुळे ते कायम तसेच कडक आणि उभार राहणार नाहीत. या सगळ्या गोष्टींचा एकूण अर्थ काय, तर आपण सर्वांनी जे वास्तव आहे ते स्वीकारले पाहिजे आणि प्रसिद्धीच्या झोतात असणाऱ्या स्त्रियांनी, पैसे मोजून आकार दिलेल्या स्तनांसारखे आपले स्तन दिसत नाहीत; याची काळजी करणे एकदम थांबवले पाहिजे.

स्तन वाढत असताना काय होते?

स्तनांबाबत माहिती : *स्तनांमध्ये स्नायू-पेशी नसतात, म्हणूनच स्तनांचे व्यायाम केले, तरी त्यांची उभारी आणि आकार यांत काहीही सुधारणा होत नाही. पण स्तनांच्या खालच्या स्नायूंची ताकद तुम्ही वाढवू शकता, आणि त्यामुळे तुमचे स्तन थोडेसे उभार होण्यास मदत होऊ शकते. हे करण्याचा सर्वांत उत्तम उपाय म्हणजे सतत कार्यक्षम राहणे आणि नियमित व्यायाम करणे. त्यामुळे तुमच्या संपूर्ण शरीराचीच ताकद वाढण्यास मदत होते.*

स्तनांची वाढ हेच वयात येऊ लागल्याचे पहिले लक्षण आहे. अशी वाढ होणे कधी सुरू होईल, हे तुमच्या शरीरातल्या घड्याळावरून ठरत असते. याचा अर्थ असा की, ही वाढ होण्याची घाईही करता येत नाही किंवा ती उशिराने व्हावी; म्हणूनही काही करता येत नाही. स्तनांची वाढ होण्यास जेव्हा सुरुवात होते, तेव्हा त्यातल्या पेशी घट्ट किंवा टणक असतात. पण तुमचे वय वाढते त्यानुसार त्यात बदल होत जातो. कारण स्तन हे फक्त चरबीपासून बनतात; स्नायूंपासून नाही. म्हणून तुमच्या वजनात जसा बदल होईल, त्याप्रमाणे स्तनांचा आकारही बदलेल.

जेव्हा तुमच्या स्तनांची वाढ होण्यास सुरुवात होते, तेव्हा ते अगदी नाजूक असतात आणि वाढ होताना त्वचा ताणली जात असल्याने, अशा ताणल्याच्या खुणाही तुम्हाला दिसू शकतात. याचे कारण म्हणजे, जेव्हा स्तनांची वाढ खूप वेगाने होते आणि त्वचाही त्या वेगाने ताणली जाणे आवश्यक असते, तेव्हा त्वचेखालील पेशी फाटल्यासारख्या होतात. त्यामुळे कोणत्याही वेदना होत नाहीत,

पण त्यामुळे ताणल्याच्या खुणा उमटल्यात का, हे पाहावे लागते. अर्थात त्वचा ताणल्यामुळे उमटणाऱ्या अशा खुणा, शरीराच्या कुठल्याही भागावर उमटू शकतात. (पाठ, पाय, नितंब आणि पोट) ज्या जांभळट लालसर रंगाच्या, पातळ घट्टा पडल्यासारख्या असतात आणि हळूहळू फिक्या होत कालांतराने दिसेनाशा होतात. म्हणून अशा खुणांबद्दल तुम्ही फारशी काळजी करण्याची गरज नाही.

स्तनांच्या वाढीबद्दल पूर्णपणे समजून घेत असताना, पुढील गोष्टी लक्षात घेतल्या, तर तुमच्या शरीराबद्दल तुम्हाला जास्त विश्वास वाटण्यास मदत होईल –

(१) ब्रा घेताना शरीराचे माप घ्या.

कोणत्याही दुकानात ब्रा घेण्यापूर्वी छातीचे माप विनामूल्य घेतले जाते आणि तुम्हाला वाटते तितके त्यात बेचैन होण्यासारखे काही नसते. कारण त्यासाठी तुम्हाला कपडे काढण्याची गरज नसते. योग्य मापातली ब्रा घ्या, म्हणजे तुम्हाला खूप बरे वाटेल, कारण त्यामुळे तुम्हाला स्वतःविषयी जास्त लाज तर वाटणार नाहीच; पण तुमच्या स्तनांना त्यामुळे पूर्ण आधार मिळेल आणि त्यांचे वजन तुम्हाला फारसे जाणवणारही नाही. हे लक्षात न घेता, बहुसंख्य स्त्रिया ब्राचे माप अंदाजानेच ठरवतात. काही अभ्यास-निष्कर्षांनुसार, यामुळे ८५ टक्के स्त्रिया चुकीच्या मापाच्या ब्रा वापरतात. हे त्यांच्यासाठी योग्य नाही. कारण नीट न बसणारी ब्रा गैरसोयीची, त्रासदायक होते आणि मग त्या जितक्या चांगल्या दिसू शकल्या असत्या, तितक्या दिसत नाहीत. योग्य मापाची ब्रा वापरल्याने तुमच्या स्तनांना चांगला आकार तर येईलच; पण खेळताना तुम्हाला अधिक सोयीचे वाटेल आणि अगदी नीट बसणारे कपडे घालतानाही खूप सोईचे होईल.

एक गोष्ट लक्षात ठेवा की, वयात येत असताना तुम्हाला नियमितपणे तुमच्या शरीराची मापे घेणे आवश्यक असते, म्हणून वेड्यासारख्या एकाच वेळी खूप ब्रा खरेदी करू नका, कारण जशी तुमची उंची व वजन वाढेल, तसतसे दर सहा महिन्यांनी किंवा त्याहूनही जास्त वेळा तुमच्या ब्राचे माप बदलू शकते.

(२) स्तनांची वाढ अगदी सावकाश, म्हणजे जवळजवळ चार वर्षांत होते हे लक्षात ठेवा.

याचा अर्थ असा नाही की, सहा महिन्यांत एका ठरावीक मापापासून, त्याच्या पुढच्या ठरावीक मापापर्यंत, अगदी स्थिरपणाने, निश्चितपणाने तुमची वाढ होणार आहे. त्यामुळे घाबरून जाऊ नका. या सगळ्याचा अर्थ असा आहे की, दर सहा महिन्यांनी तुमच्या ब्राचे माप थोडेसे बदलेल (हे माप तुमच्या पाठीचे व स्तनांचे असे मिळून घेतलेले असते). म्हणून तुमची ब्रा तुम्हाला अगदी बरोबर मापात होते आहे,

याची खात्री करण्यासाठी वर्षातून दोन वेळा असे माप घेणे योग्य ठरते.

तुम्ही जवळपास १७ वर्षांच्या होईपर्यंत, तुमच्या ब्राचे माप मोठेपणी नक्की किती असेल; हे तुम्हाला समजणार नाही. म्हणूनच या मधल्या काळात तुमचे स्तन खूप मोठे किंवा खूप लहान दिसत असले, तरी घाबरून जाऊ नका. शेवटी या बदलत्या आकाराचा समतोल आपोआप साधला जाईल आणि तुमच्यासाठी योग्य असेल तोच आकार राहील. स्तनांच्या वाढीची क्रिया चालू असताना, ते खूप मोठे व्हावेत किंवा लवकर वाढावेत यासाठी तुम्ही काहीही करू शकत नाही. म्हणून 'क्रीम्स किंवा लोशन्स तुमच्या स्तनांचा आकार किंवा कडकपणा वाढवू शकतात' या सांगण्याला भुलून, मूर्खपणा करू नका. असे सांगणारे लोक फक्त तुमच्या भीतीचा गैरफायदा घेत असतात आणि त्यासाठी खर्च करणे, हा पैशाचा निव्वळ अपव्यय असतो.

(३) सगळ्यांचे स्तन लहान-मोठ्या म्हणजे वेगवेगळ्या आकाराचे असतात.

एका स्तनाचा आकार दुसऱ्या स्तनापेक्षा वेगळा असणे, ही अगदी सामान्य गोष्ट आहे. तुमचे एक पाऊल दुसऱ्या पावलापेक्षा किंचितसे मोठे असू शकते, तसेच हे असते. स्तनांची वाढ होत असताना मुलींना वाटणारी ही एक सर्वसामान्य काळजी असते. कारण एका स्तनाची वाढ, दुसऱ्या स्तनाच्या वाढीआधी सुरू होऊ शकते. बहुतेक वेळा हे फक्त तुमच्याच लक्षात येते, इतरांच्या नाही; पण तरीही तुम्हाला त्याची खूप काळजी वाटत असेल, तर स्वतःची खात्री करून घेण्यासाठी तुमच्या डॉक्टरांना भेटा आणि मग तुमच्या योग्य मापाची ब्रा तुम्ही आणली आहे याची खात्री करून घ्या.

(४) इतरांशी तुलना करण्याचा खेळ खेळू नका.

सतत तुमची स्वतःची तुलना इतरांशी करत राहण्यामुळे तुम्हाला स्वतःत काही न्यून किंवा कमतरता आहे, असे तरी वाटत राहते किंवा तुम्ही आहे त्यातच खूश राहू लागता. कोणती महत्त्वाकांक्षाच उरत नाही. तुमच्या स्वप्रतिमेच्या दृष्टीने या दोन्हींचाही काही उपयोग होत नाही. तुम्हाला जे मिळाले आहे, त्याबद्दल समाधान वाटण्याआधी, तुम्हाला जे मिळाले आहे, ते तुम्ही मुळात स्वीकारले पाहिजे. याचा अर्थ तुमच्या दिसण्याबद्दल तुम्ही लगेचच आनंदून जायला हवे असा नाही, तर त्यापेक्षा तुम्हाला जे-जे मिळाले नाही, त्या प्रत्येक गोष्टीसाठी (उदाहरणार्थ मित्र, मॉडेलिंगसाठीचे कंत्राट, आखूड, तोकडे कपडे घालण्याची क्षमता आणि असे बरेच काही) तुम्ही स्तनांना दोष देता कामा नये.

(५) स्तन खरे कसे दिसायला हवेत याबद्दल माहिती करून घ्या :

अलीकडेच केल्या गेलेल्या एका अभ्यासादरम्यान किशोरवयीन मुलींना स्त्रियांच्या स्तनांची चित्रे दाखवली गेली आणि त्यातील कोणते चित्र सर्वांत योग्य आहे, असे त्यांना वाटते ते सांगण्यास सांगितले गेले. दुर्दैवाने त्यातील ९०% मुलींनी कृत्रिम स्तनांची जोडी निवडली. म्हणून मुळात स्तन कसे दिसतात, कसे वाटतात, याची खरी माहिती इथे दिलेली आहे. त्यामुळे तुमचे स्तन आकार घेऊ लागतील, तेव्हा तुमच्या बाबतीत काहीतरी चुकते आहे, असे तुम्हाला वाटणार नाही :

- तुम्ही चालता किंवा पळता तेव्हा स्तनांना हिसके बसतात.
- तुम्ही झोपता तेव्हा स्तन कडेला लोंबल्यासारखे होतात.
- स्तन कधीही सरळ आणि उभार राहत नाहीत, विशेषतः ते जर फार मोठे असतील, तर नाहीच नाही.
- स्तनांचा स्पर्श नेहमी नरम, मृदू असतो.

स्तनाग्रे

इथे स्तनांच्या वरच्या बोंडांबद्दल, म्हणजेच स्तनाग्रांबद्दलही माहिती सांगणे आवश्यक आहे. कारण वयात येण्याबद्दलच्या माहितीमध्ये, हा भाग नेहमीच वगळला जातो. या स्तनाग्रांचा रंग खूप वेगवेगळा म्हणजे फिकट गुलाबीपासून गडद गुलाबीपर्यंत किंवा तपकिरी (बहुधा तुमच्या त्वचेच्या रंगानुसार) असा असतो आणि त्यांचे आकारही वेगवेगळे असतात. सुरुवातीला जेव्हा स्तनांची वाढ होण्यास सुरुवात होते, तेव्हा स्तनाग्रे बऱ्यापैकी मोठी दिसू शकतात, पण स्तनांची वाढ झाल्यावर ती लहान दिसू लागतात, स्तनांच्या आकाराशी प्रमाणबद्ध दिसू लागतात.

काही मुलींना ही काळजी असू शकते की, त्यांची स्तनाग्रे आतल्या बाजूला वळलेली आहेत. पण स्तनांची वाढ होत असताना होणारी ही एक पूर्णपणे सामान्य अशी गोष्ट आहे; बऱ्याचदा, वयात येणे पूर्ण झाल्यावर ती बदलते किंवा त्याहीनंतर तुम्ही आई होण्याचे व बाळाला स्तनपान द्यायचे ठरवाल, त्या वेळी ती बदलते. त्यामुळे मुळात ही समस्याच नाही आणि त्यासाठी शस्त्रक्रियेची मुळीच गरज नसते. पण तरीही तुम्हाला त्याबद्दल काळजी वाटत असेल तर स्वतःची खात्री करून घेण्यासाठी तुमच्या डॉक्टरांना किंवा वैद्यकीय मदतनिसांना भेटा.

तुमच्या स्तनाग्रांवर अगदी सूक्ष्म अशी टेंगळे किंवा डाग असल्याचेही तुमच्या लक्षात येईल; पण ही गोष्टही अगदी सामान्य आहे. अशा टेंगळांना 'मॉन्टगोमेरी' ग्रंथी असे म्हणतात. तुम्हाला बाळ झाल्यानंतर त्याला दूध पाजत असताना तुमच्या स्तनांना संरक्षण मिळावे, म्हणून या ग्रंथींमधून एक प्रकारचा तेलकट द्रव पाझरू लागतो.

स्तनाग्रे ताठ, सरळ असल्यामुळे जर तुम्हाला बेचैन वाटत असेल, तर ती तशी का आहेत, याचा विचार करा. बहुतेक वेळा, थंडगार हवा, रफ, खरखरीत कापडाचे कपडे घालणे यामुळे किंवा जर कोणी चुकून तुम्हाला अगदी घसटून गेले, तरीही तुमची स्तनाग्रे कडक होऊ शकतात. ब्रामध्ये अगदी लहानसे पॅडिंग घातले, तर ही गोष्ट कोणाच्याही लक्षात येणार नाही; पण मुळात याबाबत फार काळजी करूच नका, कारण जेवढा जास्त विचार कराल, तेवढी उगीचच काळजी वाढेल.

शरीरावरील केस :

तुम्हाला आवडो किंवा न आवडो, पण वयात येऊ लागल्यानंतर पुढे आयुष्यभर, तुमच्या शरीरावरील केस तुमच्याबरोबर असणार आहेत. एकतर तुम्हाला ते अगदी ओंगळ, कापून टाकायला हवेत असे वाटतील, नाहीतर ते तुमच्या शरीराचा एक नैसर्गिक भाग आहेत असे वाटेल. सर्वच माणसांच्या शरीरावर केस असतात, (फक्त काही विशिष्ट वंशाच्या लोकांच्या अंगावरच अगदी लक्षात येण्याइतके केस असतात), आणि ही काही फार महत्त्वाची गोष्ट नाही, असे मुद्दाम तुम्हाला कोणीही सांगणार नाही. अंगावरचे केस काढायला हवेत, हे फक्त जाहिरातींमधून सुचवले जाते.

तुमच्या पोटाखालच्या गुप्त भागावर केस येण्यास सुरुवात होणे, हे वयात येऊ लागल्याचे पहिले लक्षण आहे आणि त्या वेळी खाज सुटत असल्याने ही गोष्ट तुमच्या लक्षात येईल. (त्वचेमधून हे केस बाहेर येतात तेव्हा खाज सुटते). पण हे केस काही एका रात्रीत पूर्णपणे वाढत नाहीत. सुरुवातीला शक्यतो अगदी थोडे, बारीक असे केस येतात, आणि मग नंतर ते आणखी जाड आणि कुरळे असल्यासारखे होतात.

शरीरावरील केसांची माहिती : *पोटाखालच्या गुप्त भागावरचे केस पायापर्यंत लांब वाढत नाहीत. कारण सहा महिने ते वाढत असतात आणि नंतर गळून पडत असतात आणि मग पुन्हा वाढू लागतात. पण असे सगळेच केस काही एका वेळी एकदम गळून पडत नाहीत, त्यामुळे हे केस गळणे लक्षातही येत नाही.*

शरीरावरील केसांमध्ये काखेतील केस, पायावरचे केस आणि अगदी चेहऱ्यावरील केस यांचाही समावेश होतो आणि बहुतेक सर्व मुलींसाठी ही एक फार संवेदनक्षम गोष्ट असते. याचे विशेष कारण असे की, शरीरावर खूप केस असणे हे पुरुषीपणाचे आणि अनाकर्षक असते, असे चित्र नेहमीच रंगवले जाते. इथे एक गोष्ट समजून घेणे महत्त्वाचे आहे व ती म्हणजे तुम्ही कोणत्या संस्कृतीत जन्मला आहात, यावरून तुमच्या शरीरावरील केसांचे प्रमाण आणि रंग ठरत असतो. काही माणसांच्या शरीरावरचे केस नैसर्गिकपणेच इतरांपेक्षा जाड आणि गडद रंगाचे असतात. शरीरावरचे केस ही एक समस्या आहे असे तुम्हाला वाटत असेल तर याबाबतीत एक चांगली गोष्ट म्हणजे ही समस्या सर्वांनाच सहजपणे आणि नकळत जाणवत असते. पण तुमच्या अंगावर वाजवीपेक्षा जास्त केस आहेत असे तुम्हाला वाटत असेल, तर त्यासाठी तुमच्या डॉक्टरांना भेटणे योग्य ठरेल, म्हणजे तुमची भीती नाहीशी होईल.

शरीरावरील केसांबाबत तुम्ही निःशंक व्हावे, म्हणून पुढील गोष्टी लक्षात घ्या –

- काही देशांमध्ये, विशेषतः भूमध्य सागरीय प्रदेश आणि युरोपीय देशांमध्ये शरीरावरील केस आकर्षक समजले जातात.
- मुलांच्या शरीरावरही जवळ जवळ तुमच्या शरीराइतकेच केस असतात.
- उगीचच इतरांचे अनुकरण करू नका. तुमची इच्छा नसेल तर तुम्ही काखेतले किंवा पायावरचे केस कापू नका.
- विशेषतः चेहऱ्यावरील केसांच्या बाबतीत, आरशापासून थोड्या दूरच राहा. आरशात खूप जवळून आपल्या त्वचेचे बारकाईने निरीक्षण करणे, हे त्वचेला सूक्ष्मदर्शकाखाली बघण्यासारखेच आहे आणि त्यामुळे त्वचा प्रत्यक्षात जशी आहे, तशी दिसत नाही.
- तुम्ही जी चित्रे पाहता, त्यातले वास्तव काय असते हे लक्षात घ्या. चित्रात दिसणाऱ्या प्रसिद्ध व्यक्तींच्या अंगावर केस असल्याचे अगदी क्वचितच दिसते, कारण त्यांच्या अंगावरचे केस उपटून किंवा लेझरच्या मदतीने किंवा वस्तरा वापरून काढून टाकलेले असतात. त्यातूनही चित्रात किंवा

फोटोत काही केस राहिलेच तर ते कॉम्प्युटरवर डिजिटल तंत्रज्ञान वापरून चित्रातून काढून टाकले जातात. त्यामुळे मासिकांमध्ये आणि पोस्टर्समध्ये त्वचा अगदी शंभर टक्के निर्दोष दिसते. (आणि अगदी विचित्र, प्लॅस्टिकसारखी आणि कृत्रिमही दिसते.)

तुमच्या शरीरावरील केसांबाबत काय करायला हवे?

शरीरावरील वेगवेगळ्या भागांवरील किंवा अवयवांवरील केसांसाठी वेगवेगळ्या प्रकारे उपाय करावे लागतात आणि काही ठिकाणी असलेले केस आहेत तसेच ठेवावे लागतात.

गुप्तांगावरचे केस

हे केस कधीही काढू नका. ते परत परत उगवतात आणि त्या वेळी किळसवाणी खाज सुटते. पोहायला गेल्यावर ते केस दिसतील, अशी भीती तुम्हाला वाटत असेल, तर तुम्ही ते कात्रीने नीट कापू शकता, पोहण्याच्या कपड्यांसाठी असलेले मेणासारखे क्रीम लावू शकता (पण त्याआधी आईला विचारा) किंवा केस काढून टाकण्यासाठी असलेले क्रीम वापरू शकता. तुम्ही शेवटचा पर्याय निवडलात, तर आधी त्याच्यावर दिलेल्या सूचना काळजीपूर्वक वाचा आणि तुमच्या त्वचेला ते क्रीम चालते आहे ना, हे पाहण्यासाठी अगदी छोट्या भागावर ते लावून पाहा. त्या भागावरची त्वचा जर खूप लाल झाली व तिथे खाज सुटू लागली, तर तुमची त्वचा खूपच संवेदनशील असण्याची शक्यता आहे; हे लक्षात घेऊन असे क्रीम वापरणे टाळा.

पोहण्याच्या कपड्यांसाठी असलेले मेणासारखे क्रीम (ज्याला 'बिकिनी वॅक्स' असे म्हणतात) वापरले तर अंडरवेअरच्या कडेने बाहेर येऊ शकणारे केस त्या कडेलाच चिकटल्यासारखे होतात. हे क्रीम एकदा लावले की, सहा आठवड्यांपर्यंत टिकते आणि त्यानंतर परत लावावे लागते. तुम्ही कदाचित ब्राझिलियन आणि हॉलिवूड वॅक्सबद्दल ऐकले असेल, तिथे स्त्रिया त्यांच्या अंतर्भागावरचे केस खूप बारीक कापतात किंवा वॅक्सच्या साहाय्याने पूर्णच काढून टाकतात. हे ऐकतानाही त्रासदायक वाटते, कारण ते खरोखरच त्रासदायक असते. पण या सगळ्या 'फॅशन'च्या गोष्टी झाल्या. असले काही करण्याचा तुम्ही विचारही करू नये, अशा या गोष्टी आहेत.

काखेतले व पायांवरचे केस

प्रत्येकालाच काही पायांवरचे किंवा काखेतले केस काढून टाकावेसे वाटत

नाही. तुम्ही जर हे केस काढून टाकायचे ठरवलेत, तर एक गोष्ट लक्षात असू द्या की, एकदा तुम्ही असे केस काढून टाकण्यास सुरुवात केलीत, तर तुम्हाला नियमितपणे तसे करावे लागेल. वस्तऱ्याने केस काढणे (शेव्हिंग) हा विशेषतः काखा व पाय यावरील केस काढण्यासाठी वापरला जाणारा सामान्य प्रकार आहे. हा तुलनेने करावयास सोपा व कमी खर्चाचा प्रकार आहे. पण वस्तऱ्याने (रेझरने) केस कापताना तुम्ही खूप काळजी घेणे गरजेचे आहे, कारण त्याने अगदी सहजपणे त्वचा कापली जाऊ शकते. केस काढण्याचा सर्वांत उत्तम मार्ग म्हणजे, केस मऊ होण्यासाठी आधी साबण किंवा शेव्हिंग जेल वापरणे आणि नंतर खालच्या किंवा वरच्या अशा एकाच दिशेने कापणे (कधीही खाली-वर अशा दोन्ही प्रकारे एकाच वेळी केस कापू नयेत हे सांगण्याची गरजच नाही, असे तुम्हाला वाटेल. पण किती लोक काहीही विचार न करता असे करतात, ते ऐकल्यावर तुम्हाला आश्चर्य वाटेल.)

'शेव्हिंग'पेक्षा वॅक्सिंगचा परिणाम जास्त काळ टिकणारा असतो. गरम केलेल्या मेणाच्या पट्ट्या वापरून केस मुळापासून उपटण्याचे काम वॅक्सिंगमुळे केले जाते. हे करताना वेदना होत असल्या (गरम मेणापेक्षा उपटण्याच्या क्रियेमुळे जास्त वेदना होतात) तरी त्याचा परिणाम तीन ते चार आठवड्यांपर्यंत राहतो. तुम्ही घरी वापरायचे 'वॅक्स-किट' विकत आणू शकता किंवा पार्लरमध्ये जाऊन वॅक्सिंग करून घेऊ शकता; पण ते खर्चिक असते. याला आणखी एक पर्याय म्हणजे, एकदा वॅक्सिंग केल्यावर पुन्हा वॅक्सिंग करण्याआधी केस एका ठरावीक लांबीपर्यंत वाढू देणे.

केस काढून टाकणारी जी क्रीम्स असतात (याला 'डेपिलेटरी क्रीम्स' म्हणतात) त्यामुळे नको असलेले केस जाळून टाकले जातात. पण अशी क्रीम्स अत्यंत काळजीपूर्वक वापरणे गरजेचे असते. (यासाठी याआधी अंतर्भागावरील केसांबाबत लिहिलेला मजकूर अधिक माहितीसाठी पाहावा).

चेहऱ्यावरचे केस

चेहऱ्यावरचे केस कधीही वस्तऱ्याने कापू नका (शेव्ह करू नका) किंवा संपूर्ण चेहऱ्यावर कधीही केस काढून टाकण्यासाठीचे क्रीम लावू नका. हे अगदी ठळकपणे व स्पष्टपणे सांगावेसे वाटते. कारण असे करणाऱ्या असंख्य मुलींची उदाहरणे आहेत, त्यांना त्याचे फार क्लेशकारक परिणाम भोगावे लागत आहेत. चेहऱ्यावरचे केस शेव्हिंग करून काढले, तर त्याचे दाढीसारखे खुंट राहतात आणि केस काढण्याचे क्रीम हे तुमच्या चेहऱ्यावरील अगदी छोट्याशा भागावर लावण्यापुरतेच असते (वरच्या ओठाच्या वरची जागा) ते जर तुम्ही संपूर्ण चेहराभर लावले, तर

चेहऱ्याची आग होण्याचा आणि त्वचेला कायमस्वरूपी हानी पोहचण्याचा धोका तुम्हाला पत्करावा लागतो. तुमचा कदाचित विश्वास बसणार नाही; पण चेहऱ्यावर केस असणे ही एक अगदी सामान्य गोष्ट आहे आणि आपल्या सर्वांच्याच चेहऱ्यावर केसांचे अगदी सूक्ष्म आवरण असते. तुमचा यावर विश्वास बसत नसेल, तर तुमचे केस जरा जास्त गडद रंगाचे असण्याची आणि म्हणून त्वचेवर ते लक्षात येण्याइतपत जाणवत असण्याची शक्यता असते.

तुमच्या वरच्या ओठाच्या वर असणारे केस जर तुम्हाला काढून टाकायचे असतील, आणि केस काढून टाकण्याचे क्रीम वापरण्यातला धोका तुम्हाला पत्करायचा नसेल, तर तुम्ही त्या केसांचा रंग काढून टाकू शकता. असे करण्यासाठी उपलब्ध असणाऱ्या रासायनिक पावडरमुळे (केमिकल ब्लीच) केसांचा रंग उजळतो, म्हणजे ते केस तुम्हाला दिसत नाहीत. पण अशा ब्लीचमुळे केस हळूहळू फिकट तपकिरी रंगाचे होऊ लागतात, म्हणून तुमच्या त्वचेचा रंग जर गडद असेल, तर यामुळे चेहऱ्यावरील केस आणखी स्पष्टपणे दिसू शकतात.

मासिक पाळी

मासिक पाळीबाबतची माहिती : *मासिक पाळीदरम्यान तुम्हाला वाटते त्यापेक्षा खूपच कमी रक्तस्राव होतो, म्हणजे अगदी १ ते २ चमचे (टेबलस्पून) एवढेच रक्त जाते. तुम्हाला त्याची सवय नसल्याने तुम्हाला ते खूप जास्त गेल्यासारखे वाटते. तुम्हाला खूप जास्त रक्तस्राव होत आहे, असे वाटत असेल आणि त्याची काळजी वाटत असेल, तर शंकानिरसन करून घेण्यासाठी तुम्ही केव्हाही तुमच्या डॉक्टरांना भेटू शकता.*

मासिक पाळी म्हणजेच 'पीरियड्स' ही एक फार मजेशीर गोष्ट आहे. ती सुरू होईपर्यंत तुम्हाला दम नसतो आणि पाळी चालू होण्याच्या बाबतीत तुमच्या वर्गातल्या मुलींपैकी तुम्ही सर्वांत शेवटची मुलगी असावे, हे तुम्हाला बहुतकरून नको असते. पण एकदा ती सुरू झाली की, मग मात्र ती परत येऊच नये असे तुम्हाला वाटू लागते. तुमची पाळी (ज्याला मासिक स्राव असेही म्हटले जाते) सामान्यतः वयाच्या ११ ते १४ वर्षांच्या दरम्यान सुरू होते. ती सुरू झाल्यावर पाच ते सहा दिवस रक्तस्राव सुरू राहतो आणि वयाच्या पन्नाशीच्या दरम्यान ती कायमची बंद होईपर्यंत दर २८ ते ३० दिवसांनी येत राहते. याचा अर्थ असा की, पूर्ण आयुष्यात सामान्यतः मुलींना सुमारे ५०० वेळा पाळी येते आणि म्हणूनच

तुम्हाला त्याबद्दल विचार करावा लागतो.

सर्वप्रथम तुम्ही पाळीच्या कालावधीकडे कोणत्या दृष्टीने पाहता, हे तुमच्या कुटुंबातील स्त्रिया किंवा तुमच्या मैत्रिणी त्याबद्दल काय व कशा पद्धतीने बोलतात, त्यावर सामान्यपणे अवलंबून असते. जर त्या तक्रारीच्या सुरात बोलत असतील, त्याकडे नकारात्मक दृष्टीने पाहत असतील आणि त्यामुळे पाळी म्हणजे बायकांच्या डोक्यावरचे जणू ओझेच आहे, अशी भावना व्यक्त करत असतील, तर तुम्हालाही तसेच वाटू लागेल. पाळीच्या वेळी थोड्याशा वेदना आणि गैरसोय होत असली, तरी प्रत्यक्षात मात्र ती एक आश्चर्यकारक, चकित करणारी गोष्ट आहे. त्यावरून तुमचे शरीर निरोगी, प्रजननक्षम आहे हे तर दिसतेच; पण पाळी चालू असताना, तुमच्या शरीरावर त्याचा कोणत्याही प्रकारे, कसलाही परिणाम होत नाही. (पायात गोळे आल्यावर होतात तशा, थोड्याशा वेदना फक्त जाणवतात) म्हणजेच तुम्हाला वाटेल ती प्रत्येक किंवा कुठलीही गोष्ट त्या वेळी तुम्ही करू शकता.

पण तरीही, अनेक कारणांमुळे, तुमच्या स्वप्रतिमेवर पाळीचा विपरीत परिणाम होऊ शकतो. प्रथमतः पाळीच्या सुरुवातीच्या काळात तुम्हाला खूप भीती, संकोच आणि त्याच्या जोडीला अस्वच्छही वाटू शकते. म्हणूनच पुढील गोष्टी माहिती असणे महत्त्वाचे आहे. (१) तुमची पाळी चालू आहे हे कोणाच्याही लक्षात येऊ शकत नाही आणि (२) त्यात कोणत्याही प्रकारे लाज वाटण्यासारखे काहीही नाही. दुसरे असे की, पाळी ही शरीरातील अंतर्गत स्रावांमुळे येत असल्याने, सामान्यपणे १०-१२ दिवस आधीपासून तुमच्या मनःस्थितीवर तिचा परिणाम होऊ शकतो.

मनःस्थितीमध्ये (मूडमध्ये) होणारे बदल

पोट फुगणे, डोके दुखणे, रडू येणे, मूडमध्ये सारखे बदल होणे, अशा वेगवेगळ्या भावनिक व शारीरिक लक्षणांचा अनुभव येणे, यालाच पाळी सुरू होण्यापूर्वीची लक्षणे असे म्हणतात. अशी एकूण १५० लक्षणे नोंदवली गेली आहेत. पण तुमच्या बाबतीत ही सर्व लक्षणे दिसतीलच असे नाही. खरे तर, तुम्हाला यातल्या एकाचाही अनुभव कधीही येणार नाही, असेही होऊ शकते.

तुमचा आत्मविश्वास पूर्णपणे खचल्याचे कदाचित तुम्हाला जाणवेल आणि तुमच्या नेहमीच्याच चिंता आणि भीती यांचे प्रमाण जरा जास्तच वाढल्याचेही तुमच्या लक्षात येईल. त्यामुळे तुम्ही जास्तच अस्वस्थ व्हाल. पण हीसुद्धा अगदी

पूर्णपणे सामान्य गोष्ट आहे आणि तुमची पाळी सुरू झाल्याबरोबर हा सगळा त्रास थांबत असल्याचे तुमच्या लक्षात येईल. पाळी सुरू होण्याआधी काही वेळ पोट नेहमीपेक्षा फुगल्यासारखे किंवा मोठे वाटणे, हीसुद्धा पूर्णपणे सामान्य गोष्ट आहे. याचे कारण असे की, पाळीच्या आधी तुमच्या शरीरातील पाणी ९०० ग्रॅम ते १.३ किलो वाढते. शरीराला नैसर्गिकरीत्या तयार करण्याच्या दृष्टीने हे पाणी वाढण्याची गरज असते, कारण त्यामुळे पाळी चालू असताना शरीरातील पाणी कमी होत नाही, ते शुष्क पडत नाही. एक चांगली गोष्ट ही की, पाळी सुरू झाल्याबरोबर हे पाण्यामुळे वाढलेले वजन लगेच कमी होते.

पाळीच्या आधी दिसणाऱ्या या लक्षणांबाबतचा खरा प्रश्न हा आहे की, हे सर्व दर महिन्यात घडते आहे, हेच आपल्यापैकी बहुतेक जणी तो त्रास पुन्हा होत असताना विसरून जातात. म्हणून तुम्हाला अशा वेळी जाणवणाऱ्या सर्व भावनांची, त्यात होणाऱ्या बदलांची तुम्ही एका डायरीत नोंद करून ठेवा. म्हणजे जेव्हा तुमची स्वप्रतिमा ढासळल्यासारखे तुम्हाला वाटेल, तेव्हा ते पाळीच्या आधीच्या लक्षणांमुळे आहे की दुसऱ्याच एखाद्या पूर्णपणे वेगळ्या अशा कारणामुळे आहे, हे तुमचे तुम्हालाच तपासून पाहता येईल.

शरीराला येणारा घाम आणि दुर्गंधी

वयात येत असताना शरीराला येणारा वास, हीसुद्धा तुम्हाला सहजपणे छळणारी एक गोष्ट असते आणि त्यामुळे आधीच ढासळलेली तुमची स्वप्रतिमा पूर्णपणे ढासळू शकते. वस्तुस्थिती अशी असते की, आपल्यापैकी प्रत्येकाच्या शरीराला एक नैसर्गिक वास येतच असतो; पण अगदी किळस वाटून नाक मुरडण्याइतका तो वाईट नसतो. जर तो इतका नकोसा असेल, तर रोज स्वच्छ अंघोळ करणे, स्वच्छ धुतलेले कपडे घालणे, (मळके कपडे हे लोकांच्या अंगाला वास येण्याचे पहिले कारण आहे) आणि घामाची दुर्गंधी घालवणारे स्प्रे वापरणे, या गोष्टी तुम्ही करू शकता. त्यामुळे तुम्ही त्या वासापासून सुटका करून घेऊ शकता. पण असे असले तरीही तुमच्या अंगाला दुर्गंधी किंवा अगदी उग्र वास येतो याची काळजी किंवा भीती ही एक सामाईक भीती आहे आणि अशा वासामुळे लोकांनी आपल्यापासून लांब पळू नये, यासाठी आपल्याला वेगवेगळ्या प्रकारच्या सौंदर्यप्रसाधनांची कशी गरज आहे, हे सांगणाऱ्या जाहिरातींनी, ही भीती आपल्या मेंदूत पक्की रुजवली आहे.

म्हणून इथे याबाबतची शास्त्रीय माहिती देत आहे. प्रत्येकाच्या शरीरात घामाच्या दोन प्रकारच्या ग्रंथी असतात : एक्रिन (Eccrine) आणि ॲपोक्रिन

द्दल काय वाटते यावर आणि तुमच्या आत्मविश्वासावर नक्कीच
णि म्हणूनच तुम्ही गप्प राहून हे सगळे सहन करू नका. यातून
र येणार हे जरी खरे असले, तरी तोपर्यंत थांबून राहू नका. असे
ाठी तुमचे डॉक्टर काही अँटिबायोटिक्स आणि इतर औषधोपचार
. (या औषधांनी डाग जायला सहा महिनेही लागू शकतील; पण
ार सोडून देऊ नका.)

बत न करण्याच्या गोष्टी

ंबाबत काय करायचे नाही हे अगदी उघड आहे, पण भाणायला कठीण आहे; मुरुमे फोडू नका. त्यामुळे बॅक्टेरिया दोन्हीही फक्त पसरतात आणि व्रण तेवढे शिल्लक राहतात, लहान डाग आणखी मोठा होतो. मुरुमे फोडणे थांबवण्याचा म मार्ग म्हणजे आरशासमोर तासन्तास स्वतःचा चेहरा बसणे! कारण त्यामुळे तुमचे डाग मोठे झाल्यासारखे गीचच वाटू लागते, मग तुमच्या आत्मविश्वासावर त्याचा तो आणि तुम्ही खूपच अनाकर्षक दिसता, असे तुम्हाला वाटू लागते.

ावणारी टीका करणारे इतर लोक आणि तुमच्या 'जिवलग'
-मैत्रिणी यांच्याव्यतिरिक्त, तुमच्या मुरुमांबद्दल किंवा डागांबद्दल
णारे असतात ते तुमचे पालक. जर ते सतत याचा उल्लेख करत
च्या खाण्याच्या चुकीच्या सवयींचे हे सर्व परिणाम आहेत, असे
ा प्रयत्न करत असतील, तर त्यांना हे सांगा की, त्यांच्या
तुमचीच लाज वाटू लागते, स्वतःबद्दल काहीतरी चुकीचे विचित्र
टीका ही सर्व पालकांची आवडती गोष्ट असते. त्यांना मुरुमांबद्दल
क (किंवा या पुस्तकातला हा भाग) वाचायला दिला तरी खूप
णजे तुमच्या चेहऱ्यावरील मुरुमे किंवा डाग हा तुमच्या वयात
ग आहे, आणि तुम्हाला छळण्यासाठीच त्याची निर्मिती झालेली
लक्षात येईल.

(Apocrine). एक्रिन ग्रंथी संपूर्ण शरीरभर असतात आणि त्या पाणी आणि मीठ यांचे मिश्रण तयार करतात. शरीराचे तापमान कमी करणे, हा त्यांचा हेतू असतो. ही प्रक्रिया खूप गरजेची असते. कारण त्यामुळे आपल्या शरीराचे तापमान वाजवीपेक्षा जास्त वाढत नाही व त्यामुळे जिवाला धोका उत्पन्न होत नाही. या घामाला कोणताच वास नसतो. पण जेव्हा त्वचेच्या पृष्ठभागावरील बॅक्टेरिया म्हणजेच जिवाणू त्यात मिसळू लागतात, तेव्हा त्या घामाला वास येऊ लागतो.

घामाची माहिती : *घाम हा वासरहित असतो. प्रत्यक्षात जिवाणू त्यात मिसळल्यामुळे नकोसा वास तयार होतो.*

शरीराच्या घामाबाबत काय करायला हवे?

१. आरोग्य चांगले राखणे हा घामावरचा एक उपाय आहे. स्वच्छ कपडे घालणे हे अत्यंत महत्त्वाचे व आवश्यक आहे; कारण मळक्या, घाणेरड्या कपड्यांवर बॅक्टेरिया असतात आणि ते जेव्हा घामात मिसळतात, तेव्हा शरीराला दुर्गंधी येऊ लागते आणि ती कपड्यांना चिकटते. ज्यामुळे जास्त घाम येतो अशा कृत्रिम धाग्यांच्या कापडापेक्षा, ज्या कापडातून हवा आरपार जाऊ शकते, असे सुती कपडे वापरण्याचा प्रयत्न करा.

२. घामविरोधक स्प्रे वापरा : नुसती दुर्गंधीनाशक द्रव्ये, म्हणजे डिओडरन्ट– (ते फक्त सुगंधित स्प्रे असतात) वापरण्यापेक्षा, घामाला विरोध करणारे स्प्रे वापरण्याचीसुद्धा मदत होऊ शकेल. कारण त्यामुळे घाम येण्याचे प्रमाण कमी होईल. असा स्प्रे सतत किंवा खूप प्रमाणात वापरण्याची गरज नाही. बाहेर जाण्यापूर्वी फक्त एकदा तो स्प्रे मारणेही पुरेसे आहे.

३. जिथे घाम येऊ शकतो अशा भागांचे केस नियमितपणे काढणे. उदाहरणार्थ, काखांमधील केस नियमित कापावेत. त्यामुळे शरीराच्या दुर्गंधीची तीव्रता कमी होऊ शकते. अशा प्रकारे केस कापण्याने मदत होते, याचे मुख्य कारण असे की, शरीरावरील केसाळ भाग या बॅक्टेरियांची झपाट्याने वाढ होण्यासाठी आदर्श जागा असतात.

४. सौंदर्य प्रसाधनांचा अतिवापर टाळा. वेगवेगळे आणि तीव्र सुगंध वापरून बनवलेले साबण, बॉडी-क्रीम, घामविरोधक स्प्रे, सुगंधित स्प्रे म्हणजे परफ्यूम्स अशा सारख्या वेगवेगळ्या उत्पादनांचा वापर केल्याने, खरे तर आणखीच तीव्र, नकोसे असे वेगवेगळे वास निर्माण होऊ शकतात.

५. योनिमार्गासाठी असणारी दुर्गंधीनाशक द्रव्ये आणि तो मार्ग स्वच्छ करण्यासाठी वापरले जाणारे फवारे (खळाळून धुण्याची क्रिया) यांचा वापर टाळा. तुम्हाला अशा गोष्टींची गरज नाही. त्यांच्यामुळे योनिमार्गात जंतुसंसर्ग होऊ शकतो. शिवाय, योनिमार्गाला एक विशिष्ट सर्वसाधारण वास असतो आणि त्याला सुगंधी द्रव्यासारखा वास येणे अपेक्षित नाही. तुम्हाला जर असे वाटत असेल की, तो वास नकोसा आहे, आणि/किंवा स्रावही होतो आहे, तर तुमच्या डॉक्टरांना भेटा (तुम्ही स्त्री डॉक्टरांकडे जाऊ शकता.) घशाला जसा जंतुसंसर्ग होतो, तशाच प्रकारचा जंतुसंसर्ग योनिमार्गात झाला असल्याचे ते एक लक्षण असू शकते. हा जननेंद्रियांचा रोग नाही आणि तो कुणालाही होऊ शकतो. म्हणूनच गोंधळून जाऊ नका. कारण असा संसर्ग सहजपणे बरा होतो.

६. पावलांना येणारा उग्र घाण वास घालवा– तुमच्या पावलांना उग्र दुर्गंधी येते. कारण पावलांना खूप घाम येतो. प्रत्येक पावलात अडीच लाखांपेक्षाही जास्त घर्मग्रंथी (घामाच्या ग्रंथी) असतात आणि पावलांवर ताण पडणे किंवा केवळ पावले अस्वच्छ असणे यांमुळेही त्यांना घाम येतो आणि मग त्यांना जास्तच वास येऊ लागतो. म्हणून नियमितपणे पावले धुणे, ही फार चांगली गोष्ट आहे. तुम्ही तुमच्या पायात काय घालता त्याचाही परिणाम, त्यांना किती घाम येतो आणि वास येतो यावर होतो. काही नैसर्गिक तंतुमय गोष्टींमुळे हवा आरपार जाऊ शकते आणि त्यामुळे तुमच्या पावलांना हवा लागण्यास मदत होते. म्हणूनच प्लॅस्टिकचा वापर न करता बनवलेले सुती मोजे किंवा बूट खूपच चांगले असतात. तसेच तुम्ही बुटांचा एकच जोड सलग दोन दिवस वापरला नाहीत, तर त्यांना हवा लागू शकते आणि त्यामुळे पायांना वास येणे बंद होते.

अॅपोक्रिन ग्रंथी या काखा,
आणि स्तनाग्रे फक्त येथेच आढव
या सर्वांमुळे या ग्रंथींमध्ये घाम तय
सहजपणे घडत असतात. त्यामुळे
ग्रंथींबाबतची समस्या ही असते
स्रवणाऱ्या घामापेक्षा जास्त तीव्र
मिसळतात, तेव्हा शरीराचा खूप
वयात येत असताना काही किशो

तारुण्यपीटिका (मुरुमे)

मुरुमे आणि डाग या दोन्ही
वयात येताना घडणाऱ्या शारीरि
म्हणजे :

- तुमच्या खाण्याचा या
- तुम्ही काय करता याच
- तुम्ही चेहरा किती वेळ

डाग ही तुमच्या शरीरातील
आहे. असे होण्याचे कारण म्ह
नियंत्रण ठेवणारे हार्मोन्स, वयात
असे जेव्हा होते, तेव्हा जास्त प्र
छिद्रे बुजतात आणि त्या जाग
थांबल्यानंतर, अशा डागांना क
असे होत नाही. म्हणूनच शेव
डाग नसतात, कारण त्या वे
नसतात.) चेहऱ्यावर अगदी थो
तर तुम्हाला काळजी करण्याचे
दाखवले जात असले, तरीही
वरदान मिळालेले असते. अशा
येतात आणि मेक-अप किंवा
येतात; त्यांचा रंग पुसटसा क
तुमच्या चेहऱ्यावर जर खू

तुम्हाला स्वत
होऊ शकतो
तुम्ही नक्की
डाग घालवण्य
तुम्हाला सांगत
म्हणून औषधो

मुरुमां

मु
अमलात
आणि ड
आणि म
सर्वांत
निरखत
तुम्हाला
परिणाम
गंभीरपण

तुम्हाला दु
म्हणवणाऱ्या मि
सर्वांत जास्त बो
असतील किंवा
तुम्हाला सांगण्य
टीकेमुळे तुम्हाल
वाटू लागते. अश
एखादे माहितीप
उपयोग होईल,
येण्याचाच एक
आहे, हे त्यांच्या

वयात येताना होणारे भावनिक बदल : काय अपेक्षित आहे?

वयात येत असताना होणाऱ्या शारीरिक बदलांच्या बरोबरच, मोठ्या प्रमाणात भावनिक बदलही होत असतात. त्यांच्याबद्दल तुम्हाला कदाचित काहीही माहिती नसेल. याचे एक कारण असे की, 'वयात येणे' या विषयावर बोलताना मोठी माणसे भावनिक बदलांचा मुद्दा विसरतात आणि दुसरे कारण असे की, समाजात वावरत असताना भावनिक आरोग्याबद्दल आपण क्वचितच बोलतो. म्हणूनच, वयात येत असताना तुम्हाला अनुभवाला येऊ शकणाऱ्या काही भावनिक गोष्टी व समस्या, यांबद्दल या भागात थोडेसे सांगितले आहे.

१२ वर्षांची मीरा नावाची मुलगी म्हणते, "मला माझ्या कुटुंबापासून, मैत्रिणींपासून आणि माझ्या स्वतःपासूनही वेगळे केल्यासारखे वाटते. मला काहीतरी विलक्षण, विचित्र असल्यासारखे वाटते आहे. ते कोणालाच समजत नाही, अगदी मलासुद्धा नाही."

अस्थिर म्हणजेच दोलायमान मनःस्थिती

वयात येतानाचा काळ हा भावनिक आणि शारीरिकदृष्ट्याही तणावपूर्ण काळ असतो. मोठ्या प्रमाणात वाढलेले हार्मोन्स हे याचे कारण असते. आयुष्य म्हणजे वरून खाली, खालून वर असे गोल फिरणारे चक्र आहे असे वाटते, कारण एका मिनिटाला तुम्हाला स्वतः फार चांगले, तर दुसऱ्या मिनिटाला एकदम खूप दुःखी असल्यासारखे वाटते. याचे कारण, वयात येत असताना, खूप वाढलेले शरीरातील हार्मोन्स, तुमच्या भावभावनांवर फार मोठ्या प्रमाणात परिणाम करतात आणि पर्यायाने याचा परिणाम तुमच्या वागण्यावर, तुमच्या इतरांना प्रतिसाद देण्याच्या पद्धतीवर होतो. म्हणूनच ज्याकडे एरवी तुम्ही लक्षही दिले नसते, अशी एखादी टीका तुमच्या मनाला दंश करते. तुम्ही दुखावल्यासारख्या होता आणि मग अविचाराने वागता.

याहूनही जास्त म्हणजे, अशा सर्व गोष्टींशी जुळवून घेण्याची गरज असतानाही, तुम्हाला तुमच्याबद्दल, विशेषतः तुमच्या शरीराबद्दल मारलेले शेरे खूपच हळवे बनवतात आणि मग तुम्ही चुकीचा विचार करू लागता किंवा इतरांची टीका

मनाला खूप लावून घेता. या सर्व गोष्टींचा तुमच्या स्वप्रतिमेवर खूप वैशिष्ट्यपूर्ण ठसा उमटतो. याच्या जोडीनेच तुमच्यावर आणखी दबाव असतो तो म्हणजे, मोठे झाल्यासारखे वागण्याचा, परीक्षेत पास होण्याचा आणि तुम्ही कशा दिसता, सडपातळ आहात की जाड, कोणते कपडे घालता, आणि कशा आहात, याला फार महत्त्व देणाऱ्या समाजाला तोंड देण्याचा. या सगळ्यामुळे तुम्हाला वेड लागल्यासारखे वाटू शकते.

हे सगळे खूप भयानक आहे, असे तुम्हाला वाटू लागले असेल, तर त्याबद्दल क्षमा करा. पण तुम्ही खूप तणावपूर्ण अशा भावनिक मनःस्थितीत आहात असे तुम्हाला का वाटत असेल, त्याची ही काही कारणे आहेत. इथे तुम्ही हे जाणून घेणे खूप महत्त्वाचे आहे की, तुमच्यात झालेल्या शारीरिक बदलांप्रमाणेच, तुमच्या भावनांची खळबळही शांत होईल. म्हणून आता जरी तुम्ही भावनांच्या सी-सॉवर बसलेल्या असाल तरी सर्व गोष्टी सुरळीत होतील व ती वेळही लवकरच येईल. सगळ्या गोष्टींचा समतोल साधला जाईल आणि तुमचे मन परत तुमच्या ताब्यात येईल.

तरी पण हे लक्षात घेणे गरजेचे आहे की, वयात येणाऱ्या मुलांपेक्षा, मुलींना, सतत बदलणाऱ्या चंचल, अस्थिर मनःस्थितीचा जास्त त्रास होतो. कारण पुरुषांच्या हार्मोन्सपेक्षा स्त्रियांच्या हार्मोन्समध्ये जास्त वेगाने चढ-उतार होत असतात. असे हार्मोन्स तुम्हाला अतिभावनाशील, रडक्या आणि पर्यायाने भांडखोर बनवायला कारणीभूत होतात. हे भावनांचे एक छळवादी मिश्रण असते. ते तुम्हाला वारंवार अस्वस्थ करत असते, कारण राग, दुःख आणि उदासीनता यांसारख्या भावना अगदी जेरीला आणणाऱ्या असतात. त्यांना आवर घालणे कठीण असते आणि म्हणून स्वतःला घातक ठरणारे वागण्यास या भावना प्रवृत्त करतात.

तुमच्या मनःस्थितीवर ताबा मिळवण्याचा एक मार्ग म्हणजे, ती बदलताना काही ठरावीक अशी परिस्थिती असते का हे पाहणे. बऱ्याचदा तुमच्या पाळीच्या वेळापत्रकाशी, तुमची मनःस्थिती कशी असेल ते जोडलेले असते. (खाली दिलेला 'मूड-चार्ट' पाहा). पण हार्मोन्सचे रोज बदलणारेही काही प्रकार असतात, जे तुमच्या अंगातील उत्साहाशी, शक्तीशी जोडलेले असतात. म्हणजे तुम्हाला सकाळी जास्त उत्साही, ताकदवान असल्यासारखे वाटते की संध्याकाळी, हे

जाणून घेतलेत, तर तुमची मनःस्थिती सर्वांत वाईट कधी असू शकते, हे तुमच्या लक्षात येईल आणि मग त्यावर तुम्ही काही उपाय शोधू शकाल. उदाहरणार्थ, रात्री लवकर झोपणे. तसेच, जेव्हा तुम्हाला खूप भूक लागली असेल किंवा खूप तणाव वाटत असेल, तेव्हाही तुमची मनःस्थिती बदललेली असू शकते, कारण या गोष्टींमुळेही तुमचे हार्मोन्स उसळ्या मारू लागतात.

तुमच्या स्वतःच्याच उपयोगासाठी, एक नोंदवही तयार करा आणि तुमच्या मनःस्थितीबाबत दररोज तुम्हाला काय वाटते, त्याची सलग दोन महिने नोंद करा. असे केल्याने, दररोज किंवा महिन्याभरात तुमची मनःस्थिती बदलण्याची काही विशिष्ट अशी पद्धत आहे का, हे लक्षात येऊ शकते का ते पाहा.

मनःस्थितीचा तक्ता– मूड-चार्ट

तुम्हाला तुमच्या मनःस्थितीचा तक्ता बनवायचा असेल, तर तो इथे दिलेल्या तक्त्याशी जुळवून पाहा. पाळीच्या पहिल्या दिवसापासून पुढे महिनाभर आपल्या मनःस्थितीत कसे चढ-उतार होतात, याची ही साधारण रूपरेषा आहे. हे एक ढोबळपणाने केलेले मार्गदर्शन आहे, कारण यात पाळीचे २८ दिवसांचे चक्र लक्षात घेतले आहे आणि तुमच्या बाबतीत त्याहून कमी किंवा जास्त दिवस असू शकतात. (हे दोन्हीही पूर्णपणे नैसर्गिक आहे.)

१ ला ते ७ वा दिवस

(पहिला दिवस म्हणजे पाळी सुरू झाल्याचा पहिला दिवस)

१ २ ३ ४ ५ ६ ७

मनःस्थिती : तुम्हाला शांत, आरामदायक आणि आनंदी वाटू शकते. मेंदूतील पिच्युटरी ग्रंथींमधून एफ.एस.एच. (फॉलिकल स्टिम्युलेटिंग हार्मोन) नावाचा हार्मोन स्रवू लागल्याने हे होते. हे हार्मोन्स तुमच्या बीजकोशांना (ओव्हरीजना) उत्तेजना देतात आणि स्त्रियांमधील लिंगविषयक हार्मोन 'एस्ट्रोजिन' निर्माण होण्यास चालना देतात.

७ वा ते १४ वा दिवस

७ ८ ९ १० ११ १२ १३ १४

मनःस्थिती : तुमचा आत्मविश्वास आणि उत्साह वाढल्याचे तुम्हाला जाणवू शकते. कारण तुम्ही या चक्राच्या मध्याकडे जात असता, आणि बीजांडे आणि एस्ट्रोजिन हार्मोन्स हे दोन्ही तयार होण्याचे काम जोरात चालू असते.

१४ वा ते २१ वा दिवस

१४ १५ १६ १७ १८ १९ २० २१

मनःस्थिती : बीजांडे तयार झाल्यानंतर तुम्हाला काही शारीरिक बदल जाणवू शकतात. तुम्हाला विशेषतः स्तनांभोवती व पोटाभोवती थोडे वजन वाढल्याचे जाणवू शकते. (हे याआधी स्पष्ट केले आहे)

२१ वा ते २८ वा दिवस

२१ २२ २३ २४ २५ २६ २७ २८

मनःस्थिती : तुम्हाला पाळी सुरू होण्यापूर्वीची लक्षणे जाणवू शकतात आणि थकवा येऊ शकतो, कारण तुमचे शरीर पाळीसाठी तयार होत असते.

तुमच्या भावनांना उत्तेजित करणारी कारणे शोधून काढा

तुम्हाला भावनिक करणारी कारणे अगदी बंदुकीच्या चापासारखीच असतात. काहीतरी किंवा कोणीतरी, बहुतेक वेळा निर्हेतुकपणेच, आपल्या भावना दुखावते आणि यामुळे मनातल्या मनात आपले काहीतरी बिनसते. त्यामुळे आपली मनःस्थितीही लगेच बदलते आणि आपण रागावतो, नाहीतर दुःखी होतो किंवा उदास होतो. आपल्याला अस्वस्थ करणारे पूर्वीचे अनुभव आणि अतिशय त्रासदायक आठवणी यावर आपली अशी ही कारणे अवलंबून असतात. (आणि आपले वय काहीही असले, तरी आपल्या सर्वांजवळ अशी कारणे असतात) वयात येत असताना, हे असले चाप रोजच ओढले जातात आणि आपण ताबडतोब तीव्र प्रतिक्रिया देतो.

उदाहरणार्थ, तुमच्या आईने असे म्हटले असेल की, 'तू हे कपडे घालणार आहेस का?' तर तुम्हाला वाटते, 'ती माझ्याबद्दल नकारार्थी विचार करते आहे आणि तिला वाटते आहे की मी अत्यंत कुरूप दिसते आहे.'

यामुळे याआधी जर तुम्हाला असेच वाटण्यासारखे ती काही बोलली असेल, तर तुमच्या त्या सगळ्या आठवणी बहुधा जाग्या होतात आणि मग आईच्या बोलण्याला तुम्ही प्रमाणाबाहेर रागावून प्रत्युत्तर देता.

सहसा खूप जवळचे नाते असलेल्या माणसांकडूनच आपले भावनिक जागा ताणल्या जाऊ शकतात, ही खूपच खेदजनक बाब आहे.

एकतर त्यांना आपले असे चाप कसे ओढायचे हे माहिती असते, हे याचे एक कारण असते आणि दुसरे कारण असे की, त्यांच्या मताचे आपल्याला जास्त महत्त्व वाटू शकते आणि म्हणून आपण त्यांच्या मताची अपेक्षा करत असतो. तुमचे मित्र, भावंडे, पालक, शिक्षक आणि मुले यांच्याबरोबर बोलत असताना, त्यातील तुमच्या

भावनांचे असले चाप शोधून काढण्यासाठी, पुढील विचार आणि भावना यांच्याकडे लक्ष द्या.

- तुम्ही कशासाठीच पात्र नाही; तुमचा काही उपयोग नाही, असे वाटणे.
- तुम्ही विश्वास बसणार नाही इतक्या दुखावल्या गेल्या आहात, असे वाटणे.
- तुमची परीक्षा घेतली जात आहे आणि तुमच्या बोलण्याचा विपर्यास केला जात आहे, असे वाटणे.
- तुम्ही निरुपयोगी आहात, असे वाटणे.
- तुम्ही खूप वाईट व्यक्ती आहात, असे वाटणे.
- कोणाच्यातरी नजरेतून, मनातून तुम्ही उतरला आहात, असे वाटणे.
- तुम्ही काहीतरी चुकीचे वागत आहात, असे वाटणे.

अशा चापांना आवरायचे कसे?

अशा चापांच्या बाबतीत सर्वप्रथम एक गोष्ट महत्त्वाची आहे, ती म्हणजे – असे चाप ओढले गेले आहेत, म्हणजेच भावना दुखवू शकणारे कारण घडते आहे हे ओळखणे आणि क्षणभर थांबून, तुम्ही कोणतीही प्रतिक्रिया देण्याआधी, तुमचे विचार कोणत्या दिशेने चालू आहेत यावर विचार करणे. आधी दिलेले उदाहरणच पाहायचे झाल्यास, तुमची आई जेव्हा तुमच्या कपड्यांबद्दल काही प्रश्न विचारते, तेव्हा ती –

१. तुमची परीक्षा घेते आहे का?
२. तुम्ही तसे कपडे का घातले असतील, हे शोधून काढण्याचा प्रयत्न करते आहे का?
३. किंवा सहज काहीतरी बोलायचे म्हणून बोलते आहे?

मनात आपोआप येत राहणारे विचार जरा थोपवून, तुम्ही मन शांत करू शकता आणि तिला योग्य ते उत्तर देण्याआधी आणि रागावण्याआधी किंवा स्वतःला त्रास करून घेण्याआधी, तिला काय म्हणायचे आहे यावर विचार करू शकता. समोरच्या व्यक्तीला नक्की काय म्हणायचे आहे याबद्दल तुम्हाला जर खरोखरच शंका असेल, तर 'तुम्हाला काय म्हणायचे आहे,' असे सरळ विचारून, तुम्ही त्यांना त्यांचे म्हणणे स्पष्टपणे सांगण्यास सांगू शकता.

जरा खोलवर विचार केला तर लक्षात येईल की, आपल्या आवडत्या आणि आपले ज्यांच्यावर प्रेम आहे अशा व्यक्ती (आणि आपल्याला न आवडणाऱ्या व्यक्तीही) सतत आपली परीक्षा घेत असतात असे वाटणे आणि इतरांनी बोललेल्या प्रत्येक गोष्टीत आपल्यावर टीका केली जात असते असे वाटणे, या गोष्टी आपली

स्वप्रतिमा ढासळली आहे हे आवर्जून दाखवून देत असतात. आपण कशी व्यक्ती आहोत याबद्दल आपल्याच भावना चांगल्या नसतील तर इतर प्रत्येक माणूस आपल्याला मूर्ख समजतो अशी कल्पना करून घेणे खूपच सोपे असते. असे जेव्हा होते, तेव्हा प्रत्येक ठिकाणी आपला अवमान होतो आहे असेच वाटत राहते. म्हणून, तुम्हाला त्रासदायक होणाऱ्या भावनिक चापांना प्रभावीपणे शह देण्याचा एक मार्ग म्हणजे तुमच्या स्वतःबद्दलचे तुमचे विचार सुधारण्यासाठी प्रयत्न करणे.

याची सुरुवात म्हणून, स्वतःलाच आठवण करून द्या की, दुसऱ्या कोणामुळेही तुम्हाला वाईट वाटू शकणार नाही, जर (१) तुम्ही त्यांना तसे वागू दिले नाहीत (२) तुम्हाला आधीपासूनच स्वतःबद्दल वाईट वाटत नसेल. या गोष्टीचा असाही विचार करा की, तुम्हाला जर माहिती आहे की, तुम्ही हुशार आहात आणि कोणीतरी तुम्हाला मठ्ठ म्हणाले, तर तुम्ही रागावणार नाही किंवा स्वतःची झोपमोड करून घेणार नाही, कारण तुम्हाला माहिती आहे, की असे करणे म्हणजे मूर्खपणा आहे. याउलट, जर कोणी तुमच्या बुद्धिमत्तेला आव्हान दिले आणि तुमच्यात बुद्धिमत्तेची तेवढी चमक नाही म्हणून तुम्ही काळजी करू लागलात, तर त्यामुळे तुम्ही अस्वस्थ व्हाल आणि बचावात्मक पवित्रा घ्याल. ज्या-ज्या बाबतीत तुमच्यात काही न्यून आहे असे तुम्हाला वाटते, म्हणजे तुमचे दिसणे, वजन, सौंदर्य, तुमचे व्यक्तिमत्त्व (ही यादी न संपणारी आहे), त्या प्रत्येक बाबतीत हेच घडेल. म्हणूनच इतर लोक तुम्हाला काय म्हणतात, यावर लक्ष केंद्रित करण्यापेक्षा तुम्हाला तुमच्या स्वतःबद्दल काय म्हणावेसे वाटते, यावर लक्ष केंद्रित करणे गरजेचे आहे. (याबद्दल दुसऱ्या प्रकरणात तपशिलाने लिहिले आहे). एकदा का तुमच्या लक्षात आले की, तुम्ही स्वतःच तुमच्या स्वतःच्या सर्वांत वाईट शत्रू आहात आणि तुम्ही तुमच्या अंतर्मनाशी चालणारा तुमचा संवाद बदललात की, मग तुमच्या भावनिक चापांना वेगळ्या प्रकारे उत्तर देणे तुम्हाला शक्य होईल.

संकुचित वृत्तीने वागणे

वयात येताना होणाऱ्या बदलांची एक मुख्य पायरी म्हणजे, पालकांपासून भावनिकदृष्ट्या वेगळे होण्याची गरज वाढू लागते. त्यामुळे तुम्ही परिपक्व होऊ शकता आणि एक स्वतंत्र व्यक्ती बनू शकता. याचा अर्थ पालकांविषयीच्या

आपल्या भावना बदलल्या पाहिजेत, असा मात्र नाही. पालकांच्या व्यक्तिमत्त्वापासून आपले स्वतंत्र व्यक्तिमत्त्व निर्माण करणे, असा याचा अर्थ आहे. त्यामुळे एक खरी व्यक्ती म्हणून त्यांच्यात असणारे दोष आणि तुमच्यापेक्षा वेगळे असणारे त्यांचे विचार समजून घेण्यास तुम्ही सुरुवात करता. दुर्दैवाने, हे असे वेगळे होण्याची प्रक्रिया सोपी नसते. त्यात बहुधा मतभेद आणि भांडणेच जास्त असतात. कारण तुमचे पालक तुमच्यावर अधिकार गाजवण्याचा प्रयत्न करतात आणि तुम्ही तो हाणून पाडण्याचा प्रयत्न करता.

या प्रश्नाचा आणखी एक भाग असा असतो की, तुमचे कोणतेही आव्हान स्वीकारण्यास किंवा तुमच्या कोणत्याही आव्हानात्मक गोष्टी स्वीकारण्यास तुमचे पालक तयार होत नाहीत. बऱ्याचदा तुमची बोलण्याची पद्धत योग्य नसण्याची शक्यता असते. जर तुम्ही तुमच्या भावना, विचार आणि समजुती या रागावून, रुसून, क्षुद्र स्वरूपाची अगर वैयक्तिक टीका करून आणि अतिशय चिडून व्यक्त करू लागतात. (बहुतेक किशोरवयीन मुलांची ही नेहमीची हत्यारे असतात), तर घरात राहणे म्हणजे 'भावनिक युद्धभूमी'त राहत असल्यासारखे होईल. यातील वाईट गोष्ट ही आहे की, तुमच्या भावना, संताप, अपराधीपणा, चिडचीड अशा चक्रातून फिरून मग परत जागेवर येतात आणि तसतशी तुमची मनःस्थितीही वेगाने बदलत राहते.

तुमच्या संकुचित वागण्याला आणि बचावात्मक विचारांना आळा घालण्याचा प्रयत्न करणे, हा यावरचा उपाय असतो. केवळ तुम्ही बदलत आहात आणि तुमच्या पालकांना ते सहन होत नाही, याचा अर्थ तुम्ही एक वाईट व्यक्ती आहात आणि त्यांना तुम्ही आवडत नाही असा होत नाही. जर तुमचे पालक तुमच्याबद्दल कठोरपणाने मत व्यक्त करत असतील तर बहुतेक वेळा इतर लोकांची (अगदी तुमच्या पालकांचीसुद्धा) मते ही त्यांनी त्यांच्या स्वतःवरूनच बनवलेली असतात हे समजून घेण्याचा प्रयत्न करा. उदाहरणार्थ, आई जर तुम्ही काय खाता यावरून तुमची खरडपट्टी काढत असेल, तर ती स्वतःच्या वजनाबद्दल जरा जास्तच जागरूक असण्याची शक्यता आहे. अशा बाबतीत तुम्ही लोकांची टीका कोणत्या अर्थाने घेता हे लोकांना सांगणे आणि तुमची टीका ते कोणत्या अर्थाने घेतात ते त्यांच्याकडून ऐकणे, या महत्त्वाच्या गोष्टी असतात.

उदाहरणार्थ, तुमची आई म्हणते, 'तू पुन्हा जेवते आहेस का?'

तुम्हाला वाटते, 'मी जाड आहे आणि स्वतःवर ताबा ठेवू शकत नाही, असे हिला वाटते आहे.'

तुमची प्रतिक्रिया : तुम्ही तिच्यावर रागावता आणि आणखी जास्त खाता. तुमच्या आईची प्रतिक्रिया : गोंधळून जाणे, कारण तुम्ही एवढ्या का रागावलात

हे तिच्या लक्षातच येत नाही.

त्याऐवजी, जेव्हा तुमची आई, एखादी दुःख होईल अशी किंवा राग येईल अशी टीका करते किंवा तसे होण्यासारखे बोलते, तेव्हा कोणतीही प्रतिक्रिया देण्याआधी ती काय सांगण्याचा प्रयत्न करते आहे, याचा विचार करा. तुमच्या जर ते लक्षात आले नाही, तर तिच्या म्हणण्याचा काय अर्थ आहे, हे तिला विचारा. तुम्ही जास्त आरोग्यदायक असे काही खावे, यासाठी ती प्रयत्न करते आहे, की उगीच बोलायचे म्हणून बोलते आहे?

तिच्या बोलण्यामुळे तुम्हाला काय वाटते ते तिला सांगा. तुम्हाला वाईट वाटेल, आवडणार नाही, असे काही ती बोलते आहे, हे तिच्या लक्षात आहे का? की जेवण्याखाण्याच्या बाबतीत तुम्ही किती हळव्या आहात, हे तिला अजिबातच माहिती नाही? (तसे असेल, तर त्याबाबत बोलण्याची हीच वेळ आहे.) ती काय विचार करते आहे ते तुम्हाला माहिती आहे, असे गृहीत धरण्याऐवजी, ती काय सांगते आहे ते आधी ऐका.

स्वतःचेच नुकसान होईल असे वागणे

ही एक फार मोठी महत्त्वाची गोष्ट आहे. (म्हणूनच या पुस्तकात त्याबद्दल अनेक ठिकाणी आणि विशेषकरून चौथ्या प्रकरणात सांगितले आहे) इथे हे समजून घेणे खूप महत्त्वाचे आहे की, वयात येत असताना होणारा एक मोठा भावनिक बदल म्हणजे तुमच्या स्वतःबद्दलच्या भावनांचा परिणाम तुम्ही स्वतःच्या वागण्यावर आणि स्वतःच्याच कृतीवर होऊ देता. याचा अर्थ असा की, तुम्हाला स्वतःबद्दल जितके वाईट, त्रासदायक असे वाटेल, तितके तुमचे वागणेही वाईट व त्रासदायक होऊ शकेल. स्वतःचेच नुकसान होईल अशा वागण्यामध्ये खूप गोष्टींचा, कृतींचा अंतर्भाव होतो; पण त्यातल्या सर्वांत जास्त दिसून येणाऱ्या गोष्टी म्हणजे –

- स्वतःला शारीरिक इजा करून घेणे– कापून घेणे, सोसणार नाही इतके खाणे, दारू किंवा अमली पदार्थांचे सेवन करणे.
- बरोबरीच्या व्यक्तींशी असणारे नाते तुटेल असे वागणे-भांडणे, संकुचित वागणे, दमदाटी करणे, छळणे.
- तुमचे स्वतःचेच नाव खराब करून घेणे – अनैतिक वागणे, वाईट व चुकीचे वागणे.
- शाळेतील प्रगती खुंटणे– परीक्षेत नापास होणे, शाळेत गोंधळ घालणे, किंवा शाळेतच न जाणे.
- तुमचे ज्यांच्यावर प्रेम आहे त्यांनाच दुखावणे– वाद घालणे, भांडणे, घरात राहणे असह्य करणे.

स्वतःच स्वतःचे नुकसान करून घेणे म्हणजे, कोणीतरी मदत करावी म्हणून रडण्यासारखे तरी आहे किंवा स्वप्रतिमा अपेक्षेपेक्षा खूपच ढासळली आहे, आणि म्हणून तुम्हाला फारशी किंमत नाही असे तुम्हाला वाटत असल्याचे तरी ते लक्षण आहे. तुमच्या अशा वागण्यामागे कोणतेही कारण असले, तरी या वेळी कोणाची तरी मदत आणि सल्ला घेणे महत्त्वाचे आहे. समुपदेशन, खासगी किंवा गुप्त मदतसेवा, तुमची ज्यांच्यावर श्रद्धा, विश्वास आहे, अशा प्रौढ माणसांवर विश्वास ठेवणे, या सगळ्याची स्वतःचे नुकसान करून घेण्याच्या क्रियेमागचे तुमचे दुःख दूर करण्यास मदत होईल. तसेच तुमच्या मनाची अशी नकोशी भिरभिर का होते आहे, त्यावर उपाय शोधण्यासही तुम्हाला त्याची मदत होईल.

पहिली पायरी म्हणजे, तुम्ही काय करत आहात, कशा वागत आहात ते लक्षात घेणे, कबूल करणे आणि दुसरी पायरी म्हणजे, त्यातून बाहेर येण्यासाठी मदत मागणे. यातले काही प्रश्न एका रात्रीत सोडवता येत नाहीत; पण तुम्ही कोणाशीतरी बोलायला सुरुवात केलीत की, तुम्हाला बरे वाटायलाही सुरुवात होईल.

खिन्नता

असा अंदाज केला गेला आहे की, १४ ते १६ वर्षे वयोगटातील मुलींपैकी दहा टक्के मुलींना, वयात येत असताना महत्त्वपूर्ण भावनिक समस्यांना तोंड द्यावे लागते. त्यात खिन्नतेपासून, खाण्यापिण्यातल्या अव्यवस्थितपणापर्यंत अनेक समस्या असतात. काही प्रमाणात, तुमच्या बदलत्या शरीरामुळे आणि काही प्रमाणात हार्मोन्सच्या हल्ल्यामुळे निर्माण होणाऱ्या उदासीनता, न्यूनता आणि दुःख या भावना म्हणजे वयात येतानाचा सामान्य भाग आहेत हे तर खरेच; पण खिन्न होणे ही एक खूप वेगळी गोष्ट आहे.

तुम्ही खिन्न आहात, हे दाखविणारी काही स्पष्ट लक्षणे आहेत. बहुतेकदा यांतले सर्वांत मोठे लक्षण असते ते म्हणजे, स्वतःची योग्यता खूप कमी असल्यासारखे तुम्हाला वाटणे. तुम्ही निरुपयोगी आहात, अपयशी आहात, तुमच्या शरीराबद्दल, दिसण्याबद्दल तुमचा काही विपर्यस्त समज झाला आहे आणि तुम्ही अगदी एकट्या पडल्या आहात, निराश झाला आहात, असे सारे जर तुम्हाला वाटत असेल तर तुम्हाला खिन्न मनस्कतेने ग्रासले

असण्याची शक्यता वाढते. जरी कोणत्याही एखाद्याच गोष्टीने खिन्नता येत नसली, तरीही हे लक्षात ठेवा की, तुम्ही जर सतत नकारार्थी विचारांनी (तुमच्या किंवा इतर लोकांच्या बाबतीत) घेरलेल्या असाल, किंवा तुम्हाला खूप दबावाखाली असल्यासारखे वाटत असेल, तर यामुळेही खिन्नता येऊ शकते. खिन्नतेच्या इतर लक्षणांमध्ये पुढील गोष्टींचा समावेश होतो –

- इतर प्रत्येकापासूनच संबंध तुटल्यासारखे वाटणे.
- कशाचीच आशा न वाटणे.
- खूप जास्त झोपणे किंवा निद्रानाश होणे.
- भूक न लागणे.
- स्वतःला दुखापत करून घेणे. उदाहरणार्थ, कापून घेणे.
- विनाकारण रडण्यात वेळ घालवणे.
- मित्रांपासून स्वतःला तोडणे.
- शाळेतील वर्तणुकीत नकारात्मक बदल होणे.
- तुमच्या कुटुंबातील एखाद्या व्यक्तीच्या खिन्नमनस्कग्रस्ततेचा इतिहास असणे.
- आत्महत्या करण्याचे विचार येणे.

खिन्नमनस्कतेवर औषधोपचार होऊ शकतात, ही चांगली गोष्ट आहे. म्हणून खिन्नमनस्कता ओळखणे आणि त्यातून बाहेर येण्यासाठी लवकरात लवकर मदत घेणे महत्त्वाचे असते. ज्यांच्यावर विश्वास ठेवता येईल अशा प्रौढांशी, रोगनिवारणतज्ज्ञांशी आणि तुमच्या डॉक्टरांशी बोलणे यांसारख्या गोष्टींची, तुमच्या भावनांची गुंतागुंत सोडवण्यासाठी आणि तुम्हाला पुन्हा चांगले वाटू लागण्यासाठी, नक्कीच मदत होईल.

संताप आणि स्वतःचाच तिरस्कार वाटणे

आपण कोण आहोत आणि कसे दिसतो याबद्दल, एकदाही स्वतःची स्वतःलाच शंका न येणे, ही गोष्ट अगदी दुर्मीळ आहे. पण वयात येत असताना तुम्ही ज्या अवस्थेतून जात असता तिचा परिणाम म्हणून, हाच विचार खूप मोठ्या प्रमाणात जाणवू लागतो. तुम्ही स्वतःच स्वतःला सहन करू शकत नाही, असेही काही प्रसंग असतात. तुम्ही जे बोलता, वागता त्याबद्दल तुम्हालाच तुमचा तिरस्कार वाटतो आणि तुमच्या दिसण्याबद्दल तुम्हीच नाखूश होता. सामान्यतः स्वतःचा तिरस्कार वाटण्यातून सुटका करून घेण्यासाठी, पुढील गोष्टी करून बघण्याची मदत होऊ शकते –

- तुमच्या सर्वांत जवळच्या मैत्रिणीला बोलावणे, तिच्याशी उगीचच आरडाओरडा करत बोलणे आणि मग तुम्हाला बरे वाटावे, यासाठी तिला प्रयत्न करायला लावणे.
- तुमच्या भावना व्यक्त व्हाव्यात म्हणून डायरी लिहिणे.
- सायकल चालवणे किंवा पोहणे यांसारखे हृदयाला उपयुक्त असे व्यायाम करणे, जेणेकरून तुमचे मन दुसरीकडे वळवले जाईल.
- तुम्हाला हसवेल किंवा छान वाटायला लावेल अशी डीव्हीडी पाहणे.
- तुम्हाला प्रिय असणाऱ्या व्यक्तींकडे जाण; त्यामुळे तुम्हाला दिलासा मिळेल.
- तुम्हाला स्वतःलाच चांगले वाटावे म्हणून, पाच मिनिटे स्वतःशीच उत्साह वाटेल असे बोलणे.
- तुम्ही अगदी सर्वोत्कृष्टच दिसायला हवे, वागायला हवे किंवा असायला हवे असे नाही, हे लक्षात ठेवणे.

राही नावाची १६ वर्षांची मुलगी म्हणते, "मी माझ्या आईशी खूप भांडते. ती माझ्याशी ज्या पद्धतीने बोलते आणि नेहमी मला मदत करण्याचा जो प्रयत्न करते, त्यामुळे ती मला तापदायक वाटते. माझे वडील मला नेहमी सांगत असतात की, मी तिच्या भावना दुखावते आणि मी तसे करते हे मला माहिती आहे; पण मी त्याबाबत काहीच करू शकत नाही. ती माझ्याशी चांगले वागण्याचा जितका जास्त प्रयत्न करते, तितका मला तिचा जास्त राग येतो."

याउलट तुम्ही जर सतत स्वतःचा तिरस्कार करत राहिलात, तर त्याचा तुमच्या वर्तणुकीवर आणि कृतींवर नकारार्थी परिणाम होण्याची शक्यता असते आणि यामुळे बऱ्याचदा वर सांगितलेल्या, स्वतःचेच नुकसान करणाऱ्या काही गोष्टी घडू शकतात. संताप हाही स्वतःचाच तिरस्कार करण्याचा थेट परिणाम आहे. हा राग फक्त इतरांच्या बाबतीतला, आक्रमक राग नसतो, तर तो तुमच्या स्वतःवरही रोखलेला राग असतो.

तुमच्या रागाच्या भावना, म्हणजेच तुमचा राग आणि त्याला कसे हाताळायचे, हे शिकण्याचा उत्तम मार्ग म्हणजे, रागाचे व्यवस्थापन. म्हणजे मग तुमचा राग तुम्हाला किंवा इतरांना दुखावणार नाही. रागावर परिणामकारकपणे नियंत्रण मिळवण्यासाठीची पहिली पायरी म्हणजे, तुमच्या रागाचे मूळ कारण काय हे

समजून घेणे. सामान्यपणे नैराश्य, नकार, अपयश आणि दबाव यांसारख्या घटकांचा परिणाम म्हणून रागाचा उद्रेक होतो. हे भावनिक घटक कसे हाताळायचे हे जर तुम्ही शिकू शकलात, तर तुमचा राग जास्त परिणामकारकपणे नियंत्रित करणे, तुम्हाला जमू शकेल. पुन्हा कधीही रागावायचे नाही, हे तुमचे ध्येय नाही, (ते अशक्य आहे, हे मान्य करायला हवे), तर लोकांना रुचेल अशा पद्धतीने तुमचा राग व्यक्त करणे तुम्हाला जमायला हवे, आणि तो राग स्वतःचे नुकसान करणारा किंवा इतरांसाठी आक्रमक आणि हिंसक असता कामा नये.

नेहा नावाची १५ वर्षांची मुलगी म्हणते, "माझे शिक्षक म्हणतात की, मी खूप आक्रमक आहे. पण त्याला मी काहीच करू शकत नाही. कोणी मला काहीही बोलू लागले, तर मी त्याला चावते. एक दिवस नेटबॉल खेळत असताना एक मुलगी मला हसली, मग मी तिच्यावर धावूनच गेले. माझ्या मैत्रिणी म्हणाल्या की, माझा स्वतःवरचा ताबाच सुटला होता. आणि बहुतेक मी जरा जास्तच तीव्र प्रतिक्रिया दिली होती. पण मला कमी लेखणाऱ्या लोकांना मी सहनच करू शकत नाही."

प्रकरण
२

शरीराविषयीची प्रतिमा : तातडीने लक्ष देण्याची गोष्ट

तुमच्या डोळ्यांत आत्मविश्वास दिसतो का; की तुमचा आत्मविश्वास इतक्या खालच्या पातळीवर आहे की, तुम्ही नाइलाजाने जगता आहात, असे तुम्हाला वाटते? जर तुम्ही आसपासच्या बहुतेक सर्व मुलींसारख्याच असाल, तर बहुधा तुमच्यामध्ये दोन गोष्टींचे मिश्रण असेल. कधीकधी तुमचा आत्मविश्वास भरभरून ओसंडत असेल आणि कधीकधी स्वतःबद्दलच शंका येऊन तुम्ही हतबल होत असाल.

शरीरप्रतिमेबाबतचे सत्य : *१८ वर्षांखालील मुलींपैकी ९४ टक्के मुलींना वाटते की, त्या आणखी सुंदर असायल्या हव्या होत्या आणि चारपैकी एका मुलीला वाटते की, तिला संधी मिळाली, तर ती स्वतःबाबतची प्रत्येक गोष्ट बदलून टाकेल. (हीट ग्रुप, ऑस्ट्रेलिया)*

या अशा थोड्याशा ढेपाळलेल्या दिवसांमध्ये तुम्हाला असे वाटेल की, तुमच्याजवळ तुम्हाला आवडणारे काहीच नाही. तुमचे व्यक्तिमत्त्व तुम्हाला तिरस्करणीय वाटू लागते, तुमचे शरीर विचित्र दिसू लागते आणि याच्या जोडीला अनेकदा तुम्हाला प्रत्येकाचाच द्वेष वाटू लागतो आणि इतर सर्व जणही तुमचा द्वेषच करतात, याची खात्री वाटू लागते. एका ठरावीक मर्यादेपर्यंत असे वाटणे हे सामान्य आहे, कारण तुम्हीही फक्त माणूसच आहात; पण जेव्हा अनेक आठवडे किंवा अनेक महिने तुम्हाला असेच वाटत राहते, तेव्हा शेवटी ती एक समस्या बनते; कारण तुम्ही अशा वागता की, हीच तुमच्या जीवनाची चाकोरी आहे व

त्यातून बाहेर पडणे जवळ जवळ अशक्य आहे, असे तुम्ही समजू लागता.

शरीरप्रतिमेबाबतचे सत्य : *स्वप्रतिमा ढासळलेल्या मुलींपैकी ७५ टक्के मुली नकारार्थी गोष्टींमध्ये स्वतःला गुंतवून घेतात, असे आढळते. म्हणजे जेव्हा त्यांना स्वतःबद्दलच वाईट वाटत असते, तेव्हा अव्यवस्थित खाणे-पिणे, स्वतःला कापून घेणे-दुखापत करणे आणि मद्य प्राशन करणे, अशा नको त्या गोष्टींमध्ये त्या स्वतःला गुंतवून ठेवतात.*

(डव्ह, रिअल गर्ल्स, रिअल प्रेशर रिपोर्ट २००८)

वयात येण्याच्या प्रक्रियेत अनिश्चितता, अशांतता का वाटत राहते, याची बरीचशी कारणे सापडत असली, तरी तुमची स्वप्रतिमा खालावते आणि तुम्हाला स्वतःवरच नाखूश असल्यासारखे वाटू लागते, यासाठी कारणीभूत असणारा हा एकमेव मुद्दा नाही. तुम्हाला जाणवत असले किंवा नसले तरी, आपली स्वप्रतिमा आणि शरीरप्रतिमा अनेक प्रकारे दुखावली जात असते आणि आपल्याला स्वतःबद्दलच न्यूनत्व वाटू देण्यात, या सगळ्या गोष्टी एकत्रितपणे भूमिका बजावत असतात.

शरीरप्रतिमेबाबतचे सत्य : *दहापैकी सात मुलींना असा विश्वास वाटत असतो, की त्या फारशा चांगल्या नाहीत किंवा त्यांची कुवत कुठेतरी कमी पडते आहे.*

(डव्ह, रिअल गर्ल्स, रिअल प्रेशर रिपोर्ट २००८)

तुम्हाला जर अंतर्बाह्य सुंदर आणि आकर्षक असावे, असे वाटत असेल तर स्वप्रतिमा उंचावलेली असणे आणि शरीरप्रतिमा आरोग्यपूर्ण असणे इतके महत्त्वाचे का आहे, एवढेच फक्त समजून घेणे पुरेसे नाही, तर स्वप्रतिमेवर कशाकशाचा परिणाम होतो, हे समजून घेणेही तितकेच महत्त्वाचे आहे. मग एखाद्या मुलीने स्वप्रतिमा कशी उंचावायची, तर यासाठी कोणामुळे आणि कशामुळे तुमची स्व-प्रतिमा खालावते, ही गोष्ट प्रथम लक्षात घेतली पाहिजे.

नकारात्मक दबाव

तुमच्या मैत्रिणी, शाळेतल्या मुलींचा एखादा कंपू, तुम्ही वाचत असता ती मासिके किंवा तुमचे कुटुंबीय तुम्हाला सांगतात त्या गोष्टी यांपैकी कशामुळे तुमची स्वप्रतिमा ढासळते, की या सगळ्याच गोष्टी आणि त्याहूनही जास्तीची काही कारणे यामागे आहेत, याचे उत्तर फक्त तुम्हीच देऊ शकता. पण पुस्तकाचा हा भाग, तुम्हाला वाईट वाटायला लावणाऱ्या काही महत्त्वाच्या घटकांचा विचार करण्यास

तुम्हाला मदत करणारा आहे आणि या घटकांना तुम्ही बळी पडत असाल तर काय करायचे, हेही यात सांगितले आहे.

स्वप्रतिमा म्हणजे काय?

स्वप्रतिमा म्हणजे असे एक मोठे चित्र, ज्यात तुम्ही कशा दिसता एवढेच फक्त नाही, तर तुमच्या व्यक्तिमत्त्वातील विशेष गुणांना तुम्ही किती महत्त्व देता, तुमची बुद्धिमत्ता, तुमच्या अंगात असणारी कौशल्ये आणि एक व्यक्ती म्हणून तुम्ही कशा आहात, या सगळ्या गोष्टींचा अंतर्भाव असतो. या सगळ्याचा निष्कर्ष म्हणजे तुम्ही इतरांशी कसे संबंध ठेवता, आयुष्यात तुमची पात्रता काय आहे असे तुम्हाला वाटते आणि तुम्ही कशा वागता, या सर्व गोष्टींवर तुमच्या स्वप्रतिमेचा थेट परिणाम होत असतो.

एक गोष्ट ध्यानात ठेवा की, तुमची स्वप्रतिमा उंचावण्यासाठी काय करायचे, हे नुसते वाचणे पुरेसे नाही; तर तुम्हाला त्यातूनही जास्त काही करावे लागेल. तुम्हाला स्वतःबद्दल जे-जे समजते, ते प्रत्यक्ष वागण्यात आणणे आणि हळूहळू तुमचे विचार आणि वागणे बदलण्याचा निश्चय करणे महत्त्वाचे आहे. याप्रकारे आधी तुमची स्वप्रतिमा खालावलेली का होती, एवढेच फक्त तुम्हाला कळते असे नाही, तर तुम्ही तुमचा आत्मविश्वास वाढवू शकता आणि तुम्हाला स्वतःबद्दल जास्त चांगले वाटू शकते.

शरीरप्रतिमा म्हणजे काय?

तुमचे शरीर तुम्हाला जसे असल्याप्रमाणे वाटते त्याला शरीरप्रतिमा असे म्हणतात. शरीरप्रतिमा हा स्वप्रतिमेचाच एक भाग असतो. तुमचा चेहरा तुमचे वजन आणि तुमचे दिसणे यांबद्दल तुम्हाला काय वाटते? कारण या गोष्टींचा थेट परिणाम, तुम्हाला स्वतःबद्दल काय वाटते यावर होतो.

तुम्ही खऱ्या कशा आहात, याबद्दल तुम्हाला काय वाटते?

आत्ताच्या आत्ता जर तुमच्या स्वतःबद्दलच्या पाच गोष्टी तुम्हाला दुसऱ्या कोणालातरी सांगायच्या असल्या, तर या गोष्टी कितपत सकारात्मक असतील? त्या सांगताना, तुम्ही त्या गोष्टी सांगण्यास अनुकूल असाल की तुम्ही स्वतःबद्दल कठोर आणि जास्तच टीका करणाऱ्या असाल, हे तुम्ही लिहून काढा आणि मग मनात काय-काय येते ते पाहा. आता तुमची अशी यादी पाहून, पुढील प्रश्नांची उत्तरे द्या.

- तुम्ही नकारार्थी असण्यापेक्षा, जास्त होकारार्थी असता का?
- प्रकर्षाने लक्षात येईल, असा एखादा विषय आहे का?
- तुम्ही स्वतःबद्दलच्या अगदी वाईट पाच गोष्टींची यादी केली आहे की अगदी उत्तम पाच गोष्टींची यादी केली आहे?

१२ वर्षांच्या मृणाल नावाच्या मुलीने केलेल्या यादीचे उदाहरण पाहा.

- माझे नाक खूप मोठे आहे.
- माझे हात छान आहेत.
- मी खरोखर एक चांगली मैत्रीण आहे.
- मी खूप जाड आहे.
- मी रागीट आहे.

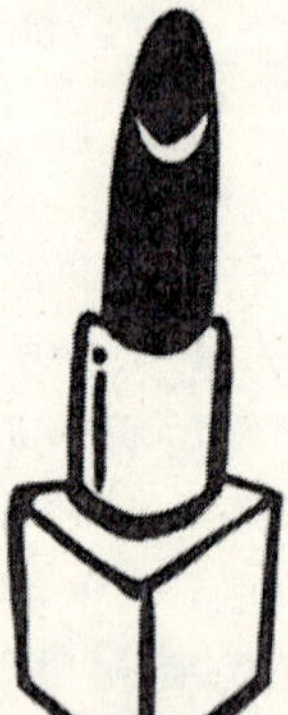

मृणालच्या या यादीवरून आपल्याला काय सांगता येईल? सर्वांत पहिले म्हणजे ती कशी दिसते याबद्दल ती जास्त विचार करत नाही, तिला ती एक ठीक व्यक्ती आहे असे वाटते; पण तिचे वजन आणि तिचा चेहरा तिला चांगला वाटत नाही. एकूणच तिच्या स्वतःबद्दल तिला ज्या सगळ्या सकारात्मक गोष्टी सांगता आल्या असत्या, त्यांपैकी फक्त हात चांगले असण्याबद्दलच ती सांगू शकली. प्रत्यक्षात मृणाल ही खूप छान, आकर्षक आणि हुशार मुलगी आहे; पण तिला या गोष्टी दिसतच नसल्याने, तिच्या यादीत त्या आलेल्या नाहीत. आता तुम्हाला स्वतःबद्दल काय वाटते याबद्दल तुमच्या यादीवरून काय दिसते आहे?

तुमचे स्वतःबद्दल मत चांगले नसण्यामधला खरा प्रश्न हा आहे, की जर तुम्हाला स्वतःमधल्या चांगल्या गोष्टी दिसत नसतील, किंवा तुमच्यामध्ये अशा चांगल्या गोष्टी आहेत, याची तुम्ही दखलही घेत नसाल, तर तुमचा यावर कधीच विश्वास बसणार नाही की, (१) तुम्ही एक चांगली व्यक्ती आहात आणि (२) तुम्ही जशा आहात तशाच इतर लोकांना खरोखरच आवडता.

आता हा एक अभ्यास करून पाहा : १ ते ५ अशा खुणा असलेल्या मोजपट्टीवर (ज्यात १ म्हणजे तुम्हाला सर्वांत वाईट आहे असे वाटणारी गोष्ट आणि ५ म्हणजे तुम्हाला सर्वांत उत्तम वाटणारी गोष्ट), पुढील गोष्टींबाबत तुम्हाला स्वतःबद्दल काय-कसे वाटते त्याचा दर्जा किंवा गुण ठरवा आणि प्रत्येक बाबतीत, त्याच्याशी जुळणाऱ्या आकड्याला गोल करा. लक्षात ठेवा की, ही एक खासगी यादी आहे, ती तुम्हाला दुसऱ्या कोणालाही दाखवायची नाही आणि स्वतःशी जास्तीत जास्त प्रामाणिक राहिलात, तर या यादीचा जास्त चांगला उपयोग होईल.

बुद्धिमत्ता	१	२	३	४	५
व्यक्तिमत्त्व	१	२	३	४	५
वजन	१	२	३	४	५
दिसणे	१	२	३	४	५
शरीराचा आकार	१	२	३	४	५
आई-वडिलांची मुलगी म्हणून तुम्ही कशा आहात?	१	२	३	४	५
मैत्रीण म्हणून तुम्ही कशा आहात?	१	२	३	४	५

सध्या तुमच्या स्वप्रतिमेवर जास्तीत जास्त ताण आणणाऱ्या तुमच्या आयुष्यातल्या कोणत्या गोष्टी आहेत हे पाहणे, हा या अभ्यासाचा उद्देश आहे. (या गोष्टींना तोंड कसे द्यायचे, याबद्दल पुढे जास्त विस्ताराने सांगितले आहे.) अनेक प्रकारे हा एक कठीण अभ्यास आहे. कारण स्वतःचीच प्रशंसा करण्यास आपल्याला प्रोत्साहन न देणाऱ्या समाजात आपण राहतो. म्हणूनच तुम्ही खूप बढाया मारता किंवा गर्विष्ठपणा करता असे वाटेल, या भीतीने तुम्ही स्वतःला कमी गुण दिले असतील, तर परत एकदा हा अभ्यास करण्याचा प्रयत्न करा.

स्वप्रतिमा खालावली असल्याची इतर लक्षणे पुढे दिली आहेत–

- *आरशात स्वतःचे प्रतिबिंब पाहायला तुम्हाला नकोसे वाटते.*
- *लोकांनी केलेल्या तुमच्या प्रशंसेवर तुमचा विश्वास बसत नाही.*
- *तुम्हाला माहिती असलेल्या इतर प्रत्येक व्यक्तीपेक्षा तुम्ही जाड, ओंगळ आहात, असे तुम्हाला वाटते.*

- *दुसरे कोणी तुमच्याबरोबर फिरायला बाहेर जाण्याची इच्छा प्रदर्शित करेल, यावर तुमचा विश्वास बसत नाही.*
- *लोक तुम्हाला हसतील या भीतीने, तुम्ही नवीन कोणतीही गोष्ट करण्यास घाबरता.*
- *तुमच्या मैत्रिणीच्या तुलनेत तुम्ही अपात्र, नालायक आहात, असे तुम्हाला वाटते.*
- *तुम्ही व्यवस्थित दिसता आहात, याबद्दल तुम्ही सतत खात्री करून घेत असता.*
- *तुम्ही परिपूर्ण, उत्कृष्ट नाही, असे समजून तुम्ही स्वतःशीच कठोरपणे वागता.*
- *जगाला देण्यासारखे काही तुमच्याकडे आहे, असा विचारही तुम्ही करत नाही.*
- *तुमच्यावर सगळ्यांचे लक्ष केंद्रित व्हावे, हे तुम्हाला आवडत नाही (पण मनात मात्र तशी तीव्र इच्छा असते.)*

एक लक्षात ठेवा की, स्वप्रतिमा चांगली असणे हा बढाईखोरपणा नाही, तर तुम्ही कशा आहात, याबद्दल प्रामाणिक राहणे आहे आणि तुमच्यात ज्या काही उत्तम गोष्टी आहेत, त्याबद्दल तुम्हाला स्वतःला चांगले वाटू देणे आहे. माणूस म्हणून आपण स्वतः किती विलक्षण, आश्चर्यकारक आणि आकर्षक आहोत, हे प्रत्येकाला सतत सांगत फिरणारी व्यक्ती असण्यापेक्षा हे खूपच वेगळे आहे. अशा प्रकारच्या व्यक्तींची स्वप्रतिमा उंचावलेली नसते, तर स्वतःबद्दल चांगले मत निर्माण करणे आणि इतरांचे लक्ष वेधून घेणे, एवढेच ते करत असतात, कारण स्वतःमध्ये या सर्व गोष्टी आहेत, यावर त्यांचा स्वतःचा विश्वासच नसतो.

चांगली स्वप्रतिमा निर्माण करणे महत्त्वाचे का आहे?

तुमची स्वप्रतिमा सुधारण्यासाठी प्रयत्न केलेत, तर वर दिलेल्या यादीतील सर्व लक्षणांचा तुम्ही निरोप घेऊ शकाल. कारण सशक्त स्वप्रतिमा आणि शरीरप्रतिमा म्हणजे संपूर्ण जगाविरुद्धची तुमची ढाल असणार आहे. त्यांचा उपयोग तुम्हाला

याआधी सांगितलेल्या अभ्यासामध्ये सर्व बाबतींत ५ पैकी ५ गुण मिळविण्यासाठी कदाचित होणार नाही. पण तुम्ही परीक्षेत नापास झालात किंवा तुमच्या जीवलग मैत्रिणीने दुसऱ्या मुलीबरोबर मैत्री केली किंवा तुमच्या शरीराबद्दल तुम्हाला विचित्र वाटू लागले, तर अशासारख्या कठीण प्रसंगांमधून सहीसलामत बाहेर पडण्यासाठी तुम्हाला त्याची नक्कीच मदत होईल.

इथे एक छोटीशी धोक्याची सूचना द्यावीशी वाटते. मी जरी इथे स्वप्रतिमेबद्दल आयुष्य सुधारण्यासाठीची ती पहिली आणि शेवटची अशी एकच गोष्ट असल्याप्रमाणे सांगत असले, तरी तुम्ही आयुष्यभरासाठी आनंदी व्हावे यासाठीचे ते तिकीट नाही. नव्याने सुरुवात करणाऱ्यांनी हे लक्षात घ्यावे की, कोणीच सदैव आनंदी राहू शकत नाही. पण स्वप्रतिमा चांगल्या पातळीवर असण्याचा उपयोग हा आहे की, त्यामुळे जेव्हा काही वाईट गोष्टी घडतील, तेव्हाही तुम्ही आनंदी राहू शकाल आणि तुमच्यातील तुम्हाला न आवडणाऱ्या गोष्टींवरच सतत लक्ष केंद्रित करत राहून, स्वतःबद्दल सतत नकारात्मक बोलत राहण्यापासून तुम्ही परावृत्त व्हावे, यासाठी तुम्हाला नक्कीच मदत होईल.

निरोगी स्वप्रतिमा तुम्हाला स्वतःबद्दल (व इतरांबद्दलही) कठोरपणे मत बनविण्यापासून थांबवेल आणि तुम्ही कशा दिसता याबाबत तुम्ही सकारात्मक राहावे, यासाठीही मदत करेल. तुम्ही केलेल्या चुकांबद्दल तुम्ही स्वतःला माफ करणे आणि तुमच्यातील बऱ्यावाईट गोष्टी आणि एकूणच सर्व गोष्टींसकट, एक माणूस म्हणून तुम्ही स्वतःला स्वीकारणे, यासाठीही अशा निरोगी स्वप्रतिमेची तुम्हाला मदत होईल. हे छान वाटते ना? म्हणून तुम्ही स्वतःला कमी लेखण्याची कारणे आणि त्याबाबत तुम्ही काय करू शकता, याबाबत आता बोलू या.

शरीरप्रतिमेवर आघात करणारे घटक : तुमच्या शरीराच्या आकाराचा प्रभाव

खरे तर, आदर्श जगाच्या दृष्टीने, शरीराचा आकार हा कोणासाठीही वादाचा विषय असता कामा नये. जगणे व जगू देणे आणि सौंदर्य कोणत्याही आकारात आणि मापात असू शकते हे समजून घेणे, यांमुळे आपण सर्वच जण आनंदी होऊ. दुर्दैवाने समाजामध्ये काही प्रकारच्या शरीरांची प्रशंसा केली जाते, तर काही प्रकार नापसंत केले जातात, हे लक्षात येण्यासाठी तुम्ही मेंदूचे शल्यचिकित्सक असण्याची गरज नाही. म्हणूनच आपल्यापैकी कितीतरी जणांना, आपल्या शरीराबद्दल फार वाईट वाटते आणि आपले शरीर मापात नाही व हा सगळा आपल्या स्वतःचाच दोष आहे, असेही वाटते.

११ वर्षांची सई नावाची मुलगी म्हणते, ''मी जशी दिसते ना, तशी मी मलाच अजिबात आवडत नाही. माझ्या पायांची लांबी खूप कमी आहे आणि मधला भाग खूप जाड आहे. त्यामुळे मला डाएट करण्याची इच्छा आहे; पण माझी आई मला तसे करू देणार नाही.''

शरीराबद्दलचे सत्य : *सौंदर्याबाबतचे आदर्श गाठणे, हे आणखी-आणखीच कठीण झाले आहे. माध्यमांकडून सध्या दाखवला जाणारा, सडपातळ असण्यासंदर्भातला आदर्श गाठणे, पाच टक्क्यांपेक्षाही कमी स्त्रियांनाच फक्त शक्य आहे.*

पहिल्या प्रकरणात सांगितल्याप्रमाणे, वयात येत असताना शरीराच्या आकारात होणारे बदल स्वाभाविक असतात; पण जेव्हा तसे बदल होण्यास सुरुवात होते, तेव्हा जवळ जवळ प्रत्येकीलाच त्याबद्दल संकोच वाटू लागतो. पण संकोच किंवा बुजरेपणा वाटणे, ही वेगळी गोष्ट आहे आणि तुम्ही कशा दिसता, त्याबद्दल तिटकारा वाटणे आणि शरीराचा आकार-प्रकार पूर्णपणे वेगळा असावा म्हणून तळमळणे, ही वेगळी गोष्ट आहे. म्हणून पुढे दिलेली चाचणी सोडवा; म्हणजे शरीराबद्दल जागरूक असण्याच्या मोजमापात तुम्ही किती गुण मिळवता, ते लक्षात येईल.

चाचणी : तुम्ही शरीराबद्दल खूप जास्त जागरूक आहात का?

पुढे दिलेल्या प्रश्नांसाठी, तुम्हाला स्वतःच्या उत्तराशी जास्त जुळणारे जे उत्तर वाटेल, त्याला गोल करा आणि शेवटी तुमच्या गुणांची बेरीज करा.

१. जेव्हा तुम्ही स्वतःच्या शरीराकडे पाहता, तेव्हा तुम्ही फक्त त्यातल्या उणिवाच पाहू शकता का?

हो.

नाही.

२. उत्तम शरीर असणे आपल्या आवाक्याबाहेरचे आहे, असे तुम्हाला वाटते का?

हो.

नाही.

३. तुम्हाला असे वाटते का, की तुम्हाला जर उंच/बुटके/बाकदार/सडपातळ असे शरीर लाभले असते, तर तुमचे आयुष्य आतापेक्षा शंभर टक्के जास्त चांगले वाटले असते?

हो.

नाही.

४. अगदी परिपूर्ण शरीर कुठे असेल का?

हो.

नाही.

५. तुमचे स्वतःचेच प्रतिबिंब तुम्हाला दिसते, तेव्हा तुम्हाला शरमिंदे झाल्यासारखे वाटते का?

हो.

नाही.

६. तुमच्या शरीराच्या आकाराबद्दल, दिवसभरात तीनपेक्षा जास्त वेळा तुम्ही विचार करता का?

हो.

नाही.

गुणसंख्या

पाचपेक्षा जास्त उत्तरे 'हो' असतील :

तुमच्या शरीराच्या आकाराबाबत तुम्ही खूपच जास्त विचार करता, हे सांगण्यासाठी तुम्हाला माझी गरज नाही. कारण तुम्हाला ते माहिती आहे आणि बहुतकरून त्यामुळे तुम्ही पूर्णपणे दुःखी झाला आहात. पण तरी यातून बाहेर पडण्याचा एक मार्ग आहे. पुढे दिलेली तंत्रे अवलंबिण्याचा प्रयत्न करा आणि तुमच्या शरीराच्या आकारमानाकडे जास्त वास्तव दृष्टीने कसे पाहायचे ते शिका.

तीनपेक्षा जास्त उत्तरे 'हो' असतील :

तुमच्या शरीराबद्दल तुम्ही खूप जास्त जागरूक होऊ लागला आहात. तुमच्या शरीराच्या आकाराचा प्रभाव किती असावा, याबाबत काय आणि कोण तुम्हाला भरीला घालत आहे, हे पाहण्याची तुम्हाला गरज आहे, आणि शरीर मानाबद्दल

तुम्ही जे पाहता, ऐकता त्याकडे जास्त वास्तवतेने पाहण्याचीही गरज आहे.

दोनपेक्षा कमी 'हो' असतील :

अभिनंदन, तुमच्या शरीराकडे निरोगीपणाने पाहण्याची क्षमता तुमच्याकडे आहे. पण तुम्ही तशाच राहाल आणि खालीलपैकी एकाही घटकाला बळी पडणार नाही, याची खात्री करून घ्या.

सत्य परिस्थिती ही आहे की, अत्यंत आकर्षक सौंदर्य, वजन आणि कीर्तिमान माणसे यांचा प्रभाव असणाऱ्या जगात आपण राहतो, आणि याचा परिणाम म्हणून, आकर्षक शरीराइतकीच किंवा त्याहूनही जास्त महत्त्वाची इतर कोणती गोष्टही असू शकते, ही कल्पनाच आश्चर्यकारकपणे नगण्य झाली आहे. हे पूर्वीही नेहमीच असे नव्हते. काही दशकांमध्ये, सडपातळ शरीरापेक्षा बाकदार शरीराची जास्त प्रशंसा केली जात असे. तर काही दशकांमध्ये, मोठे स्तन, लांब पाय आणि त्याहूनही धट्टेकट्टे शरीर असणाऱ्या स्त्रिया म्हणजे सर्वोच्च सौंदर्य, असे मानले जात असे. याचा अर्थ असा की, शरीराच्या आकारमानाच्या दृष्टीने काय आकर्षक समजले जावे, ही गोष्ट सातत्याने बदलणारी आहे.

शरीरप्रतिमेबाबतचे सत्य : *शरीरप्रतिमेसंदर्भात आजपर्यंत झालेली सर्व संशोधने असे दाखवतात की, पुरुषांच्या तुलनेत स्त्रिया स्वतःच्या रूपावर खूप जास्त टीका करतात आणि त्यांना आरशात जे दिसते त्याचे कौतुक करण्यास त्या फारशा तयार नसतात. दहातल्या जवळ जवळ आठ स्त्रिया त्यांच्या प्रतिबिंबाबद्दल असमाधानी असतात आणि अर्ध्याहून जास्त स्त्रियांना आपली प्रतिमा विकृत वाटते.*

(सोशल इश्यूज रिसर्च सेंटर)

तुमच्या शरीराचा आकार कसा असावा, याबाबत जर तुमचे काही ठाम मत असेल, तर आकर्षक असणे म्हणजे काय, याबद्दल तुमच्याभोवतीचा प्रत्येक जण सध्या तुम्हाला जे सांगत असेल त्याचा आणि तुम्ही मासिके, लोकप्रिय व्यक्ती, मॉडेल्स (किंवा तुमच्या मैत्रिणी) यांपैकी कशावर लक्ष केंद्रित करत आहात, त्याचा हा परिणाम असणे शक्य आहे.

तसेच लोकांनी तुमच्या आणि त्यांच्या स्वतःच्या शरीराबद्दल काय म्हटले असेल, अशासारख्या तुम्हाला आलेल्या अनुभवांमुळेही असे मत बनण्याची शक्यता असते. हे एक नकारात्मक चक्र आहे आणि त्यामुळे तुमच्या बाबतीत चांगले काय घडते आहे याचा विचारही न करता, तुम्ही दुःखी होत राहता. म्हणूनच शरीराच्या आकाराबाबतच्या तुमच्या खुळचट कल्पनांना कोण कारणीभूत होत आहे, हे पाहणे महत्त्वाचे आहे.

पहिली समस्या : मासिके

लोकप्रिय व्यक्तींच्या शरीराचे आकार, तसेच आहार आणि लोक कसे दिसतात एवढेच फक्त लिहीत असतात. अशी मासिके तुम्हाला तुमच्या स्वतःच्या शरीराच्या आकाराबद्दल नको इतके जागरूक बनवू शकतात आणि तुमच्या दिसण्याविषयी तुम्हाला दुःखी बनवू शकतात. प्रत्येक जण उंच आणि सडपातळ आहे (तसे नसले तरीही) आणि जर तुम्ही त्यांच्यासारख्या दिसलात, तरच तुम्हाला आकर्षक म्हणता येईल, असेही अशा मासिकांमुळे तुम्हाला वाटू लागते.

पहिला उपाय : अशी मासिके वाचणे बंद करा किंवा निदान तुम्ही ती सातत्याने वाचू नका. त्यावर बंधन घाला. तुम्ही तुमच्या आयुष्यातून अशी मासिके काढूनच टाकली, तर स्वतःच्या वाचनावर तुमच्यावर आणि तुमच्या विचारप्रक्रियेवर त्यांचा किती प्रभाव होता ते तुमच्या लक्षात येईल. तुम्ही नेमाने वाचता ती मासिके वाचा आणि त्यानंतर, तुम्हाला तुमच्या शरीराबद्दल वाटणाऱ्या तीन गोष्टी लिहून काढा.

नंतर एक आठवडा सगळी मासिके वाचण्याचे टाळा आणि आठवड्याच्या शेवटी तुम्हाला तुमच्या शरीराबद्दल वाटणाऱ्या तीन गोष्टी लिहून काढा. आता या दोन याद्यांची तुलना करा. पहिली यादी दुसरीपेक्षा जास्त नकारात्मक असणे शक्य आहे. याचे कारण असे की, आपण जे वाचतो त्याचा आपल्यावर प्रचंड प्रभाव पडतो आणि म्हणून स्त्रिया आणि त्यांच्या शरीराचे आकार याबद्दलच तुम्ही सतत वाचत असलात, तर तुमचे लक्षही त्यावरच केंद्रित होईल.

दुसरी समस्या : टीव्हीवरील कार्यक्रम

असे कार्यक्रम आणि चित्रपट यामुळे, फक्त ठरावीक प्रकारची माणसेच यशस्वी आणि आकर्षक होऊ शकतात, यावर तुमचा विश्वास बसू लागतो. कारण फक्त किशोरवयीन मुलींसाठीच बनवलेल्या चित्रपटात वेगवेगळ्या आकाराची व मापाची माणसे दाखविण्याऐवजी 'आदर्श' दिसणारी आणि आदर्श या प्रकारात मोडणारी शरीरयष्टी असणारी माणसे दाखवण्यावरच भर दिलेला असतो. यामुळेच दोन प्रमुख अभ्यास-निष्कर्ष असे दाखवतात की, मालिका, चित्रपट आणि टीव्ही वरील कार्यक्रम पाहण्यास तुम्ही जितका वेळ देता, त्याचा थेट संबंध, तुम्ही तुमच्या शरीराबद्दल किती प्रमाणात नाखूश आहात, याच्याशी असतो.

दुसरा उपाय : तुम्ही जे पाहता त्यात थोडा बदल करा; म्हणजे तुमच्या लक्षात येईल की टीव्हीवरून प्रत्यक्षात सर्व आकाराची, सर्व मापांची माणसे आणि आकर्षकपणा यांमधले फरक प्रतिबिंबित केले जातात. वेगवेगळ्या प्रकारची माणसे

कशी दिसतात याबद्दल जास्त माहिती मिळावी, म्हणून अनुबोधपट, वास्तव आयुष्य आणि नाटक यांसारखे वेगवेगळे कार्यक्रम बघण्याचा प्रयत्न करा. याहून चांगले म्हणजे, जेव्हा तुम्ही बाहेर असता तेव्हा आजूबाजूला लक्षपूर्वक पाहा आणि एका गोष्टीची नोंद घ्या की, दररोज तुमच्या-माझ्यासारखी माणसे, आपण टीव्हीवर पाहतो तशा माणसांसारखी वागत नाहीत, कारण सामान्यपणे टीव्हीवरून पलायनवादच दाखवला जातो; वास्तव नाही.

तिसरी समस्या : तुमचे कुटुंब

शरीराच्या आकाराबद्दल तुमचे कुटुंबीय (भावंडे आणि कुटुंबातील इतर सदस्य) काय आणि कसे बोलतात, त्याचाही परिणाम, तुम्ही या गोष्टीकडे कशा दृष्टीने पाहता आणि तुमच्या स्वतःबद्दल तुम्हाला काय वाटते, यावर होत असतो.

तिसरा उपाय : स्त्रीच्या आकाराबद्दल तुमच्या घरात कशा प्रकारे व काय चर्चा होते, त्यास सामोरे जाण्यास तयार राहा आणि त्या चर्चेतील टीकेमुळे आणि व्यक्त होणाऱ्या दृष्टिकोनांमुळे, तुम्हाला तुमच्या शरीराबद्दल काय वाटू लागते, ते चर्चा करणाऱ्यांच्या लक्षात आणून द्या. एक लक्षात ठेवा की, जे बोलले जाते त्यातले बरेचसे अनवधानाने बोललेले असू शकते. वेगळ्या शब्दांत सांगायचे तर, एकाच दृष्टिकोनातून बघण्यावर आपण किती भर देत आहोत, हे तुमच्या आई-वडिलांच्या लक्षातच येत नाही. याचा अर्थ असा नाही की, तुम्ही त्यावर चर्चा करू शकत नाही; पण तसे होते आहे हे तुम्ही लक्षात आणून देण्याची गरज आहे.

चौथी समस्या : तुमची आई

तुमची आई तिच्या स्वतःच्या शरीराबद्दल जरा जास्तच टीका करणारी आहे का? ती सतत तिच्या शरीरातील वैगुण्ये दाखवत असते का? आणि ती उंच किंवा वरच्या बाजूला रुंद आणि खालच्या बाजूने अरुंद असावी अशी तिची इच्छा असल्याचे सांगत असते का? अभ्यासपाहणीवरून असे दिसते की, तुमच्या मनातली तुमची स्वतःची शरीरप्रतिमा वाईट असण्यास, या सर्व गोष्टीही कारणीभूत होऊ शकतात.

चौथा उपाय : तुमची आई तुमच्या शरीराबद्दल तुम्हाला काय वाटायला लावते आहे, याबद्दल तिच्याशी बोला, कारण ती याबद्दल काय बोलते आहे, किती

बोलते आहे किंवा त्यातले तुम्ही नेमके काय समजून घेताय, याची जाणीव तिला असण्याची शक्यता नाही.

पाचवी समस्या : मॉडेल्स

मॉडेल व्हावेसे वाटणे किंवा मॉडेलसारखे दिसावेसे वाटणे किंवा मॉडेलच्या शरीराबरोबर सतत तुमची स्वतःची तुलना करत राहणे, यामुळे तुमच्या मनात तुमच्या शरीराविषयी सर्वाधिक वाईट भावना निर्माण होते. मॉडेल हा एक वेगळाच वर्ग आहे आणि म्हणूनच त्या सर्वांत आधी 'मॉडेल' असतात. 'हे बरोबर नाही!' असा ओरडाआरडा करणे तुम्हाला आवडते, पण आनुवंशिक गुणांमुळे, निसर्गतःच उंच, बारीक आणि सडपातळ असण्याकडे त्यांचा कल असतो. याचा अर्थ असा की, जर तुम्ही बुटक्या आणि बाकदार असाल, तर तुमच्या शरीराचा आकार त्यांच्याशी मिळताजुळता असण्याची कधीच शक्यता नाही. म्हणून त्यांच्याशी स्वतःची तुलना करत राहणे थांबवा. एका प्रसिद्ध जाहिरात मोहिमेत एकदा म्हटल्याप्रमाणे, ''सुपरमॉडेलसारख्या न दिसणाऱ्या तीन अब्ज स्त्रिया आहेत आणि तशा दिसणाऱ्या फक्त आठ स्त्रिया आहेत.''

पाचवा उपाय : अभ्यासपाहणीवरून असे दिसते की, एखाद्या सामान्य स्त्रीपेक्षा एखादी सामान्य मॉडेल १० टक्के जास्त उंच असते आणि तिचे वजन २३ टक्क्यांनी कमी असते. म्हणून शरीराच्या आकाराची तुलना करणे विसरून जा. कारण या खेळात तुम्ही कधीच जिंकू शकणार नाही.

शरीरप्रतिमेवर आघात करणारे घटक आहार आणि आहारावरील निर्बंध

असा अंदाज केला जातो की, यूकेमधील आहारविषयक उद्योगांची उलाढाल वर्षाला एक अब्ज पौंड आहे. यात आश्चर्य वाटण्यासारखे काही नाही. कारण आहारावरील निर्बंध, म्हणजेच 'डाएटिंग', त्याला पूरक अशी उत्पादने, त्यासंबंधीची पुस्तके आणि डाएटिंगला चालणारे जेवण, या सगळ्या गोष्टींनी व्यापून गेलेल्या समाजात आपण राहतो आणि असे असूनही, आकडेवारीवरून असे दिसते की, डाएटिंगचा काहीही उपयोग होत नाही. याचे साधे कारण असे की, तुम्हाला स्वतःबद्दल काय

वाटते आणि तुम्ही का खाता, याच्याशी डाएटिंगचा काहीही संबंध नाही; तर त्याचा संबंध तुम्ही काय खाता याच्याशीच फक्त आहे. दुपारच्या जेवणात तुम्ही सॅलड खाण्याऐवजी चिप्स खाणे का चांगले आहे, याच्याशी डाएटिंगचा संबंध नाही. तुमच्या खाण्याच्या आवडीनिवडी कायमस्वरूपी बदलण्याच्या दृष्टीने डाएटिंगचा फारसा उपयोग होत नाही. याचा अर्थ असा की, डाएटिंगमुळे तुम्हाला खरोखरच हव्या असलेल्या खाद्य पदार्थांबाबत नुसता काल्पनिक विचार करण्यात तुम्ही तुमचा सगळा वेळ घालवता. एकदा का तुमचे डाएटिंग संपले की, तुम्ही ताबडतोब तुमच्या खाण्याच्या जुन्या पद्धतीकडे वळता. (आणि म्हणून कमी झालेले वजन पुन्हा वाढवता).

प्राजक्ता नावाची १२ वर्षांची मुलगी म्हणते, ''मी नेहमी डाएटिंग करत असते, कारण शाळेत असताना जाड असणे ही फार भयंकर गोष्ट आहे. मुलांना तुम्ही आवडत नाही आणि मी जरी नेहमीचेच जेवण जेवत असले, तरी काही मुली माझ्याकडे अशा नजरेने पाहतात की, जणू काही मी अधाशासारखे खाते आहे. म्हणून मी असा बहाणा करण्याचा प्रयत्न करते की, मला भूकच लागलेली नाही आणि मग खाणेच टाळते.''

डाएटिंगमुळे स्वप्रतिमेची होणारी हानी

डाएटिंग आणि त्यासोबत येणाऱ्या, जेवण टाळणे, सर्व पदार्थ असताना त्यातला एकच पदार्थ खाणे, सारख्या कॅलरीज मोजणे, यांसारख्या वजन कमी करण्यासाठीच्या, आरोग्याला बाधक असणाऱ्या पद्धती, तुमच्या स्वप्रतिमेचा नाश करत असतात. कारण या सगळ्या गोष्टींचे काम एवढेच असते, की तुम्ही जशा नाही, म्हणजे बारीक नाही, पुरेशा सडपातळ नाही आणि पुरेशा चांगल्या नाही, त्यावरच तुम्हाला लक्ष केंद्रित करायला लावणे. या गोष्टी आयुष्यभरासाठी खाण्याच्या धोकादायक पद्धती आणि तुमचे शरीर व तुमचे वजन याबाबतचे नकारात्मक विचार यांची तुमच्यासाठी कायमची सोय करून ठेवतात.

ही वस्तुस्थिती लक्षात घ्या :

- दर सहापैकी एक स्त्री तिचे वजन कमी राखण्यासाठी पुष्कळदा जेवणे टाळते.
- आपल्यापैकी चारातली एक स्त्री जास्तीत जास्त वेळ वजन कमी करण्याचा

प्रयत्न करत असते.

- किशोरवयातील मुलींपैकी ६२ टक्के मुली वजन आटोक्यात राहावे म्हणून धोकादायक पद्धतींचा अवलंब करतात.
- २२ टक्के किशोरवयीन मुली, डाएटिंगसाठीच्या गोळ्या घेणे, उलट्या करणे, पोट साफ होण्यासाठीची औषधे घेणे या गोष्टींचा अवलंब करत असल्याचे कबूल करतात.

'डाएट' या विषयावर जेवढे काही बोलले जाते, त्यात एक संदेश मात्र हरवून जातो, तो म्हणजे, आरोग्यपूर्ण डाएटिंग (तुमचे जास्त असलेले वजन कमी करायला हवे असणे आणि त्याचवेळी आरोग्यपूर्ण जेवण घेऊन प्रकृती निरोगी, म्हणजेच आरोग्यपूर्ण ठेवणेही गरजेचे असणे) आणि अनारोग्यकारक डाएटिंग (शरीराचे वजन अवास्तव पातळीवर खाली आणण्यासाठी टोकाचे डाएटिंग आणि खाण्यापिण्याच्या कमालीच्या चुकीच्या पद्धतींचा अवलंब करणे) यामध्ये खूप मोठा फरक आहे.

सुदृढ दिसण्याचा एकमेव मार्ग :

सडपातळ असणे आणि सुदृढ, सशक्त दिसणे याचा जरी खूप मोठा ताण येत असला, तरीही डाएटिंग हा वजन घटवण्याचा आणि स्वतःबद्दल चांगले वाटावे यासाठीचा सर्वांत वाईट मार्ग आहे, हे लक्षात घेणे खूप महत्त्वाचे आहे. स्वतःचे शरीर आरोग्यसंपन्न ठेवून, आयुष्यभर आनंदी राहण्याचा एकमेव मार्ग म्हणजे व्यायाम करणे आणि अत्यंत संतुलित आणि आरोग्यदायी आहार घेणे, हा होय. अशा आहारात अन्नाच्या सर्व प्रकारांचा व घटकांचा समावेश होतो. प्रथिने (मांस, मासे, अंडी, सोयाबीनपासून बनवलेले गोड दही म्हणजे टोफू, कठीण कवचाची फळे म्हणजे शेंगदाणे इ. सारखे नट्स, द्विदल धान्ये आणि कडधान्ये), कर्बोदके म्हणजे कार्बोहायड्रेटस् (पास्ता, भात आणि ब्रेड-पोळी इ.) चरबीयुक्त पदार्थ म्हणजे फॅट्स (चीज आणि दूध), भाज्या व फळे (दिवसातून पाच वेळा). आरोग्याला हानिकारक असणारे अन्नपदार्थ (गोड पदार्थ, केक, बिस्किटे, खुसखुशीत व खमंग पदार्थ आणि आजकाल 'फास्ट फूड' म्हणून ओळखले जाणारे पदार्थ) माफक प्रमाणात खाल्ले जावेत; म्हणजे या सर्व पदार्थांमधील एखादा पदार्थ दिवसातून एकदा आणि अगदी कमी प्रमाणात खाल्ला तर चालेल. (चौथ्या प्रकरणात याबाबत तपशिलाने लिहिले आहे.)

तुम्हाला डाएटिंगने पछाडले आहे का?

जर तुम्हाला 'डाएटिंग'चे व्यसन लागले असेल आणि एखाद्याने एकदम खूप वजन कसे कमी केले हे समजल्यावर, तुम्ही नेहमीच निराश होत असाल किंवा ज्याचा पटकन वजन कमी करण्यासाठी उपयोग होईल, अशी कोणतीही गोष्ट करण्यास उतावीळ झाला असाल, तर तुम्ही स्वतःला पुढील प्रश्न विचारा :

१. **तुम्हाला वजन कमी करण्याची खरोखरच गरज आहे का?** हे तपासून पाहण्यासाठी त्याबद्दल तुमच्या डॉक्टरांना विचारा. म्हणजे तुमच्या आरोग्याच्या दृष्टीने असे काही करणे गरजेचे आहे की आनंद मिळवण्यासाठी हा एक मार्ग आहे असे तुम्हाला वाटत असल्याने, तुम्हाला तसे काही करावेसे वाटते आहे, हे तुम्हाला ठरवता येईल.

२. **मैत्रिणींचे अनुकरण करायचे, म्हणून तुम्ही डाएटिंग करता आहात का?** तुमच्या मैत्रिणी डाएटिंग करणाऱ्या असतील, तर तुम्ही डाएटिंग करण्याची शक्यता पाच पटींने जास्त असते. 'इतरांपेक्षा वेगळे असल्याने एकटे पडल्यासारखे वाटणे' ही भावना जरी दुःखदायक असली तरी एक गोष्ट लक्षात ठेवा की, तुम्ही काय खावे किंवा काय खाऊ नये किंवा तुमच्या शरीराचा आकार कसा असावा, हे तुमच्या मैत्रिणींनी ठरवायचे नाही.

३. **आपल्या समवयस्क मित्र-मैत्रिणींना अधिक आवडावे म्हणून तुम्ही डाएटिंग करत आहात का?** जर तसे असेल तर तुमचा हा विश्वास जरा तपासून पाहा. सडपातळ असणे म्हणजे अधिक चांगले, अधिक आनंदी किंवा अधिक प्रसिद्ध असणे असा अर्थ होत नाही आणि याचा अर्थ असाही नक्कीच होत नाही, की त्यामुळे तुम्ही इतरांची अगदी जवळची मैत्रीण बनण्यास पात्र व्हाल.

४. **शरीराचे सामान्य वजन किती असावे असे तुम्हाला वाटते?** आणि इतरांना असे सामान्य वजन जसे असावे असे वाटते, तसेच तुम्हालाही वाटते आहे का? वेगळ्या शब्दांत सांगायचे झाल्यास, याबाबतचे तुमचे मत इतर लोकांपेक्षा वेगळे आहे का? जर तसे असेल, तर तुमच्या मताचा तुम्ही फेरविचार करणे आणि तुमचे तसे मत कोणत्या गोष्टीमुळे आणि का बनले आहे, याचा विचार करणे आवश्यक आहे.

डाएटिंगच्या संदर्भात अत्यंत चुकीच्या गोष्टी

डाएटिंगचे सर्वांत वाईट व चुकीचे प्रकार पुढीलप्रमाणे आहेत :

- *कमी चरबीयुक्त म्हणजे 'लो-फॅट' आहार, तुम्ही किशोरावस्थेत घेणे अगदी चुकीचे आहे. कारण वयात येत असताना आणि प्रजननक्षमता निर्माण होत असताना, तुम्ही ठरावीक प्रमाणात चरबीयुक्त आहार घेणे गरजेचे असते.*
- *कमी उष्मांक असणारा म्हणजे 'लो-कॅलरीज' आहार हा घातक असतो आणि त्यामुळे तुम्हाला अशक्तपणा आणि उदासीनता वाटू लागते.*
- *ब्रेड किंवा पास्ता यासारख्या काही ठरावीक प्रकारच्या कर्बोदकेयुक्त अन्नपदार्थांवर बंधने घालणरा आहार हा आरोग्याला हानिकारक असतो. कारण त्यामुळे तुम्हाला आवश्यक असणारे पौष्टिक घटक मिळत नाहीत.*
- *ज्याचा परिणाम लगेच दिसेल असे डाएटिंग – याला 'जादू करणारे डाएटिंग' असेही म्हणतात. त्यामुळे कमी वेळात वजन जास्त प्रमाणात घटेल याची खात्री दिली जाते. पण असे डाएटिंग आरोग्याला हानिकारक व धोकादायक असते.*

शरीरप्रतिमेवर आघात करणारे घटक तुमच्या बरोबरीच्या मैत्रिणींचा गट

तुम्हाला तुमच्या शरीराबद्दल काय वाटते, यावर तुमच्या मैत्रिणी आणि वर्गातील मुलींचा खूप मोठा प्रभाव असू शकतो. एका पाहणीवरून असे दिसते की, तुमच्या जितक्या जास्त मैत्रिणी डाएट करणाऱ्या असतील आणि त्यांच्याकडून डाएटिंगबद्दल तुम्हाला जितकी जास्त माहिती मिळत राहील, तितकी तुमच्या स्वतःच्या शरीराबद्दल तुमच्या मनात असणारी प्रतिमा खालावण्याची शक्यता आहे. त्याचप्रमाणे जितक्या जास्त वेळा तुम्ही तुमच्या शरीराची तुलना, तुमच्या वयाच्या इतर मुलींच्या शरीरांबरोबर कराल, तितक्या जास्त प्रमाणात वजन आणि

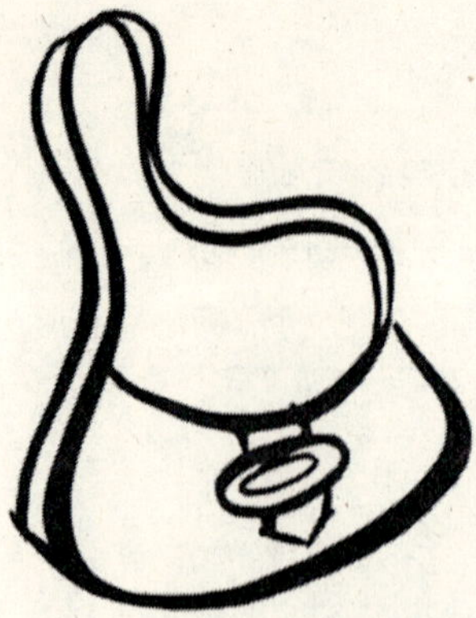

शरीराचा आकार याबाबतचे विचार तुम्हाला झपाटून टाकण्याची शक्यता आहे.

याहून मनोरंजक गोष्ट म्हणजे, तुम्ही ज्या समवयस्क मुलींच्या गटाबरोबर असता तो गट तुमच्या स्वतःच्या खाण्याच्या सवयींवर तुम्ही कसा ताबा ठेवायचा, हे ठरवत असतो. हे एका अभ्यास गटाच्या पाहणीवरून स्पष्ट झाले आहे. संशोधकांना असे आढळून येते आहे की, तुम्ही ज्यांच्या आसपास सतत असता त्यांचा आणि तुमचा आहार, वजन आणि तुमची शरीरप्रतिमा याबाबतच्या तुमच्या दृष्टिकोनाचा थेट संबंध आहे.

- ज्या मुली खेळाडू असणाऱ्या मैत्रिणींबरोबर असतात, त्यांना त्यांच्या वजनाविषयी फारशी काळजी नसते आणि त्यांचे वजन आटोक्यात राहावे म्हणून त्या फारसे प्रयत्न करण्याची शक्यताही नसते, कारण सामान्यतः धडधाकट राहण्यावर त्यांचे जास्त लक्ष केंद्रित झालेले असते.
- ज्या मुली कला क्षेत्राची आवड असणाऱ्या मुलींबरोबर असतात, त्या त्यांच्या वजनाबद्दल आणि दिसण्याबद्दल जास्त काळजी करतात आणि वजन कमी करण्याचे प्रयत्न करण्याची शक्यता त्यांच्या बाबतीत जास्त असते.
- ज्या मुली अशा कोणत्याच एका प्रकारच्या मुलींच्या गटाबरोबर नसतात, त्या सडपातळ होण्याचे वेगवेगळे मार्ग अवलंबण्याची शक्यता सर्वांत जास्त असते, कारण कोणाशीही जुळवून घेता यावे, यासाठीचा तो मार्ग आहे असे बहुधा त्यांना वाटत असते.

तुम्हाला माहीत असलेली इतर प्रत्येक मुलगी जे करत असते, त्याच्याविरुद्ध ठामपणे काही वेगळे करणे हे जरी खूप कठीण असले तरीही, एक गोष्ट लक्षात ठेवा की, वजन कमी करण्यासाठी आरोग्याला घातक अशा पद्धती तुम्ही वापरत असाल, तर शेवटी नुकसान तुमचेच होणार आहे. तुम्हाला वजन कमी करण्याची गरज आहे असे तुम्हाला वाटत असेल, आणि तुमच्या डोक्यात त्यासाठीची कोणतीच योजना येत नसेल, तर अशा वेळी करावयाची महत्त्वाची गोष्ट म्हणजे, डॉक्टर किंवा नोंदणीकृत आहारतज्ज्ञ किंवा अगदी तुमच्या शाळेतील वैद्यकीय-सेविका यांसारख्या व्यावसायिक व्यक्तीकडून तुमचे वजन तपासून घेणे. या व्यक्ती तुमच्या मैत्रिणींपेक्षा वेगळ्या असतात, प्रशिक्षित असतात आणि म्हणून त्या तुमची उंची व वय यांच्याशी तुमचे वजन योग्यपणे जुळणारे आहे का, हे तुम्हाला सांगू शकतात. जर ते तसे प्रमाणबद्ध नसेल, तर तुम्ही त्यासाठी काय करणे तुमच्यासाठी

सर्वांत योग्य आहे, याविषयीचा सल्ला ते तुम्हाला देऊ शकतील.

याबरोबरच, या सर्व गोष्टींबद्दल तुमच्या मैत्रिणींशी बोला आणि तुम्ही सर्व जणी, तुमचे वजन आणि तुमचे शरीर याबद्दलच किती वारंवार बोलता, हे आवर्जून लक्षात आणून द्या. प्रत्येकीच्या मनातील वजन जास्त असण्याच्या भीतीला तुम्हीच एकमेकी खतपाणी घालता आहात का, याचा विचार करा. मग शरीराविषयी रोज फक्त पाचच मिनिटे किंवा त्याहूनही कमी वेळ बोलायचे, असे बंधन घालून घ्या आणि स्वतःला या सगळ्या विचारांपासून परावृत्त करण्याचा प्रयत्न करा.

शरीरप्रतिमेवर आघात करणारे घटक आपण जाड आहोत असे वाटणे

विश्वास ठेवा अगर ठेवू नका; पण शरीरप्रतिमा वाईट आहे असे जेव्हा वाटू लागते, तेव्हा त्यासाठी तुमचे वजन नाही, तर तुमच्या शरीराबद्दल तुम्हाला काय वाटते, ते कारणीभूत असते. मुलीच्या प्रत्यक्ष वजनापेक्षा, 'आपण जाड आहोत' असे वाटण्याचा स्वप्रतिमेवर खूप मोठा परिणाम होत असल्याचे किशोरवयातील ७००० मुलींच्या केलेल्या अभ्यासातून आढळून आले आहे.

वजन– ही मन व्यापून टाकणारी गोष्ट आहे.

आठवड्यातून तीन वेळा किंवा अगदी दिवसातून तीन वेळा तुम्ही स्वतःचे वजन करत असाल तर तुम्हाला 'वजनाने' पछाडले आहे, असे म्हणावे लागेल आणि दुःखाची गोष्ट अशी की, अशा पछाडलेल्या तुम्ही एकट्याच नसता. २००० मुलींच्या एका सर्वेक्षणात असे दिसले की :

- *वजन कमी केले तर आपण जास्त आनंदी होऊ असे ६० टक्के मुलींना वाटत होते.*
- *६७ टक्के मुलींना स्वतःचे वजन कमी करण्याची गरज आहे, असे वाटत होते.*
- *७५ टक्के मुलींना असे वाटत होते की, सडपातळ मुली मुलांमध्ये जास्त लोकप्रिय होतात.*
- *५० टक्के मुली, 'आपल्या रोलमॉडेल्ससारख्या आपण कधीच दिसणार नाही', या विचाराने निराश झालेल्या होत्या.*

(ब्लिस सर्व्हे २००४, यू. के.)

वस्तुस्थिती ही आहे की, बहुतेक सर्व मुली 'आपण खूप जाड आहोत' याची काळजी करत असतात. हो, अगदी तुम्हाला माहिती असलेली, बरीचशी मॉडेलसारखी दिसणारी मुलगी आणि अगदी तुम्हाला खूप आवडणारी तुमची मैत्रीणही अशीच काळजी करत असते. 'मी जाड आहे' असे जर तुम्ही म्हणाला असलात, तर बाथरूममधल्या वजनकाट्यावर उभे राहून, एकदा कपडे घालून वजन केल्यावर, मग कपडे न घालता वजन केल्यावर, आणि मग एका पायावर उभे राहून, कशाचा तरी आधार घेऊन, तोल सांभाळत वजन केल्यावर तुम्हाला तसे वाटले असेल. या सगळ्याचा परिणाम म्हणजे वजनाचा आकडा जादू झाल्यासारखा कमी न आल्याने, तुम्हाला धडकी भरली असेल, आणि तुम्हाला एका दिवसभराचे नाही, आठवडाभराचे नाही, तर पूर्ण आयुष्यभरासाठीचे दुःख झाल्यासारखे वाटले असेल आणि त्यामुळे 'आपण बारीक नाही' म्हणून तुम्ही स्वतःचाच तिरस्कार करत असाल; पण यातली उपरोधिक गोष्ट ही आहे की, आपला देश हा जाड लोकांचा देश आहे, असे कितीही खळबळजनक मथळे देऊन सांगितले जात असले, तरीही किशोरवयातील चार मुलींपैकी फक्त एकाच मुलीचे वजन जास्त आहे किंवा ती लठ्ठ आहे, असे म्हणता येते. याचा अर्थ असा की, ७५ टक्के छान मुलींपैकी तुम्ही असू शकता. त्यामुळे तुम्ही जशा आहात तशाच छान आहात. (आणि जरी तुम्ही तशा नसाल, तरी ती काही काळ्या दगडावरची रेघ नाही, कारण तुम्ही परिस्थिती बदलू शकता. याबद्दल पुढे विस्ताराने लिहिले आहे.) तुमचे वजन किती आहे ही सर्वांत वाईट गोष्ट नाही, तर 'आपण जाड आहोत' या विचाराने तुमचे मन किती व्यापून गेले आहे, ही खरोखर वाईट गोष्ट आहे.

वजनाच्या विचाराने तुमचे मन किती व्यापले आहे हे पाहण्यासाठी पट्कन पुढची चाचणी सोडवून पाहा :

चाचणी : तुम्ही वजनामुळे किती पछाडलेल्या आहात?

पुढे दिलेल्या प्रश्नांचे, तुम्हाला सर्वांत जवळचे वाटत असेल त्या उत्तराला गोल करा आणि शेवटी तुमच्या गुणांची बेरीज करा.

१. **आपण किती जाड आहोत या विचाराने, एखाद्या दिवशी तुमच्या मनात सकारात्मक किंवा नकारात्मक विचार येतात का?**
हो.
नाही.

२. **तुम्ही एखाद्या खोलीत शिरता आणि तिथे तुम्हाला तुमच्यापेक्षा जाड असणारे कोणीतरी दिसते, तेव्हा तुम्ही मनातल्या मनात खूश होता का?**

हो.

नाही.

३. **तुम्हाला वरचेवर असे वाटते का की, लोक तुमच्या वजनाबद्दल बोलत आहेत?**

हो.

नाही.

४. **तुमच्या शरीराच्या आकारमानामुळे तुम्हाला लाजिरवाणे वाटते का?**

हो.

नाही.

५. **तुमचे वजन कमी असते, तर तुमचे आयुष्य १०० पटींनी अधिक चांगले झाले असते, असे तुम्हाला वाटते का?**

हो.

नाही.

६. **लोकप्रिय व्यक्ती वजन कसे कमी करतात, याबाबतची माहिती वाचण्याचे व्यसनच तुम्हाला जडले आहे का?**

हो.

नाही.

गुणमोजणी

तीन किंवा तीनपेक्षा जास्त प्रश्नांची उत्तरे 'हो' असतील तर –

तुम्ही वजन या गोष्टीने पछाडलेल्या आहात.

दोन उत्तरे 'हो' असतील तर –

सावधान राहा, 'वजन' या गोष्टीने पछाडल्या जाण्याच्या सीमारेषेवर तुम्ही आहात.

एक उत्तर 'हो' असेल तर –

तुम्ही जशा आहात तशाच छान आहात.

तुमच्या मनाची धारणा बदलणे

तुमच्या वजनावरून तुम्ही स्वतःबद्दलचे मत ठरविल्यामुळे दुःखी झाले असाल, तर ते मत कसे बदलायचे आणि वजनामुळे मन व्यापू न देण्यास सुरुवात कशी करायची, याबद्दल इथे संगितले आहे.

- तुम्ही कशा नाहीत यावर लक्ष केंद्रित करण्याऐवजी, स्वतःलाच प्रश्न विचारा की, मी आणखी आनंदी होण्यासाठी या क्षणी काय करू शकते? पाच मिनिटांत तुमचे वजन तुम्ही कमी करू शकत नाही; पण स्वतःबद्दल अक्षरशः सकारात्मक राहायचे ठरवून, तुम्ही तुमच्या मनाची धारणा बदलू शकता.
- वजनाबाबत नकारात्मक बोलणे थांबवा. आपण जाड आहोत असे तुम्हाला जेव्हा-जेव्हा वाटेल त्या प्रत्येक वेळी, तुम्ही स्वतःबद्दल नेमके काय बोलता आहात, याकडे नीट लक्ष द्या आणि त्यातल्या प्रत्येक नकारात्मक गोष्टीच्या जागी सकारात्मक असे काही बोला (किंवा सकारात्मक विचार करा). जर तुम्हाला सकारात्मक असे काहीच आठवले नाही, तर नकारात्मक गोष्टींची यादी करणे थांबवा.
- जास्तीत जास्त बरोबर वजन दाखवेल असा वजनकाटा वापरा. त्यावर उभे राहिल्यावेळी तुमचे वजन काय आहे एवढेच या काट्यामुळे मोजले जाते. तुमच्या पाळीमुळे किंवा तुम्ही वयात येत असल्यामुळे तुमच्या वजनात कसा बदल होतो किंवा दिवसभरात तुम्ही किती पाणी पिता किंवा तुम्हाला किती घाम येतो, या कशाचाही विचार वजनकाटा करत नाही.
- तुम्ही आज कशा दिसता, त्यावरून तुम्ही उद्या कशा दिसाल, हे सांगता येणार नाही. तुमच्या शरीराला अगदी योग्य असा आकार प्राप्त होण्यासाठी त्याला थोडा वेळ द्या आणि तसे होत असताना अत्यावश्यक बाब म्हणून वजनाचा विचार करणे थांबवा.

तुमचे वजन वाजवीपेक्षा जास्त असेल तर

विविध प्रकारच्या संशोधनांच्या निष्कर्षांवरून असे दिसते की, तुमची स्वप्रतिमा खालावलेली असणे, आणि तुमचे वजन जास्त असणे यांच्यात नक्कीच परस्परसंबंध आहे. जास्त वजन असणाऱ्या माणसांना काय वाटत असेल आणि आपण जाड असल्याने आपल्यालाही तसेच वाटते आहे, असा विचार तुम्ही करत असलात, तर त्यात आश्चर्य वाटण्यासारखे काही नाही. तथापि जाड असल्यामुळे तुम्ही असमाधानी, दुःखी आणि निराश असलेच पाहिजे, असे नाही.

संशोधनावरून असे दिसते की, ज्यांची स्वप्रतिमा खालावलेली आहे अशा वजन जास्त असणाऱ्या किशोरवयीन मुलांचे पालक किंवा मित्र-मैत्रिणीच त्यांना त्यांच्या वजनाच्या समस्येवरून चिडवत असतात किंवा घाबरवून टाकत असतात आणि शाळेतही त्यांना असेच घाबरवून टाकले जात असते. याचा अर्थ असा की, तुम्हाला जर स्वतःबद्दल फार वाईट वाटत असेल, तर तुम्हाला असे वाईट वाटण्यास कोण भाग पाडत असेल त्यांच्याविषयी तुम्ही सर्वप्रथम काहीतरी केले पाहिजे. शाळेमध्ये असे घाबरवून टाकले जात असेल, तर त्यासाठी कोणाचीतरी मदत मागा, आणि पालकांच्या टीकेमुळे तुम्हाला स्वतःबद्दल काय वाटू लागते, ते पालकांनाही सांगा.

तुमचे वजन वाजवीपेक्षा जास्त आहे याची जर तुम्हाला खात्री असेल आणि त्यासाठी तुम्हाला काहीतरी करावेसे वाटत असेल, तर तुम्ही गरजेपेक्षा जास्त का खाता, यावर विचार करण्याची तुम्हाला गरज आहे. वजन जास्त असणाऱ्या व्यक्तींच्या बाबतीत आरोग्याला घातक अशा खाण्याच्या सवयींपेक्षा वेगळे काही कारणही असते आणि बहुतेक उदाहरणांमध्ये, खाण्याच्या बाबतीत काही भावनिक घटकही कारणीभूत असतात. कदाचित तुम्हाला एकटेपणा वाटत असतो, वाईट वाटत असते किंवा तुम्ही स्वतःचाच तिरस्कार करत असता किंवा आतून एक निरर्थकपणा जाणवत असतो. मग अशा वेळी 'जेवण' ही पोकळी भरून काढते आणि तुम्हाला बरे वाटू लागते, किंवा 'जेवण' हाच तुमचा सर्वांत चांगला मित्र बनतो. हे केवळ दिलासा देणारे खाणे असते; पण त्याचा त्रास असा होतो की, त्यामुळे पुढीलप्रमाणे एक दुष्टचक्रच सुरू होते –

तुम्हाला खूप दुःख होत असते; कमीपणा वाटू लागतो, म्हणून तुम्ही खाता. मग असे उगीचच खाल्ल्यामुळेही तुम्हाला काहीतरी चुकते आहे, असे वाटू लागते. आणि मग तुम्हाला आणखीच वाईट वाटू लागते व खंत वाटू लागते. मग पुन्हा तुम्ही खाण्याचाच विचार करता आणि खाताही, आणि मग पुन्हा त्यामुळे तुम्ही दुःखी होता, खंत करू लागता!

तुलनेने विचार करता, तुमच्या वजनाबाबत काहीतरी सकारात्मक करणे, आणि आरोग्यपूर्ण होणे, यामुळे एक चांगले चक्र सुरू होण्यास मदत होईल, आणि मग तुम्ही जे काही मिळवाल, त्याबद्दल तुम्हाला चांगले वाटेल. त्यामुळे तुमची स्वप्रतिमा उंचावेल आणि आरोग्यपूर्ण राहण्यास तुम्हाला प्रोत्साहन मिळेल.

तुम्हाला खूप निराश झाल्यासारखे आणि आता कशाचीच मदत होणार नाही असे वाटत असले, तरी एक गोष्ट लक्षात ठेवा की, आहारतज्ज्ञ आणि तुमचे डॉक्टर यांसारख्या काही व्यक्ती आहेत, ज्या तुमचे वजन कमी व्हावे यासाठी तुम्हाला मदत करू शकतात. याशिवाय अशा कितीतरी संस्था आहेत, ज्या

किशोरवयीन मुलींना त्यांच्या वजनाच्या समस्येबाबत आणि खालावलेल्या स्वप्रतिमेबाबत मदत करण्यासाठीच विशेष करून काम करत असतात. तरीही तुम्ही वास्तवाचा स्वीकार करणे आणि स्वतःला स्वतःबद्दल चांगले कसे वाटेल, याचे मार्ग शोधत राहणे, हेही खूप महत्त्वाचे असते. तुमचे वजन जास्त आहे याचा अर्थ तुम्ही दुःखीच असायला हवे असा नाही.

हे करून पाहा –

१. तुमच्यातील सामर्थ्याचा उपयोग करा.

यश हा तुमच्या स्वप्रतिमेला प्रोत्साहन देणारा एक फार मोठा घटक आहे. म्हणून तुमचे सामर्थ्य कशाकशात आहे हे लक्षात घ्या आणि त्यांच्याशी संबंधित कामे करण्यास सुरुवात करा. तुम्ही उत्तम श्रोते आहात का? तुम्ही किशोरवयातील एक सल्लागार व मदतनीस होऊ शकता का? तुम्ही एखादे ध्येय निश्चित करून त्याचा पाठपुरावा करायचे ठरवलेत, तर तुम्ही तुमचा वेळ त्याच कामासाठी खर्च का करू नये? तसे करा, आणि मग त्याचा परिणाम तुम्हाला काय दिसतो ते पाहा.

२. आरोग्याला हितावह असे काही करण्याचा प्रयत्न करा.

काही नवीन शारीरिक व्यायाम सुरू करून पाहा, म्हणजे तुमचे तुम्हालाच कळेल की, आत्तापर्यंत ज्या क्षेत्राचा तुम्ही कधी विचारही केला नव्हतात, त्यातही तुम्ही काही काम करू शकता. त्यासाठी कोणता खेळच खेळायला हवा असे नाही. शरीर तंदुरुस्त ठेवण्यासाठी उपयुक्त अशी डीव्हीडी विकत आणा आणि तुमच्या शयनगृहात त्यात दाखवलेले व्यायाम करा, नृत्य शिका किंवा दररोज नुसत्या फिरायला जा.

३. तुमच्यातील विशेष कौशल्ये शोधा.

नवीन गोष्टी शिकणे किंवा आयुष्याचा आनंद घेणे यामध्ये वजनवाढीच्या दुःखाला (?) तुम्ही कुरवाळत बसल्यामुळे अडथळा येतो का? तसे असेल, तर नवनव्या गोष्टी स्वतः करून पाहण्याचा प्रयत्न करा आणि तुम्ही कोणती गोष्ट चांगली करू शकता, हे शोधून काढा. जे काम तुम्हाला खूप वेदनादायक वाटत असेल, असे शारीरिक कामच केले पाहिजे असे नाही. संगीत, एखादी कला, लेखन, फोटोग्राफी असे काही करून पाहा. मुळात तुमच्या निर्मितिक्षम मनाचा वापर केला जाईल आणि फक्त तुमच्या वजनावरच लक्ष केंद्रित केले जाणार नाही, अशी कोणतीही गोष्ट शोधून काढा.

४. तुम्हाला पाठिंबा देऊ शकणारी माणसे शोधा.

तुमचे वजन कितीही असो, तुमच्यामागे भक्कम सामाजिक पाठिंबा असणे महत्त्वाचे असते. मन मोकळे करा आणि तुमच्या मैत्रिणी, नातेवाईक, शिक्षक यांच्याशी आणि अगदी 'ऑनलाइन' केल्या जाणाऱ्या जाहीर चर्चांमध्येही बोला. (अर्थात तुम्ही 'ऑनलाइन' कोणती माहिती देता याबद्दल सावधानता बाळगा आणि प्रतिष्ठित चर्चास्थाने आणि नेटवर्कवरील प्रतिष्ठित साइट्सचीच यासाठी निवड करा) त्यामुळे तुम्हाला एक प्रकारचा भावनिक आधार मिळेल त्याची तुम्हाला (आणि इतर प्रत्येकालाच) आयुष्यातल्या कठीण प्रसंगातून बाहेर पडण्यासाठी गरज असते.

५. स्वतःशीच छान वर्तन ठेवा.

केवळ तुमचे वजन वाजवीपेक्षा जास्त आहे, याचा अर्थ असा होत नाही की, तुम्ही स्वतःलाच शिक्षा केली पाहिजे किंवा स्वतःशी नीचपणाने वागले पाहिजे किंवा इतरांचे वाईट वागणे तुम्ही सहन केले पाहिजे. त्यात तुम्हाला चिडवण्याचाही समावेश असतो. तुम्हाला दुखावणारी टीका फक्त हसून सोडून देऊ नका, तर अशा टीकेमुळे तुम्हाला काय वाटते आणि कोणीही अशी टीका केलेली तुम्हाला चालणार नाही, हे लोकांना सांगा. तुम्हाला दमदाटी करून घाबरवणाऱ्या लोकांविरुद्ध काहीतरी पाऊल उचला व त्यासाठी हे सर्व काय चालले आहे ते त्यांना सांगा. तुमचे वजन जास्त असल्याने, तुम्हाला अशी वाईट वागणूक मिळण्यासच तुम्ही पात्र आहात, असे कधीही वाटून घेऊ नका.

६. तुमच्या आकारमानानुसार कपडे घाला.

केवळ तुमच्या मैत्रिणींपेक्षा तुम्ही आकारमानाने मोठ्या आहात याचा अर्थ असा होत नाही की, तुम्ही चांगले कपडे घालू शकत नाही. तुमचे शरीर सतत लपविणे, हा तुमचे व्यक्तिमत्त्व लपवण्याचाच एक भाग आहे. म्हणून तुमच्या आकारमानाला योग्य असे कपडे घाला (जरी तुम्हाला ते फारसे आवडत नसले तरीही) (याबद्दल चौथ्या प्रकरणात अधिक माहिती दिलेली आहे) याचा अर्थ असा की, तुमच्या शरीराला योग्य बसतील असे कपडे घाला, ताठ उभ्या राहा, आणि ताठ मानेने चाला. मान खाली घालून चालण्याची काहीच गरज नाही. त्यामुळे 'स्वतःचीच लाज वाटणारी व्यक्ती' असे तुम्हाला ओळखले जाणार नाही.

७. तुम्ही कशा आहात, ते तुमच्या वजनावरून ठरत नाही, हे लक्षात घ्या.

तुमचे वजन किती आहे, यावरून तुम्ही माणूस म्हणून कशा आहात, हे ठरवता येत नाही. केवळ तुमचे वजन जास्त आहे म्हणजे, जाड असणाऱ्यांशी समाजाने ज्या-ज्या गोष्टी जोडलेल्या आहेत, त्या सर्व तुमच्यात आहेत असे होत नाही. याचा अर्थ असाही होत नाही की, तुम्ही आनंदी होऊ शकत नाही, प्रेमात पडू शकत नाही किंवा कशात यशस्वीही होऊ शकत नाही. समाजाच्या 'आकर्षक' या संकल्पनेत न बसणारी असंख्य माणसे यशस्वी व आनंदी असतात. तुमचे जे वजन असेल त्यासह आनंदी राहणे हा त्यावरचा उपाय आहे आणि तुम्ही आनंदी नसाल, तर त्यासाठी काहीतरी करा.

८. तुमच्या वजनाबाबत काहीतरी सकारात्मक करा.

तुमचे वजन किती आहे यापेक्षाही तुम्ही जशा आहात तसे राहणे आणि तुम्हाला असहाय वाटेल किंवा स्वतःबद्दलच काही भयानक वाटेल, अशी कुठलीही कृती न करणे हे महत्त्वाचे आहे. स्वतःच स्वतःला मदत करण्यासाठी काहीतरी सकारात्मक करा, मग ते आयुष्यात अधिक रस घेणे असो; तुम्हाला दमदाटी करणाऱ्यांविरूद्ध काही कृती करणे असो किंवा व्यायाम वाढवून, आयुष्यात आरोग्यपूर्ण खाण्याची सवय लावणे असो. याहूनही जास्त चांगले म्हणजे तुमच्या वजनाबाबत समुपदेशक किंवा डॉक्टर यांच्याशी बोला, आणि वजन आटोक्यात आणण्याच्या पद्धतींबाबत त्यांची मदत घ्या.

९. 'शून्य' मापाचे कपडे आणि लठ्ठपणावरील चर्चा यांच्याकडे दुर्लक्ष करा.

'शून्य'माप हे स्त्रियांच्या कपड्यांचे अमेरिकेतील एक माप आहे, जे युरोपमधील '४' या मापाबरोबरचे असते, त्यात कमरेचे माप ५८ सेंटिमीटर (२३ इंच) असते (८ वर्षांच्या मुलीचा सरासरी घेर). चांगले दिसण्याचा हा सर्वांत पहिला मार्ग आहे असे सांगून, या मापाचे कपडे आपल्या सर्वांना विकले जातात. याच वेळी, लठ्ठपणाबद्दल मनाला त्रास देणारे संदेश आपल्याला दिले जात असतात आणि जाड असणे किती वाईट असते, हे सांगितले जाते.

वस्तुस्थिती ही आहे की, तुम्ही बघता त्या लोकप्रिय व्यक्तींपैकी एक टक्क्याहूनही कमी व्यक्ती, नैसर्गिकपणे 'शून्य' मापाच्या असतात. अतिसडपातळ असणाऱ्या अधिकतर लोकप्रिय व्यक्ती कायमच डाएटिंग करत असतात आणि इतक्या कमी खातात की, त्या सतत भुकेल्या असतात. लठ्ठपणा ही एक समस्या

आहे हे खरे; पण आरोग्यपूर्ण भोजन आणि दररोज व्यायाम यांच्या मदतीने ती समस्या सुटू शकते. ज्यामुळे बेचैन व्हावे, भीती वाटावी अशी किंवा गुपचूप तुमचा ताबा घेईल अशीही ही गोष्ट नाही.

१०. स्वतःकडे एक परिपूर्ण व्यक्ती म्हणून पाहा.

तुम्ही व्यक्ती म्हणून कशा आहात हे तुमच्या वजनावरून ठरत नाही, असा विचार करून पाहा. तुमचे वजन कितीही असो, तुम्ही कोणाचीतरी मैत्रीणही आहात, कोणाचीतरी मुलगी आहात, आणि बहुधा कोणालातरी तुमच्या खांद्यावर डोके टेकवावे असेही वाटत असेल. तुम्ही चुणचुणीत, मजेदार आणि बुद्धिमान असू शकता, आणि तुमच्या भोवतीच्या इतर प्रत्येकाइतक्याच लायकही असू शकता. असे अनेक जास्तीचे गुण असणारी एक परिपूर्ण व्यक्ती म्हणून तुम्ही स्वतःकडे पाहू लागल्यामुळे तुमची स्व-प्रतिमा उंचावू शकते आणि तुम्ही तुमच्या स्वतःबद्दल आणि तुमच्या आयुष्याबद्दल अधिक सकारात्मक होण्यास तुम्हाला मदत होऊ शकते.

शरीरप्रतिमेवर आघात करणारे घटक खाण्याच्या चुकीच्या सवयी :

'ॲनोरेक्झिया नर्व्होसा' आणि 'ब्युलिमिया' या नावाने ओळखल्या जाणाऱ्या, खाण्याच्या चुकीच्या सवयींचा परिणाम, शंभर मुलींपैकी एका मुलीवर तरी झालेला असतो आणि अशा चुकीच्या सवयी लागण्याचे एकच कारण नसले तरी अशा चुकीच्या सवयी असणाऱ्या मुलींना मनातून स्वतःबद्दल कधीच चांगले वाटत नसते हे सर्वज्ञात आहे. म्हणूनच आपण काय खातो व कशा वाढतो यावर नियंत्रण ठेवून, अशा मुली स्वतःला बाह्यतः बदलण्याचा प्रयत्न करत असतात. (किंवा ॲनोरेक्झियाच्या बाबतीत, आपण कशा वाढणार नाही, याचा प्रयत्न करत असतात.)

अभ्यास-पाहणीवरून असे दिसते की, बॅले नृत्य आणि मॉडेलिंग यांसारख्या काही गोष्टी करत असल्यामुळेही तुम्हाला खाण्याच्या चुकीच्या सवयी लागण्याची जास्त शक्यता असते, कारण या कामांसाठी शरीरयष्टी निरखून पाहिली जाते आणि इतर कोणत्याही गोष्टीपेक्षा, तुम्ही बारीक किंवा सडपातळ असण्यावर जास्त भर दिला जातो.

अन्नच जेव्हा शत्रू बनते

जर तुम्ही किंवा तुमची मैत्रीण सध्या वजन खूप घटवण्याच्याच मागे लागलेल्या असाल, तर पुढील गोष्टींबाबत सावधान राहा, कारण खाण्याच्या समस्या निर्माण होण्याची ती लक्षणे आहेत :

१. *जेवण टाळणे*
२. *एकटेच बसून खाणे, जेणेकरून इतर कोणी तुम्हाला खाताना पाहणार नाही.*
३. *वाईट किंवा चुकीचे काही खाणे आणि तुम्ही स्वतःलाच आजारी पाडणे किंवा पोट साफ होण्याची औषधे घेणे (ज्याचा तुम्हाला वजन कमी करण्यासाठी खरेतर काहीही उपयोग होत नाही.)*
४. *तुम्ही खूप जास्त खाल्ले असेल, तेव्हा व्यायाम करणे.*
५. *जेव्हा तुम्ही काही खात नाही, तेव्हा शरीर नियंत्रणात आहे असे वाटणे.*
६. *आपल्या संपर्कात येणाऱ्या कोणालाही आपण जाड आहोत असे वाटत नसतानाही फक्त आपल्याच मतानुसार आपण आपल्याला जाड समजणे.*
७. *आपले वजन वाढू लागले आहे असे वाटणे, जाड असल्याबाबत तिरस्कार वाटणे आणि त्यामुळे पराकोटीच्या संकटात आपण सापडू असे वाटणे.*
८. *शरीरप्रतिमा विपर्यस्त असणे : तुम्ही प्रत्यक्षात आहात, त्यापेक्षा तुम्ही खूप जाड आणि मोठ्या आकाराच्या आहात, असा विचार करत राहणे.*
९. *खाण्याच्या विचित्र सवयी लावून घेणे. उदाहरणार्थ, अन्नाचे लहान लहान तुकडे करणे आणि ताटाभोवती टाकून देणे.*
१०. *निराश आणि एकटे पडल्यासारखे वाटणे.*

'ॲनोरेक्झिया' म्हणजे काय?

ॲनोरेक्झिया ही खाण्याची एक चुकीची सवय आहे. त्यामुळे माणसाला जाड होण्याची इतकी भीती वाटते की तो खाणेच नाकारतो. ॲनोरेक्झिया असणाऱ्याकडे

एक जोरदार आतला आवाज असतो, तो त्याला 'खाणे वाईट आहे' असे वाटायला लावतो. पण त्याच वेळी कॅलरीज जाळण्याच्या दृष्टीने अन्न, कॅलरीज आणि झपाटल्यासारखा व्यायाम यांबाबतच्या विचारांनीही तो पछाडलेला असतो. ॲनोरेक्झियाचा एक भीतिदायक भाग म्हणजे त्यामुळे आयुष्यालाच धोका उद्‌भवू शकतो; कारण ॲनोरेक्झियामुळे, आपण किती बारीक झालो याचा विचार न करता, आपण जाड आहोत असाच विचार माणसे करत राहतात आणि मृत्यू होईपर्यंत स्वतःला उपाशी ठेवू शकतात.

'ब्युलिमिया' म्हणजे काय?

'ब्युलिमिया' ही खाण्याची एक चुकीची सवय आहे. ही सवय असणाऱ्या व्यक्ती, आपले वजन नियंत्रित ठेवण्यासाठी, थोड्या वेळात खूप जास्त खातात आणि विरेचक औषधे घेतात. (स्वतःला आजारी पाडतात किंवा पोट झट्‌कन साफ व्हावे म्हणून रेचक घेतात). याचा अर्थ असा की, ब्युलिमिया असणारी व्यक्ती खूप जास्त जेवते आणि त्याचा त्रास होतो, त्यातून गुपचूप सुटका करून घेण्यासाठी, आजारी पडल्यासारखे तरी करते किंवा पोट साफ होण्याची औषधे तरी घेते. ॲनोरेक्झिया असणाऱ्या मुलींप्रमाणेच, ब्युलिमिया असणाऱ्या मुलींनाही निराश आणि असहाय झाल्यासारखे वाटते. ब्युलिमियामुळे शरीराला आवश्यक असणारे पोषक घटक शरीरातून काढून टाकले जातात आणि त्यामुळे हृदय आणि मूत्रपिंड यांच्या कार्यावर परिणाम होऊ शकतो.

खाण्याच्या चुकीच्या सवयी सोडा

जर तुम्हाला अशी शंका येत असेल की, तुम्हाला किंवा तुमच्या माहितीच्या कुणाला, खाण्याच्या चुकीच्या सवयी लागल्या आहेत, तर तुमच्या कुटुंबीयांची किंवा यासंदर्भात उपलब्ध असणाऱ्या व्यावसायिक सेवांची मदत घ्या. कारण खाण्याच्या अशा चुकीच्या सवयी आपणहून जात नाहीत; पण योग्य मदत मिळाली तर तुम्ही त्यातून बाहेर पडू शकता आणि अन्न व वजन या दोन गोष्टी केंद्रस्थानी नसलेले सामान्य आयुष्य जगू शकता.

तुमची शरीरप्रतिमा कशी सुधारायची?

तुम्हाला कोणासारखे दिसावेसे वाटते? त्या व्यक्तीचे चित्र तुम्ही तुमच्या मनात काढू शकता का? ती अशी कुणी आहे का जिच्याबरोबर तुम्ही शाळेत जाता? की ती तुमच्याच वयाची, तुमच्यासारख्याच शरीरयष्टीची, तुमच्यासारखीच एक सामान्य मुलगी आहे? किंवा ती खूप प्रसिद्ध आहे का? ती तुमच्यापेक्षा उंच, सडपातळ आणि बारीक आहे का? आयुष्य कसे असावे याबाबतची तुमची जी सुप्त इच्छा आहे, तीच इच्छा तिचीही आहे का?

जर असे असेल तर अशा तुम्ही एकट्याच नाही. आपण दुसऱ्या कुणासारखे तरी दिसावे असे विशेषतः वयात येत असताना वाटणे, ही सर्वसामान्य गोष्ट आहे. त्याहूनही एखाद्या मॉडेलसारखे किंवा नटीसारखे असावे असे तुम्हाला वाटत असते. तुम्ही कशासाठीच लायक नाही असे वाटणे ही अगदी सामान्य, स्वाभाविक गोष्ट आहे. परंतु तुमची शरीरप्रतिमा अगदी योग्य, वास्तविक व्हावी यासाठी, वस्तुस्थिती आणि काल्पनिक गोष्टी यांतला फरक लक्षात घेणे महत्त्वाचे आहे; म्हणजेच तुम्हाला मिळालेल्या शरीराच्या बाबतीत काय करणे शक्य आहे आणि काय करणे अशक्य आहे, हे लक्षात घेणे महत्त्वाचे आहे. याचा अर्थ असा की, तुमच्या स्वतःच्या शरीराबाबतची सत्य परिस्थिती तुम्ही स्वीकारायला पाहिजे. म्हणजे तुम्ही किती उंच आणि बारीक होऊ शकता किंवा होऊ शकत नाही, हे प्रामुख्याने तुमच्यातील आनुवंशिक घटकांवरून ठरते; तुम्ही काय खाता आणि किती व्यायाम करता यावरून नाही.

> *कुसुम नावाची १४ वर्षांची मुलगी म्हणते, "मला स्वतःबद्दल खूप चांगले वाटावे असे वाटते. अगदी मनापासून मला तसे वाटावे, अशी माझी इच्छा आहे. पण मला स्वतःलाच जर मी सुंदर, आकर्षक आहे असे वाटत नसेल, तर मी सुंदर, आकर्षक आहे असे नुसते वरवर म्हणण्यात काय अर्थ आहे?"*

आपण सर्व जण एकसारखेच नसतो

मॉडेल्सना, 'एक्टोमॉर्फस' असे म्हटले जाते. म्हणजे ही माणसे सामान्यतः उंच आणि सडपातळ असतात आणि त्यांचे हात आणि पाय लांब असतात. एक्टोमॉर्फसनी कितीही खाल्ले किंवा वजन वाढवण्यासाठी कितीही कठीण असे प्रशिक्षण घेतले, तरी वजन वाढवणे आणि स्नायू मजबूत करणे त्यांच्यासाठी खूप

अवघड असते (हो, हे पूर्णपणे अन्याय्य आहे; पण वास्तव आहे). त्यांच्या शरीराचा प्रकार तसाच असतो, जसा बॅलेनर्तिका, हवाईसुंदरी, लांब पल्ल्यावर पळू शकणाऱ्या धावपटू आणि काही व्यायामपटू यांच्या बाबतीत तुम्ही पाहू शकता एकूण लोकसंख्येच्या फक्त ५ टक्के इतक्याच माणसांचे शरीर अशा प्रकारचे असते.

इतर सर्व माणसे एकतर 'मेसोमॉर्फस' किंवा 'एन्डोमॉर्फस' या प्रकारात मोडणारी किंवा या दोन्हींच्या संमिश्र प्रकारात मोडणारी असतात. 'मेसोमॉर्फस' म्हणजे अशी माणसे सामान्यतः पिळदार स्नायूंची, उंचीने कमी, जाड व सशक्त दंड आणि पाय असणारी असतात. अशी माणसे बलवान व काटक असतात आणि वजन कमी करणे, ही त्यांच्यासाठी अवघड गोष्ट असते.

'एन्डोमॉर्फस' प्रकारातली माणसे सामन्यपणे सफरचंदाच्या किंवा पिअरच्या आकाराची असतात आणि एक्टोमॉर्फस तसेच मेसोमॉर्फसपेक्षा त्यांच्या शरीरात चरबी जास्त असते. वजन आणि शरीरातील चरबी कमी करण्यास त्यांचे शरीरच विरोध करते आणि परिणामतः खूप काळ उपाशी राहणे, म्हणजेच उपासमार, दुष्काळ, याला ती जास्त काळ तोंड देऊ शकतात. (हे आपल्या पूर्वजांना फायद्याचे ठरले होते.)

तुमच्याकडे जे आहे त्याचा जास्तीत जास्त उपयोग करावा.

तुमची शरीरप्रतिमा सुधारण्यासाठी, तुम्हाला जे निसर्गतः दिले गेले आहे त्याचाच उपयोग तुम्ही करायला हवा. म्हणून तुमच्या शरीराचा प्रकार तुम्ही बदलू शकत नाही, आनुवंशिकतेनुसार ठरलेल्यापेक्षा तुम्ही आणखी उंच किंवा बुटक्या होऊ शकत नाही, हे सत्य स्वीकारा. अर्थात तुमचे वजन किती असावे हे तुम्ही ठरवू शकता, पण जर तुमची उंची १.५ मीटर (५ फूट १ इंच) असेल, तर तुम्ही अजिबात काही खाल्ले नाहीत, तरीही तुमची उंची एखाद्या मॉडेलसारखी १.७७ मीटर (५ फूट १० इंच) होणार नाही. (प्रत्यक्षात त्यामुळे तुमची उंची वाढण्यास उशीरच होईल.)

शरीराच्या वर दिलेल्या आकारांचा अर्थ असा नाही की, तुमचे शरीर जाड किंवा पिळदार स्नायुयुक्त असणे हे तुमच्या नशिबात लिहिलेले आहे. पण तो अर्थ असा आहे की, माध्यमांद्वारा तुम्ही 'एक्टोमार्फस' प्रकारच्या व्यक्तींपेक्षा, तुम्ही पाहता त्या निसर्गतःच थोड्या वळणदार शरीराच्या असणार आहात. म्हणूनच तुमची शरीरप्रतिमा आरोग्यपूर्ण असावी असे तुम्हाला वाटत असेल, तर त्यासाठी तुमच्या विचारांमध्ये लवचीकता असण्याचा तुम्हाला नक्कीच उपयोग होईल. म्हणजे तुमच्या शरीराच्या आकाराबद्दल तुम्ही वस्तुस्थिती स्वीकारणे आणि तुमच्यामधील

चांगल्या व वाईट दोन्ही गोष्टी जाणू शकणे, याची तुम्हाला गरज आहे. हे साधण्यासाठी सारखे दोषच शोधणारे विचार करण्यावर बंधन घाला आणि जेव्हा-जेव्हा तुम्ही स्वतःबद्दल वाईट बोलाल, त्या प्रत्येक वेळी, प्रत्येक नकारार्थी विचाराची जागा सकारात्मक विचार कशी घेईल, यासाठी प्रयत्न करा. पुढील गोष्टी करून पाहा –

१. स्वतःचे वैयक्तिक टीकाकार असल्यासारखे स्वतःशी बोलण्यापेक्षा सतत प्रोत्साहन देणारा उत्तम मित्र असल्याप्रमाणे स्वतःशी बोला.
२. तुमच्या स्वतःच्या शरीराबाबतच्या ज्या गोष्टी तुम्हाला आवडतात, त्याबाबत दररोज बोलून कौतुक करा. (बहुधा तुम्ही याच्या अगदी उलट करता, त्यामुळे हे वाटते तेवढे विचित्र नाही.)
३. स्त्रीच्या शरीराबद्दल तुमच्या काय समजुती आहेत आणि काय दृष्टिकोन आहे, ते लक्षात घ्या. त्याकडे वस्तुनिष्ठ दृष्टिकोनातून पाहताना, त्या समजुती, तो दृष्टिकोन कुठून आला आणि तो कितपत योग्य आहे याचा विचार करा.
४. जी माणसे सतत त्यांच्या शरीराबद्दल नकारात्मक वृत्तीने बोलत असतात, अशा लोकांच्या अवतीभोवती तुम्ही असता का, याचा विचार करा. जर तसे असेल तर त्याचा परिणाम म्हणून, तुम्ही तुमच्यातील दोषांकडे जास्त बारकाईने पाहता आणि त्या दोषांबद्दलच जास्त मोकळेपणाने बोलता असे होते का? तसे असेल तर अशा प्रकारच्या चर्चा थांबण्याची तुम्हाला गरज आहे.

५. तुमच्या आयुष्यात जे-जे चुकीचे आहे असे तुम्हाला वाटते, त्या प्रत्येक गोष्टीसाठी तुमच्या शरीराला दोष देत राहणे थांबवा.

याशिवाय आरशात दिसणाऱ्या तुमच्या प्रतिमेशी मैत्री करा. शरीरप्रतिमेसंबंधात आजपर्यंत केल्या गेलेल्या सर्व संशोधनांवरून असे दिसते की, पुरुषांच्या तुलनेत स्त्रिया स्वतःच्या दिसण्यामधले दोष खूप जास्त प्रमाणात शोधणाऱ्या असतात आणि आरशात जे दिसते त्याची त्या स्तुती करतील, याची शक्यता खूप कमी असते. दहातल्या जवळ जवळ आठ स्त्रिया तरी त्यांच्या प्रतिबिंबाबद्दल असमाधानी असतात आणि अर्ध्यापेक्षा जास्त स्त्रियांना, आपली प्रतिमा चुकीची आणि विपर्यस्त

वाटते. (त्या प्रत्यक्षात असतात त्यापेक्षा जास्त ओंगळ आणि मोठ्या दिसतात, असे त्यांना स्वतःला वाटत असते.)

तुमची आरशातील प्रतिमा

हे करून पाहा :

१. *दिवसातून एकदा तरी स्वतःकडे डोक्यापासून पायापर्यंत, म्हणजे नखशिखान्त पाहा.*

२. *स्वतःला नग्नावस्थेत पाहण्याची सवय करा. तुम्हाला वाटते तेवढे ते घाबरवून टाकणारे नाही. तुमचे शरीर प्रत्यक्षात नक्की कसे दिसते, हे जाणून घेण्यास तुम्हाला त्याची मदत होईल.*

३. *तुम्ही बघता त्या चित्रांपासून आणि सुंदर शरीर म्हणजे काय याबद्दलच्या तुमच्या कल्पनांपासून सावध राहा. ही चित्रे वास्तवदर्शी असतात का?*

४. *शरीर लपवणे, झाकून घेणे या दृष्टीने कपडे घालण्यापेक्षा, आता तुमच्या शरीराचा जो आकार आहे, त्यानुसारच कपडे घाला म्हणजे तुम्ही खऱ्या कशा आहात ते तुम्हालाच कळेल. (चौथ्या प्रकरणात याबाबत अधिक माहिती आहे ती पाहा.)*

५. *तुम्ही आरशात जे पाहता ते तुम्हाला आवडायला हवे. जेव्हा तुम्ही आरशात पाहाल, त्या प्रत्येक वेळी स्वतःबद्दलच्या तुम्हाला आवडणाऱ्या तीन गोष्टी शोधा आणि त्या मोठ्याने सांगा.*

तर मग याबद्दल विचार करा की, अगदी डोक्यापासून पायापर्यंत असे तुम्ही स्वतःला आरशात शेवटचे कधी पाहिले होते? तुम्हाला तुमच्या शरीरप्रतिमेसंदर्भात काही समस्या असेल, तर ती खूप पूर्वीपासूनच असण्याची शक्यता आहे. ज्यांची स्वप्रतिमा खालावलेली आहे अशा लोकांचा कल एक पूर्ण शरीर म्हणून स्वतःकडे पाहण्यापेक्षा, शरीराच्या वेगवेगळ्या भागांवर वेगळे अवयव म्हणून लक्ष केंद्रित करण्याकडे असतो. उदाहरणार्थ, जेव्हा ते आरशात पाहतात, तेव्हा ते स्वतःकडे निरनिराळे भाग करून पाहतात, 'माझे केस चांगले आहेत, माझा चेहरा ठीक आहे, माझे शरीर भयानक आहे, माझे हात फार छान दिसतात, माझे पाय फारच जाड आहेत' इत्यादी. तुमची शरीरप्रतिमा तुम्ही स्वीकारण्यासाठी, स्वतःकडे एक पूर्ण माणूस म्हणून तुम्ही पाहणे खूप गरजेचे आहे.

अश्विनी नावाची १२ वर्षांची मुलगी म्हणते, '''माझ्या मैत्रिणी म्हणतात की, मी जाड नाही; पण मी जेव्हा आरशात पाहते तेव्हा मला मी जाडच दिसते. माझे पाय खूप मोठे आहेत आणि पार्श्वभागही खरोखरच बाहेर आलेला आहे. मला वाटते, माझ्या मैत्रिणी खूप चांगल्या आहेत, कारण खरे तर त्यांनाही हे दिसते आहे.''

सोप्या व स्पष्ट शब्दांत सांगायचे तर

शेवटी तुमच्या नकारात्मक विचारांचे प्रकार कोणते आहेत ते ओळखा. हे अगदी टोकाचे विचार असतात, जे आपण अनाकर्षक आहोत या आपल्या विश्वासाला खतपाणी घालत असतात. उदाहरणार्थ –

१. माझे कपड्यांचे माप १० नसेल तर मी जाड असणारच – अशा विचारांना 'ब्लॅक ॲन्ड व्हाइट' विचार असे म्हणतात. हा असमंजसपणा आहे, कारण १० या मापापेक्षा कुठलेही वरचे माप असणे म्हणजे जाड असणे नाही. शिवाय तुम्हाला जर स्वतःबद्दल चांगले वाटावे असे वाटत असेल, तर तुम्ही तुमच्या शरीराचा विचार फक्त चांगले/वाईट, जाड/बारीक आणि आकर्षक/अनाकर्षक याच प्रकारे करून चालणार नाही. या दोन टोकांच्या मधल्या छटाही विचारात घ्या.

२. मुलांना फक्त सडपातळ मुलीच आवडतात – हे एक सामान्य विधान आहे आणि इतर सर्व सामान्य विधानांप्रमाणेच, ते खरे नाही. मुलामुलींच्या जोड्या अक्षरशः कुठल्याही आकाराच्या आणि मापाच्या असतात आणि सडपातळ असल्यामुळे मुले तुम्हाला विचारतीलच असेही नाही. असल्या भ्रामक विधानांमुळे तुम्हाला असे वाटू लागते की, जणू काही तुम्ही खूप प्रामाणिक आणि समंजस आहात, पण प्रत्यक्षात मात्र तुम्ही याच्याबरोबर उलट वागत असता. (जाड असणे आणि तुमचे शरीर याबद्दल तुम्ही असली कोणती इतर सामान्य विधाने करत असता याचा विचार करा.)

३. जाड असल्यामुळे मुले मला विचारत नाहीत – ही अशी एक विचारप्रक्रिया आहे, ज्यामुळे तुमच्या आयुष्यातल्या प्रत्येक वाईट गोष्टीसाठी

तुम्ही तुमच्या शरीराला दोष देता. तर्कशुद्ध विचार करता हे खरे असू शकेल का? बुद्धिमत्ता, कौशल्ये आणि तुम्ही माणूस म्हणून किती चांगल्या आहात, या सर्व गोष्टींशी वजनाचा काहीही संबंध नाही. वस्तुस्थिती अशी आहे की, एखाद्या मुलाने तुम्हाला विचारले नसेल, कारण त्यालाच 'मैत्रीण हवी' असे वाटत नसेल, किंवा आधीच त्याची एखादी मैत्रीण असेल, किंवा त्यांच्या मनात इतर काही गोष्टी असतील.

४. **मी वजन कमी केले तरीही ओंगळच दिसेन –** ही नकारात्मक आणि विकृत विचारसरणी आहे. तुम्ही स्वतःला जर असेच सांगत राहिलात की, 'तुमच्याबद्दल कोणत्याच गोष्टीची आशा करण्यात काहीच अर्थ नाही, कारण तुम्ही काहीही केलेत तरी ते नेहमी चुकीचेच ठरणार आहे,' तर त्याचा अर्थ असा की, तुम्ही प्रत्येक वेळी स्वतःलाच पराभूत करत आहात.

तुमच्या शरीरापेक्षा इतर गोष्टींचा विचार करण्यास प्रवृत्त व्हा.

तुमची शरीरप्रतिमा सुधारावी म्हणून तुम्ही काहीही करायचे ठरवलेत, तरी हे अत्यंत महत्त्वाचे आहे की, प्रत्येक गोष्ट फक्त शरीरासाठीच तुम्ही करत नाही. कारण त्यामुळे तुमच्या मनातल्या भीतीला खतपाणी मिळते आणि प्रत्येक दिवस एखाद्या वाईट स्वप्नासारखा वाटू लागतो. शरीरप्रतिमा आरोग्यपूर्ण असणे आणि स्वतःबद्दल प्रचंड चांगले मत असणे, यासाठी जे महत्त्वाचे आणि आवश्यक आहे ते म्हणजे ज्यांचा तुमच्या सामर्थ्याशी थेट संबंध आहे; अशा गोष्टींमध्ये रुची निर्माण करणे आणि काही विशेष कौशल्ये आत्मसात करण्याचा प्रयत्न करणे आणि तुम्ही कशा दिसता यावरच फक्त लक्ष केंद्रित न करणे. स्वतःच्या प्रगतीसाठी स्वतःला मदत व्हावी म्हणून दर तासाला, रोज, प्रत्येक आठवड्यात, आणि दर महिन्यात पुढील गोष्टींचा सराव करून पाहा.

असे करा :

१. रोज तासभर, तुमचे दिसणे किंवा वजन याबद्दल स्वतःला विचार करू देऊ नका/ काळजी करू देऊ नका/ राग येऊ देऊ नका/ दुःख होऊ देऊ नका आणि जेव्हा तुमचे मत याच दिशेने धावते आहे असे तुम्हाला वाटेल, त्या प्रत्येक वेळी त्या मनाला मागे ओढून तुमच्या मदतीला येऊ शकणारी मैत्रीण, तुमची आई, किंवा तुमची सर्वांत चांगली मैत्रीण यांच्यावर लक्ष केंद्रित करा. फक्त स्वतःच्या मनावर लक्ष केंद्रित करण्यापेक्षा, इतर आवश्यक अशा बाह्य गोष्टींवर लक्ष केंद्रित करण्याची सवय केल्याने, भीतीची जागा योग्य गोष्टी घेतील याची सुरुवात करण्यास मदत होईल.

२. एक संपूर्ण दिवसभर, तुम्ही बहुधा टाळता अशा तीन गोष्टी मुद्दाम करण्याचे आव्हान स्वतःसमोर ठेवा. या गोष्टी म्हणजे वर्गात सर्वांसमोर बोलणे असेल, स्वतःहून स्वतःसाठी मैत्रिणींमध्ये मिसळणे असेल, किंवा तुम्हाला भीतिदायक वाटणाऱ्या एखाद्या गोष्टीला आपणहून सामोरे जाणे असेल. तुमचे मन या प्रयत्नांमध्ये आडवे येण्याचा प्रयत्न करेल आणि या गोष्टी टाळण्यासाठी सबबी सांगेल किंवा त्या तुम्ही का करू नयेत याची कारणे सांगेल; पण तुमच्या त्या अस्वस्थतेवर मात करण्याचा निकराने प्रयत्न करा; कारण स्वतःमध्ये आत्मविश्वास निर्माण करण्याचा हाच मार्ग आहे.
३. एक आठवडाभर, तुमची स्तुती होईल तेव्हा फक्त साध्या शब्दांत आभार माना. त्यानंतर अशी स्तुती विसरून जाणे; लोक तुमच्याशी चांगले वागतात एवढाच विचार करणे आणि त्यांना विसरून जाणे, हे सर्व करण्याऐवजी या सर्व गोष्टी लिहून काढा आणि त्या आठवत राहा. (तुम्हाला कमीपणा आणणाऱ्या सर्व गोष्टी जशा तुम्हाला आठवतात त्याचप्रमाणे). मग पुन्हा पुढच्या वेळी जेव्हा तुम्हाला वाईट वाटेल, तेव्हा हे लिहिलेले वाचा आणि तुमच्याबद्दल इतर लोक काय विचार करतात हे आठवा. शिवाय जर एकापेक्षा जास्त वेळा तुमची तशीच प्रशंसा केली गेली, तर त्यावर विश्वास ठेवायला हवा, याची ती सूचना असेल हे लक्षात ठेवा.
४. पुढच्या चार आठवड्यांत, एखाद्या खेळात भाग घेण्यास सुरुवात करा. तो एखादा सांघिक खेळच असायला हवा असे नाही; तुम्ही नृत्याच्या क्लासला जाऊ शकता, रोज व्यायामासाठी पळायला जाऊ शकता किंवा शाळेतल्या व्यायामाच्या प्रत्येक तासाला हजर राहू शकता. पहिल्या प्रकरणात म्हटल्याप्रमाणे संशोधनांवरून असे दिसते की, खेळांमध्ये भाग घेणाऱ्या मुलींची शरीरप्रतिमा भाग न घेणाऱ्या मुलींपेक्षा जास्त सकारात्मक असते. बाह्य गोष्टींवर तुमचे मन केंद्रित व्हावे, म्हणून हे सगळे करायचे असते. त्यामुळे तुमच्यात आत्मविश्वास निर्माण व्हावा, म्हणून तुमचे शरीर तुम्हाला साथ देऊ शकेल.

सौंदर्यप्रतिमेवर आघात करणारे घटक सौंदर्याबाबतचे तुमचे विचार

शरीरप्रतिमेबाबतचे सत्य : *एखादी सामान्य मुलगी १२ वर्षांची होईल. तोपर्यंत तिने ७७००० पेक्षाही जास्त जाहिराती पाहिलेल्या असतील. (डव्ह, ऑनस्लॉट, कॅम्पेन)*

'सुंदर असायला हवे' या गोष्टीचा दबाव आपल्यापैकी बहुतेकींवर जन्मल्याजन्मल्याच टाकला जात असतो. एक लहान बाळ किंवा नुकतेच चालायला लागलेले मूल म्हणून लोक तुमच्याबद्दल काय म्हणत असत, ते तुमच्या आईला विचारा. तुम्ही 'मोहक, आकर्षक आणि सुंदर आहात,' अशीच तुमची प्रशंसा तेव्हा केली गेली असेल; काटक आणि देखण्या आहात अशी प्रशंसा नसेल (ही विशेषणे मुलांसाठी असतात). याचा परिणाम असा होतो की, मुली म्हणून आपण खूपच लवकर हे शिकतो की, आपल्या दिसण्यामुळे आपल्याकडे लक्ष वेधले जाते. इतरांना आपण आवडतो आणि खरेतर तेव्हा आपल्याला माहिती असते की, असे होणे बरोबर नाही आणि नुसते दिसण्याव्यतिरिक्तही आपल्याकडे आणखी खूप काही गोष्टी आहेत. दुर्दैवाने जर सौंदर्याची दारे आपल्यासाठी बंद केली गेली असतील आणि तुमच्या वर्गातल्या मुली किंवा लोकप्रिय व्यक्ती, मॉडेल्स आणि नट्या यांच्यावरून सुंदर असणे म्हणजे काय, याची व्याख्या ठरवली जात असेल; त्यांच्याकडे नको इतके लक्ष दिले गेले असेल, तर त्यामुळे तुम्हाला खूप अपमानित झाल्यासारखे आणि आपल्या बाबतीत कठोरपणा झाल्यासारखे वाटत राहते.

याचा परिणाम म्हणजे, मुलगी म्हणून मुलांच्या तुलनेत तुम्ही स्वतःच्या दिसण्याबद्दलच्या स्वतःच टीकाकार असण्याची जास्त शक्यता असते. तसेच स्त्री सौंदर्याच्या जितक्या जास्त प्रतिमा तुम्ही पाहाल, तितके जास्त तुम्हाला वाटू लागते की, अपवादात्मक चांगले दिसणे हीच सामान्य गोष्ट आहे आणि परिपूर्ण नसलेली कोणतीही गोष्ट विद्रूप आणि ओंगळ दिसते. मग दिसण्याबद्दल तुम्ही स्वतःचाच तिरस्कार करू लागण्याचीच जास्त शक्यता असते.

आणखी एक गोष्ट म्हणजे, सुंदर असणे म्हणजे काय, याची व्याख्या सतत बदलत असते. पंचवीस वर्षांपूर्वी, आघाडीच्या मॉडेल्स आणि नट्या यांचे वजन सामान्य स्त्रीपेक्षा फक्त ८ टक्के इतके कमी असे. आत्ताच्या मॉडेल्सचे आणि नट्यांचे २३ टक्के इतके कमी असते. व त्यामुळे सध्याचे सौंदर्याचे मापदंड, वजन, उंची, आकार, चेहरेपट्टी यावरून ठरतात आणि हे आदर्श साध्य करणे एकूण लोकसंख्येच्या एक टक्क्यांपेक्षाही कमी व्यक्तींना शक्य असते. अगदी थोडक्यात सांगायचे, तर सुंदर असण्याचा अर्थ काय असावा, हे इतरांना ठरवू देणे हीच एक समस्या आहे. ती तुम्हाला अत्यंत अस्थिर असणाऱ्या फॅशनच्या ताब्यात देते आणि सुंदर असण्याचा अर्थ काय असावा, याबाबतच्या अतिशय ताठर विचारांशी तुम्हाला जखडून ठेवते.

कल्पना नावाची १२ वर्षांची मुलगी म्हणते, ''मासिकातील चित्रे मला घाबरून टाकतात, कारण मला माहिती आहे की, मी अगदी प्लॅस्टिक सर्जरी जरी करून घेतली, तरी मी तेवढी चांगली कधीच दिसू शकणार नाही.''

चाचणी : तुम्ही किती सुंदर आहात असे तुम्हाला वाटते?

पुढील प्रश्नांच्या उत्तरांपैकी तुम्हाला तुमच्या दृष्टीने जे उत्तर सर्वांत जवळचे वाटत असेल त्याला गोल करा आणि शेवटी तुमच्या गुणांची बेरीज करा.

१. जेव्हा तुम्ही इतर मुलींशी स्वतःची तुलना करता, तेव्हा नेहमीच तुम्हाला आपण कमी आकर्षक आहोत असे वाटते का?
हो.
नाही.

२. तुम्हाला जी स्त्री सर्वांत सुंदर आहे असे वाटते, ती एखादी प्रसिद्ध किंवा सर्वपरिचित स्त्री आहे का?
हो.
नाही.

३. तुम्हाला सर्वांच्या नकळत असे वाटते का की, प्लॅस्टिक सर्जरी हा तुमच्या समस्येवरचा उपाय आहे?
हो.
नाही.

४. जर तुम्हाला कोणी म्हणाले की तुम्ही सुंदर आहात, तर तुम्हाला नकळतच असे वाटते का की ती व्यक्ती खरेच चांगली आहे?
हो.
नाही.

५. तुम्ही जेव्हा आरशात पाहता, तेव्हा लगेचच तुम्हाला निराश वाटू लागते का?
हो.
नाही.

६. तुमच्या दिसण्याबाबतच्या अशा तीन गोष्टी तुम्ही सांगू शकता का की ज्या नुसत्या ठीक नाहीत तर चांगल्या आहेत असे तुम्हाला वाटते?

हो.

नाही.

गुणसंख्या

५ पेक्षा जास्त उत्तरे 'हो' असतील तर –

तुमची स्वप्रतिमा नकारात्मक आहे आणि तुम्ही कुठल्याही दृष्टीने सुंदर किंवा आकर्षक आहात, असे सध्या तुम्हाला वाटत नाही. काळजी करू नका. असे वाटणाऱ्या तुम्ही एकट्याच नाही आणि तुम्हाला स्वतःबद्दल आणखी चांगले वाटावे, म्हणून तुम्ही अनेक गोष्टी करू शकता. याबाबत आणखी जाणून घेण्यासाठी पुढे माहिती दिली आहे.

३ पेक्षा जास्त उत्तरे 'हो' असतील तर –

तुमची स्वप्रतिमा डळमळीत आहे. काही काही दिवशी तुम्हाला अगदी जगात आपण सर्वोच्च आहोत असे वाटते, आणि इतर दिवशी एखाद्या पिंपाच्या अगदी तळाशी असल्यासारखे वाटते. मनाचा लवचीकपणा वाढवून मूळपदावर आणण्यासाठी तुम्ही प्रयत्न केले पाहिजेत. अपयश आणि आयुष्यातला कठीण काळ यातून स्वतःला सावरण्याची तुमची क्षमता म्हणजेच असा लवचीकपणा होय. हे कसे साधायचे त्याबद्दल पुढे वाचा.

२ पेक्षा जास्त उत्तरे 'हो' असतील तर –

उत्तम! काही दिवस तुमच्यासाठी वाईट जात असतील; पण एकूण तुम्हाला तुमच्या दिसण्याबद्दल चांगले वाटत असते. याचा अर्थ असा की, तुमची स्वप्रतिमा चांगल्या पातळीवर आहे आणि बाहेरील दबावांशी जुळवून घेतांना खंबीर राहण्याची तुमची क्षमता आहे.

तर मग एखाद्या मुलीने काय करायला हवे?

तुम्हाला आपण सुंदर असावे असे वाटत असेल, तर सर्वप्रथम जाणून घेण्याची गोष्ट म्हणजे सौंदर्याबाबतच्या तुमच्या दृष्टिकोनावर परिणाम करणारे काय आहे, हे लक्षात घेणे आणि स्वतःला सुंदर समजण्यापासून थांबवणे. तुम्ही दररोज काय पाहता ही तुमच्या विचारांवर परिणाम करू शकणारी एक महत्त्वाची गोष्ट आहे. जाहिरातींमधून दाखवल्या जाणाऱ्या अशा लाखो प्रतिमा, आपल्याला आपल्यातील उणिवांवर मात करण्यास सतत सांगत असतात : हे खरेदी करा, ते करून पाहा, हे खा आणि मग आपल्याला सांगितले जाते, की यामुळे आपली त्वचा, केस,

नखे, दात इत्यादी अधिक मुलायम, अधिक चांगले, अधिक तरुण, अधिक चमकदार, अधिक स्वच्छ होतील. आणि हे सगळे संदेश शेवटी आपल्याला काय सांगतात?

- आपण जशा आहोत, त्या पुरेशा चांगल्या नाही.
- आपण जर वाईट दिसत असलो, तर तो आपला दोष आहे.
- आपण जर प्रयत्न केले, तर आपल्या दिसण्यात आपण सुधारणा करू शकतो.

- सुंदर दिसण्यासाठी आपण स्वतःसाठी वेळ व पैसा खर्च केला पाहिजे.
- कोणत्याही उणिवा वाईट असतात.

उत्पादनांची जाहिरात करणाऱ्या परिपूर्ण आणि सुंदर स्त्रियांची जी चित्रे आपण पाहतो, ती या मॉडेल्स वास्तवात कशा दिसतात हे दाखवणारी नसतात. कोणतेही उत्पादन किंवा कितीही प्रयत्न यांचा उपयोग तुम्हाला असे त्यांच्यासारखे दिसण्यासाठी होणार नाही, हे जाहिराती आपल्याला सांगत नाहीत. तुमचा माझ्यावर विश्वास बसत नसेल, तर मासिकाच्या मुखपृष्ठावरील स्त्रीचा चेहरा अगदी निरखून पाहा. आणि मग विचार करा की, तुमच्या पूर्ण आयुष्यात इतका पूर्णपणे निर्दोष चेहरा असणारी एखादी तरी स्त्री तुम्ही कधी पाहिली आहे का? मासिकाच्या मुखपृष्ठावरील स्त्रीच्या चेहऱ्यावर एकही रेषा, डाग, ठिपका, अनावश्यक केस आणि हास्यरेषा दिसत नाहीत, कारण या सर्व गोष्टी डिजिटल कॉम्प्युटर-तंत्रज्ञान वापरून दिसेनाशा केल्या जातात.

आणखी एक गोष्ट लक्षात ठेवायला हवी ती म्हणजे, आपल्या अवतीभोवती ज्या गोष्टी असतात, त्यावरच आपण लक्ष केंद्रित करतो. म्हणून तुम्ही जर खूप वेळ टीव्ही पाहत असाल, मासिके वाचत असाल, आणि सौंदर्यप्रसाधने, मेकअप आणि तुमच्या सौंदर्यातल्या त्रुटी या विषयांवर मैत्रिणींशी चर्चा करण्यात खूप वेळ घालवत असाल, तर तुमच्या विचारांचे केंद्रही तेच असेल. तुम्ही योग्य दिसावे या दृष्टीने तुम्हाला मदत व्हावी म्हणून, प्रत्यक्ष आयुष्यात तुम्हाला जे दिसते, त्याच्याशी समतोल राखणे खूप महत्त्वाचे आहे.

सौंदर्य हे पाहणाऱ्याच्या नजरेत असते.

तुम्ही खूपच छिद्रान्वेषी नजरेने स्वतःकडे पाहू लागलात, तर तुम्हाला सगळे दोषपूर्णच दिसेल. तुमच्यातल्या चांगल्या गोष्टी पाहण्यासाठी, तुमच्यातही काही

सौंदर्यपूर्ण गोष्टी आहेत, हे सर्वप्रथम मान्य करणे खूप आवश्यक आहे. याचा अर्थ, तुम्ही स्वतःवर कमी टीका केली पाहिजे, आणि स्वतःबद्दल जास्त क्षमाशील असले पाहिजे. तुमचे डोळे पुरेसे मोठे नसले तर काय झाले? त्यांचा रंग किंवा आकार छान आहे का? किंवा तुम्ही हसता तेव्हा त्यात विलक्षण चमक दिसते का?

तुमच्या आसपास खऱ्या सौंदर्याच्या कोणत्या प्रतिमा आहेत?

तुमच्या माहितीच्या वेगवेगळ्या वयोगटातल्या तीन सुंदर स्त्रिया आठवा आणि 'त्या सुंदर का दिसतात' याचा विचार करा. त्याचे कारण त्यांची वृत्ती आहे, त्यांचे दिसणे आहे की त्या त्यांच्याकडे असणाऱ्या चांगल्या गोष्टींचा जास्तीत जास्त उपयोग कसा करतात, हे आहे? तुम्हाला जर प्रत्यक्षातील अशी उदाहरणे मिळाली नाहीत, तर तसे का झाले यावर विचार करा. फक्त प्रसिद्ध व्यक्तींमध्येच सौंदर्य पाहण्यावरून असे दिसते की, सौंदर्य म्हणजे काय, याबाबतचा तुमचा विचार खूपच संकुचित आणि बहुधा जरासा असत्य आहे. म्हणून तुम्ही तुमचा दृष्टिकोन व्यापक करणे गरजेचे आहे. यावर विचार करा की, तुमची सर्वांत चांगली मैत्रीण कशामुळे सुंदर दिसते? आणि तुमची आई? तुमच्या मैत्रिणी? त्यांच्याबाबत काय म्हणाल?

सुंदर म्हणजे काय?

तुम्ही, तुमची आई आणि तुमची सर्वांत चांगली मैत्रीण, अशा एकत्र या, आणि सुंदर स्त्रियांची एक यादी प्रत्येकीने तयार करा. आता या याद्या एकमेकींशी ताडून पाहा, आणि मग सौंदर्याबाबतच्या तुमच्या दृष्टिकोनांमध्ये कसा फरक आहे, ते पाहा. हा प्रयोग करण्यामागचा विचार हा आहे की, आपल्या सर्वांना वेगवेगळ्या गोष्टी सुंदर वाटतात, आणि कोणीच एक जण बरोबर नसते, आणि कोणी एक जण चुकीचीही नसते, हे लक्षात घेणे.

तुमचा सौंदर्यातील 'आदर्श' कोण याचा विचार करा.

आपल्या सर्वांच्या दृष्टीने एक व्यक्ती इतर सर्वांपेक्षा जास्त सुंदर आहे असे आपल्याला वाटते, आणि सुंदर असण्याबद्दल आपण जेव्हा विचार करतो, तेव्हा ती व्यक्ती आपल्या मनात असणे हे ठीक आहे; पण सौंदर्याची तुमची एकमेव व्याख्या म्हणजे ही व्यक्ती, असे होता कामा नये. 'आकर्षक असणे' इतर अनेक गोष्टींना वेढून टाकते. तुमच्या दृष्टीचा टप्पा जेवढा संकुचित असेल, तेवढे सुंदर वाटणे, तुमच्यासाठी कठीण होईल.

सौंदर्यप्रतिमेवर आघात करणारे घटक सौंदर्यप्रसाधनांचे कारखाने

तुम्ही वयात येण्यापूर्वी, सौंदर्यप्रसाधनांचे कारखाने तुम्हाला काय विकतात याकडे लक्ष देण्याचे तुम्हाला फारसे कारण नसते. कारण हे मान्य करायला हवे की, त्या वेळी तुम्हाला काळजी वाटण्यासारखे काही नसते. तुमचे केस तेलकट/कोरडे असण्याची शक्यता नसते, तुमची त्वचा मुरुमांनी झाकलेली नसते, आणि तुमच्या शरीराला नक्कीच दुर्गंधी येत नसते. अर्थात, वयात येण्यामुळे हे सगळे बदलते. अचानक तुम्ही जाहिरातींचे लक्ष्य होऊ लागणार असता, ज्यामुळे सौंदर्याबाबतच्या तुमच्या उत्सुकतेला खतपाणी घातले जाणार असते आणि तुम्ही सुंदर दिसावे आणि वाटावे असे वाटत असेल, तर तुम्हाला अमुक-अमुक उत्पादने विकत घेण्याची गरज आहे असे सांगून, सर्व प्रकारची उत्पादने खरेदी करण्याच्या मोहात तुम्हाला पाडले जाणार असते.

आता जाहिराती म्हणजे काही कुणी मोठा, वाईट लांडगा नाही. कारण तुम्हाला नको असलेली किंवा ज्यात तुम्हाला रुची नाही अशी एखादी गोष्ट, कोणी तुम्हाला खरेदी करायला भाग पाडू शकत नाही; पण तुमच्या शरीरातील एखाद्या विशिष्ट भागावर जर तुम्ही लक्ष केंद्रित केले असेल (उदाहरणार्थ तुमची त्वचा) तर जाहिराती तुम्हाला तुमच्या स्वतःबद्दल अधिक जागरूक आणि चिंतातुर बनवू शकतात. म्हणून इथे जाहिरातीतील सौंदर्याबाबतच्या काही दंतकथा देत आहे, पुढील मुद्द्यांच्या त्या अगदी विरुद्ध आहेत –

दोषरहित त्वचेसाठीची उत्पादने

तुम्ही लहान मूल नसाल, तर दोषरहित त्वचा ही एक कल्पित कथा आहे. कारण लहान मुलांची त्वचा अर्थातच कमालीची मऊ, नरम आणि डाग-ठिपके यांपासून मुक्त असते; पण त्यांच्याव्यतिरिक्त इतर कोणाचीही त्वचा दोषरहित असू शकत नाही. कारण त्वचा हा आपल्या शरीरावरील संरक्षक थर आहे आणि वारा, गार हवा, गरम हवा अशा प्रत्येक गोष्टींचा परिणाम त्वचेवर नैसर्गिकपणे होत असतो. म्हणून आत्तापर्यंत आपण जे काही केले असेल, त्या प्रत्येक गोष्टीमुळे तिला हानी पोहोचलेली असते. तरीही यामुळे निराश होण्याचे कारण नाही. कारण इतर असंख्य गोष्टींसाठी, दोषरहित त्वचा असणे गरजेचे नाही.

तथापि, अचानक त्वचेवर डाग पडणे, मोठ्या प्रमाणात ब्लॅक-हेड्स म्हणजे त्वचेवर काळे ठिपके दिसणे, (जे त्वचेच्या छिद्रांमध्ये धूळ साठल्याने दिसतात). आणि तारुण्यपीटिकांचे वण या काही गोष्टीमुळे तुम्हाला भयानक बुजरेपणा वाटू

लागतो आणि तुम्ही सौंदर्याच्या मापदंडाच्या जाळ्यात ओढल्या जाता, तिथे अगदी निर्दोष त्वचेची अपेक्षा केली जाते. डाग आणि ब्लॅकहेड्सचे कारण 'वयात येणे' हे असते आणि तुम्ही तुमचा चेहरा कशाने धुता किंवा धूत नाही यावर ते अवलंबून नाही. त्वचेच्या खपल्या काढून टाकणे, डागांसाठीची चमत्कारिक औषधे आणि सौंदर्यासंबंधीचे अतिउत्साहाने पाळले जाणारे नियम, यांपैकी कशानेही त्वचा दोषरहित करता येत नाही. डागांनी भरलेल्या चेहऱ्यापासून सुटका करून घेण्याचा एकमेव मार्ग म्हणजे डाग घालवण्याची औषधे वापरून पाहणे (तुमच्या औषध-दुकानदाराला याबद्दल विचारा) किंवा तारुण्यपीटिका येण्यामागची कारणेच नाहीशी करणाऱ्या अँटिबायोटिक्ससाठी तुमच्या डॉक्टरांना भेटणे. (पहिल्या प्रकरणात याबाबत आणखी माहिती दिलेली आहे).

तारुण्यपीटिकांच्या व्रणांबाबत सांगायचे तर, जी उत्पादने, तुमच्या त्वचेची स्थिती बदलू शकतात असे सांगितले जाते, ती खरेदी करण्याच्या मोहात पडू नका. अशा व्रणांवर किंवा मुरुमांवर तुमचे डॉक्टरही उपचार करू शकतात. पण फक्त एकदाच ही मुरुमे कमी होत जातात. (वयात येण्याच्या अवस्थेच्या शेवटी शेवटी) यासाठी बराच काळ थांबावे लागेल असे वाटते, पण यावरचे उपचार म्हणजे सामान्यतः, लेझर किरणांच्या मदतीने नवीन त्वचा तयार होऊ देणे असते. यात त्वचेचा खराब झालेला वरचा थर काढून टाकला जातो, आणि मधला थर ताणला जातो, त्यामुळे त्वचा गुळगुळीत वाटू लागते.

त्वचा ताणली गेल्याने उठणाऱ्या रेघांसाठी (स्ट्रेच मार्क्स) मलमे

यासाठी असणाऱ्या 'अदभुत' मलमांमध्ये त्वचा दुरुस्त करण्यासाठी जीवनसत्त्वांचा अंतर्भाव केलेला असतो, असे सांगितले जाते. तरी सौंदर्यप्रसाधनांमध्ये काय वापरावे यावरच्या निर्बंधामुळे, अशा मलमांमध्ये जीवनसत्त्वे इतक्या कमी प्रमाणात वापरलेली असतात, की त्यांचा काहीही उपयोग होणार नाही.

आपल्यात काहीतरी दोष आहे या तुमच्या भीतीमुळे असली मलमे खपतात. पण तुम्हाला खरे तर काळजी करण्याचे काही कारण नसते, कारण बहुतेक सर्व लोकांना असे 'स्ट्रेच-मार्क्स' असतात, आणि त्यांच्या अंगावर असे मार्क्स आहेत

हेही ते विसरून जातात.

सेल्यूलाइट क्रीम

'सेल्यूलाइट' असा प्रकार अस्तित्वात तरी आहे का, हा खूप मोठा वादाचा विषय आहे. (सेल्युलाइट म्हणजे त्वचेचा खडबडीतपणा असा थोडक्यात अर्थ सांगता येईल), पण किशोरवयीन मुलगी असताना तो विषय तुमच्या कक्षेत येतच नाही. तथापि या विषयावर होणारे अमर्याद बोलणे आणि पार्श्वभाग व मांड्या खडबडीत असल्याने ज्यांच्यावर टीका होत असते अशा, विशेषतः माध्यम क्षेत्रातील लोकप्रिय व्यक्तींचे असंख्य फोटो, यांमुळे तुम्हाला त्याबद्दल काळजी वाटू शकते. म्हणून तुम्हाला जे माहीत असायला हवे ते इथे दिलेले आहे –

- सध्या असा मतप्रवाह आहे की, सेल्यूलाइट म्हणजे शरीराच्या काही भागांमध्ये थोड्या वेगळ्या प्रकाराने चरबी साठणे एवढेच असते. त्याचा परिणाम म्हणून तो भाग खळ्या पडल्यासारखा दिसतो. यामुळेच काही खूप सडपातळ, तसेच खेळाडू स्त्रियांच्या बाबतीत हे होते, इतर स्त्रियांच्या बाबतीत नाही. यासाठी काही आनुवंशिक घटकही कारणीभूत असतात, त्यामुळे तुमच्या त्वचेवर असे आनुवंशिकतेमुळे सेल्यूलाइटस् येऊ शकतात. याचा अर्थ असा की, कोणतेही क्रीम ते घालवू शकणार नाही.
- हे सर्व परिणाम (सेल्युलाइटचे) त्वचेच्या खाली होत असतात, त्यामुळे कोणतेही अद्‍भुत मलम, त्यावर इलाज करण्यासाठी, त्वचेतून आत शिरू शकत नाही. म्हणून असे काहीही खरेदी करण्याच्या मोहात पडू नका. आणखी एक गोष्ट म्हणजे, तुमच्या मांड्या किंवा पार्श्वभाग याबाबत काही घडते आहे का नाही, याकडे अजिबात लक्षही देऊ नका. तुम्हाला 'सेल्युलाइट' असणे खूप अशक्य आहे.

कुरळे केस

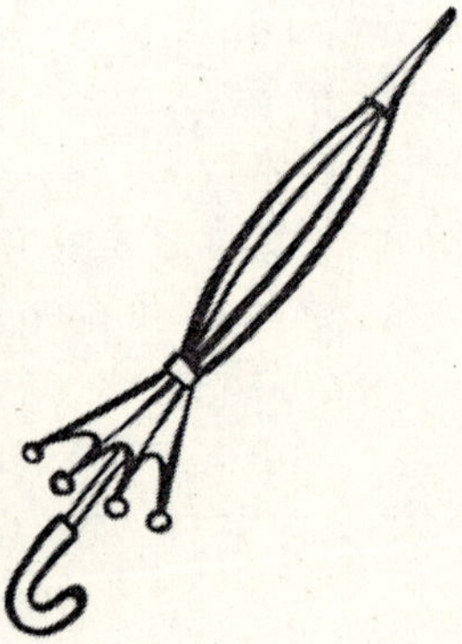

केस कसे दिसू शकतात, याबद्दल विपर्यस्त चित्र उभ्या करणाऱ्या केसांसंदर्भातल्या जाहिराती अगदी वाईट असतात. आपलेही केस जाहिरातीत दिसतात तसे कुरळे, जाड आणि चमकदार असावेत, असे तुम्हाला नेहमीच तीव्रतेने वाटत असेल, तर सावध व्हा आणि लक्षात घ्या की, केसांबाबतच्या उत्पादनांमुळे केस आपोआप असे होत नाहीत, तर केशभूषा करणाऱ्यांनी त्यावर तासन्‌तास केलेले काम, केसांना

लावायचे रंग (ते केसांचा पोत वाढवतात आणि त्यामुळे केस जाड वाटतात.) केस लांब वाटावेत म्हणून वापरली जाणारी साधने (त्यामुळे केस लांब आणि जाड आहेत असे वाटते). आणि स्टुडिओमधील प्रकाशझोत (त्यामुळे केसांचा रंग दाट आणि चमकदार दिसतो) या सर्व गोष्टींमुळे केस तसे दिसतात. थोडक्यात याचा अर्थ असा की, परिपूर्ण केसांबद्दलची एक स्वप्नवत कल्पना तुम्हाला विकली जाते. ती रोज प्रत्यक्षात उतरवणे शक्य नाही.

पूर्णपणे पांढरेशुभ्र दात

आपले दात पूर्णपणे पांढरे शुभ्र, एकसारखे आणि चमकदार असेच असायला हवेत असे नाही. अशासारखे दिसणारे दात हे वर मुलामा दिलेले असण्याची शक्यता असते. (म्हणजे दातांचे सौंदर्य कृत्रिमपणे वाढवण्यासाठी दातांच्या पुढच्या किंवा समोरच्या बाजूवर चिनी मातीचे वेफरइतके पातळ कवच करून बसवलेले असते) आणि रंग काढून टाकण्याची प्रक्रिया करून ते पांढरेशुभ्र केलेले असतात. नेहमीचे दात सामान्यतः कमी शुभ्र असतात आणि अगदी एकसारखे नसतात म्हणून 'तुमचे हास्य अगदी हॉलिवूडमधील नटीसारखे होईल' अशी ग्वाही देणारी खर्चिक उत्पादने खरेदी करण्याचा मूर्खपणा करू नका. कारण 'सौंदर्यवर्धक दंतचिकित्सा' हा दात असे होण्यासाठीचा एकमेव मार्ग आहे.

सौंदर्यवर्धक शस्त्रक्रिया आणि प्लॅस्टिक सर्जरी :

किशोरावस्थेत सौंदर्यवर्धक शस्त्रक्रिया करून घेण्याचे प्रमाण वाढते आहे. काही सौंदर्यवर्धक प्रक्रिया नेहमीच्या, सामान्य सौंदर्याशी निगडित बनवलेल्या असतात. याबद्दल आभारच मानायला हवेत. त्यामुळेच सध्या डॉक्टरांचे अनेक गट, किशोरवयीन मुलींना स्वप्रतिमा वाढवण्यासाठीचा झटपट उपाय म्हणून मोठी शस्त्रक्रिया करण्याचा मार्ग निवडू नये, यासाठी सावध करत आहेत. तुमच्या शरीराची वाढ होणे पूर्णपणे थांबेपर्यंत असला विचार करणे चुकीचेच असते. पण याव्यतिरिक्त तुम्हाला कोणीच कधी सांगत नाही, असे एक सत्य म्हणजे, शस्त्रक्रिया हा स्वप्रतिमा खालावलेली असण्यावरचा आणि शरीरप्रतिमा वाईट असण्यावरचा उपाय नाही.

शस्त्रक्रियेचा उपयोग होत नाही, याचे एक साधे-सोपे कारण म्हणजे, स्तन मोठे किंवा लहान असणे, जाडी कमी असणे, चेहरा खूप गुळगुळीत असणे आणि नाक बारीक असणे या गोष्टींमुळे अचानकपणे प्रसिद्धी किंवा आत्मविश्वास किंवा अगदी आंतरिक सौंदर्य, यातले काहीही तुम्हाला मिळत नाही. म्हणूनच एका प्रमुख अभ्यास पाहणीनुसार, प्लॅस्टिक सर्जरीमुळे शरीरप्रतिमेबाबतचे समाधान मिळत

नाही, तर वयामुळे मिळते. शरीरप्रतिमेबाबतच्या असमाधानाच्या संदर्भात हे होते की, तुम्ही ११ वर्षांच्या असताना असे असमाधान असण्याचे प्रमाण सर्वाधिक असते आणि तुम्ही १८ वर्षांच्या होता तेव्हा हे प्रमाण सर्वांत कमी असते.

तुमची सौंदर्यप्रतिमा कशी सुधारायची?

तुम्हाला स्वतःच्या दिसण्याबद्दल काय वाटते त्यात सुधारणा करणे, हा तुमची एकूणच शरीरप्रतिमा उंचावण्यामधला एक भाग आहे आणि तुम्हाला 'आपण अंतर्बाह्य सुंदर आहोत' असे वाटावे, यासाठीचा एक महत्त्वाचा दृष्टिकोनही आहे. याआधीच्या भागांवरून, सौंदर्याबद्दलचा तुमचा विश्वास कशामुळे कमी होतो हे तुम्हाला कळू शकेल; पण त्याचबरोबर तुम्ही स्वतःशीच कशा वागत आहात, ते कबूल करणेही महत्त्वाचे आहे. सतत तुलना करत राहण्याचा खेळ खेळल्याने तुमच्या दिसण्याबद्दल तुम्हाला काय वाटू लागते, हे तुम्ही प्रथम समजून घेतले पाहिजे.

स्वतःची तुलना इतर मुलींशी आणि तुमच्या मैत्रिणींशी करत राहणे, हा किशोरावस्थेतला पूर्णपणे सामान्य असा नेहमीचा भाग असतो. असे असले तरी, नेहमी स्वतःची किंमत करत राहणे हा एक नकारात्मक खेळ आहे, कारण त्यात बहुतेक वेळा तुम्हाला वाईट असेच निष्कर्ष सापडतात. या गोष्टीचा असा विचार करून पाहा. तुम्ही एका पार्टीला निघालेल्या आहात, त्यासाठी तयार होण्यात आणि स्वतःलाच छान वाटावे यासाठी तुम्ही खूप वेळ घालवलेला आहे. तुम्ही त्या खोलीत जाता, तुमच्या मैत्रिणी आहेत का ते पाहता आणि अचानक स्वतःतली हवाच निघून गेल्यासारखे तुम्हाला वाटते. कारण तुमच्या मनात असे येते की, तुम्ही त्यांच्याइतक्या तरतरीत, आकर्षक किंवा सुंदर दिसत नाही. यामुळे तुमचा आत्मविश्वास एकदम खचून जातो आणि मग तुम्हाला अजिबात चांगले वाटत नाही; खरेतर तुम्हाला एकच करावेसे वाटते, ते म्हणजे घरी जाणे आणि स्वतःच्या खोलीत लपून बसणे.

स्वतःची दुसऱ्याशी तुलना करत राहिले की, हे असे होते. त्यामुळे जर तुम्ही यातच गुंतून राहणार असाल, तर हे करून पाहा –

१. **तुमची तुलना सापेक्ष ठेवा :** उदाहरणार्थ, क्ष ही मुलगी जीन्समध्ये तुमच्यापेक्षा चांगली दिसते, कारण ती तुमच्यापेक्षा उंच आहे. पण कदाचित टॉप्स घातल्यावर तुम्ही तिच्यापेक्षा चांगल्या दिसता.

२. **तुमचा आत्मविश्वास पुरेपूर वाढवा :** तुम्ही जर क्षणात स्वतःबद्दल वाईट वाटून घेऊ शकता, तर क्षणात स्वतःबद्दल चांगले वाटून घेण्याची क्षमताही तुमच्याकडे असली पाहिजे. हे साधण्याचा चांगला मार्ग म्हणजे जेव्हा कधी तुम्हाला स्वतःबद्दल चांगले वाटले होते तो प्रसंग आठवणे, ज्या वेळी तुम्हाला तुमच्यात खरोखरच खंबीरपणा आणि आत्मविश्वास असल्याचे जाणवले होते. त्याचाच मनात विचार करा आणि त्यामुळे मन आत्मविश्वासाने भरून जाऊ द्या.
३. **स्वतःपलीकडचा विचार करा :** तुम्ही कशा दिसता याचीच सतत काळजी करत राहणे, म्हणजे स्वतःला मौजमजेपासून थांबवणे होय. तुम्ही कशा दिसता यावरून तुम्हाला जर खूप दुःख होत असेल, तर एक खोल श्वास घ्या आणि तुम्ही कशा दिसता याच्याशी काहीही संबंध नसलेल्या तीन गोष्टींवर ताबडतोब स्वतःचे लक्ष केंद्रित करा. उदाहरणार्थ, संगीत किंवा खोलीच्या पलीकडे काय चालले आहे आणि ज्याच्याशी गप्पा माराव्याशा वाटतील असे कोणी तुमच्या आसपास आहे का?
४. **इतर लोक तुमच्याबद्दल काय विचार करतात, याची काळजी करणे थांबवा :** सत्य हे आहे की, ते सर्व लोक, त्यांच्याबद्दल इतर सगळे काय विचार करतात, याची काळजी करण्यात मग्न असतात. म्हणजेच कोणीही तुमच्याबद्दल विचार करत नाही! हे ऐकायला थोडे कठोर वाटते, पण हे सत्य कळल्यामुळे एकदम खूप हायसे वाटते.

रंगरूप बदलण्यापासून सावध राहा

यानंतर महत्त्वाचे म्हणजे, तुम्ही टीव्हीवर जे पाहत असता, त्यापासून सावध राहा. रंगरूप बदलण्याचे म्हणजेच 'मेकओव्हर' संदर्भातले कार्यक्रम यापूर्वी खरोखरच फक्त नवीन कपडे आणि नवीन मेक-अप वापरून लोकांचे 'दिसणे' बदलण्याबाबत असत. पण हल्ली अशा कार्यक्रमांनी एक पाऊल पुढे टाकले आहे. कोणामध्ये तरी 'सुधारणा' व्हावी म्हणून शस्त्रक्रियेद्वारा मेकओव्हर करता येतो, यावर भर देणारे काही विशिष्ट कार्यक्रम आता दाखवले जातात. असल्या कार्यक्रमांमुळे, नेहमीचा सामान्य चेहरा कसा असतो ते दिसणेच अवघड झाले आहे. तुम्ही जर असे कार्यक्रम पाहत असाल, तर पुढील गोष्टींबाबत सावध राहा –

- अगदी मूलभूत स्वरूपाची आणि महत्त्वाची शस्त्रक्रिया, हे स्वप्रतिमा उंचावण्यावरचे आणि सुंदर दिसत असल्यासारखे वाटण्यावरचे उत्तर नाही. प्रत्यक्षात असल्या गोष्टीत भाग घेणाऱ्या 'स्पर्धकां'ची स्वप्रतिमा निर्बल होऊन खालावलेली असते, त्याच्यावर असल्या कार्यक्रमांमध्ये

दाखविलेल्या 'मेकओव्हर'चा काहीही उपयोग होत नाही.

- तुम्ही जे काही पाहता, ते सापेक्षतेने पाहा. सुंदर असणे म्हणजे उत्कृष्ट दिसणे आणि सर्व अवयव पूर्णपणे निर्दोष असणे, असे नाही. सौंदर्य ही बरीच दुर्बोध अशी संकल्पना आहे, त्यात दिसणे आणि परिपूर्णता असणे, याहून कितीतरी जास्त गोष्टींचा समावेश असतो.
- आकर्षक आणि सुंदर म्हणजे काय, याबद्दलचे आपले स्वतःचे मत ठरवताना, आपण इतरांच्या (म्हणजे आपल्याला माहिती असलेल्या लोकांच्या आणि माध्यमांच्या) दृष्टिकोनाचा उपयोग करतो. पण हे लक्षात ठेवा की, तुम्हाला जर एखादी व्यक्ती सुंदर आहे असे वाटले आणि इतर कोणालाही तसे वाटले नाही, तर सौंदर्याची तुमची व्याख्या चुकीची आहे आणि त्यांची बरोबर आहे, असा याचा अर्थ नाही. शेवटी सौंदर्य हे बघणाऱ्याच्या नजरेत असते.

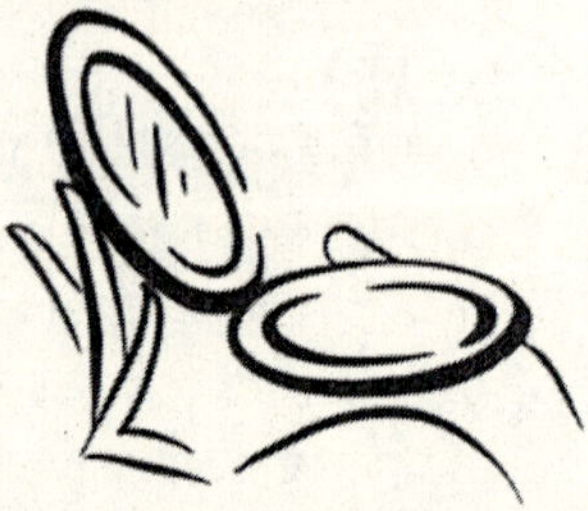

- शेवटची गोष्ट ही की, तुम्ही तुमच्या आवडत्या व्यक्तीसारख्या किंवा तुमच्या मैत्रिणींसारख्या सुंदर नाही, म्हणून तुम्ही कुरूप दिसता असे वाटणे हास्यास्पद आहे. वस्तुस्थिती अशी आहे की, सुंदर दिसणे किंवा सुंदर असल्यासारखे वाटणे, यासाठी तुम्हाला दुसऱ्या कोणाशीही तुलना किंवा बरोबरी करण्याची गरज नाही. तुम्हाला जर असे वाटत असेल की तुम्ही कुरूप आहात, तर तुम्ही स्वतःशीच कठोरपणे वागत आहात, आणि तुमच्यामध्ये असणाऱ्या विस्मयकारक आणि चांगल्या गोष्टींकडे दुर्लक्ष करत आहात. तुम्ही कोणत्या गोष्टीमुळे सुंदर दिसू शकता यावर विचार करण्यात जास्त वेळ घालवा आणि आपल्यात काय नाही, यावर विचार करण्यात कमी वेळ घालवा आणि मग तुम्हाला एक विलक्षण आणि आश्चर्यकारक गोष्ट घडताना दिसेल, ती म्हणजे, तुमची शरीरप्रतिमा आणि स्वप्रतिमा सतत उंचावत राहण्यास सुरुवात होईल व मग एक दिवस खरोखरच, आपण सुंदर आहोत, या विचारानेच तुम्हाला जाग येईल.

प्रकरण
३

वास्तव जगात सुंदर असणे

एलेनॉर रुझवेल्ट असे म्हणतात की, 'तुमच्या परवानगीशिवाय, कोणीही तुम्हाला गौण लेखू शकत नाही.'

वास्तव जगात तुमची कुवत काय आहे असे तुम्हाला वाटते? जिच्या पायाशी सारे जग लोळण घेते अशी प्रसिद्ध मुलगी तुम्ही आहात का? तुम्हाला स्वतःलाच आपण अनोळखी असल्यासारखे व लायक नसल्यासारखे वाटते का किंवा जी लायक बनण्यासाठी सतत धडपड करते; पण शेवटी गर्दीतलीच एक होऊन जाते आणि स्वतःचा तिरस्कार करत राहते, अशी आपण एक व्यक्ती आहोत असे वाटते?

स्वप्रतिमेबाबतचे सत्य : *किशोरावस्थेतील १०पैकी सात मुलींना त्या लायक आहेत किंवा त्यांच्यात काही करण्याची कुवत आहे, असे वाटत नसते.*
(डव्ह सेल्फ-एस्टिम फंड सर्व्हे)

तुम्ही तुमच्या मैत्रिणींवर अगदी जीव ओवाळून टाकावा एवढे प्रेम करता का की त्या तुम्हाला त्यांच्या तालावर नाचवतात आणि तुम्हाला कमी लेखतात, नीचपणाने वागतात आणि तुम्ही अपयशी आहात, असे तुम्हाला वाटायला लावतात?

आणि तुमच्या कुटुंबाबद्दल काय सांगाल? त्यांचा तुम्हाला आधार वाटतो का? आणि तुम्ही त्यांच्यावर अवलंबून आहात का, की ते तुम्हाला तुमच्या स्वतःबद्दल वाईट वाटावे आणि जगातल्या कोणाबद्दलच तुम्हाला विश्वास वाटू नये असे वागतात? आणि ते तसे वागताहेत हे त्यांच्या लक्षातच येत नाही का?

अंजली नावाची १४ वर्षांची मुलगी म्हणते की, ''काही काही दिवशी मी उठते तेव्हा मला खूप आत्मविश्वास वाटत असतो आणि मी नाश्ता करायला जाते. मला वाटते की, आई आता मला विचारेल की, 'हे केसांचे काय केले आहेस?' आणि 'मी काय खाते' याकडे लक्ष देण्यास बजावेल. पण काही मिनिटांतच, मला स्वतःबद्दल अगदी भयानक वाटू लागावे, अशी ती वागते.''

पुस्तकाचा हा भाग पूर्णपणे, तुमचे कुटुंब आणि मैत्रिणी यांच्याबद्दल आहे, कारण तुमची स्वप्रतिमा उंचावण्यास प्रोत्साहन देणे, हे आरशात तुमचे प्रतिबिंब पाहण्यापेक्षा काही वेगळे व जास्त असते. पण ते तुम्हाला अगदी आतून चांगले वाटावे, यासाठी काही प्रयत्न करणे असते. त्याचप्रमाणे तुम्ही स्वतःशी एवढ्या कठोर का वागता हे पाहणे, तुम्हाला काय वाटावे, यावर इतर लोकांचा इतका प्रभावशाली परिणाम कसा होतो, हे शोधून काढणे आणि मग या सगळ्याबाबत काय करायचे हे ठरवणे, या सर्वांचा अंतर्भावही स्वप्रतिमा उंचावताना करावा लागतो.

याचा अर्थ असा की, तुमच्या आयुष्यावर थेट प्रभाव असणाऱ्या व्यक्तींचा विचार न करता तुम्ही स्वप्रतिमा सुधारू शकत नाही. अशा व्यक्ती म्हणजे तुमच्या मैत्रिणी, तुमचे पालक, इतर मुले आणि याशिवाय जगाबद्दलच्या अगदी तुमच्या स्वतःच्या प्रतिक्रिया. स्वप्रतिमा उंचावणे म्हणजे तुम्हाला कसे वाटते याबद्दल इतरांना दोष देणे नसते किंवा तुमची स्वप्रतिमा आणि आत्मविश्वास या गोष्टींसाठी तुमचे पालक आणि मैत्रिणी यांना जबाबदार धरणेही नसते. तुम्ही जशा वागता, जे करता किंवा इतर लोकांचे प्रश्न काय आहेत, याकडे तुम्ही कुठल्या दृष्टीने पाहता, याबाबत विचार करणे आणि जगाकडून तुम्हाला जे काही मिळेल ते सहन करण्यासाठी, स्वतःबद्दल खंबीर जाणीव कशी निर्माण करायची, याबाबत विचार करणे, या गोष्टींचा त्यात समावेश असतो.

तुमच्या सर्वांत चांगल्या मैत्रिणी, तुमच्यासारख्याच म्हणजे समान हितसंबंध असणाऱ्या मैत्रिणींचा गट आणि शत्रू यांच्याशी वर्तन

तुमच्या वर्गातल्या लोकप्रिय मुलींसारखे आपण असावे एवढीच जर तुमची इच्छा असेल, तर असे वाटणाऱ्या तुम्ही एकट्याच नाहीत. तुमच्या बरोबरीच्या माणसांसारखे तुम्हाला ओळखले जावे आणि तुमच्या आजूबाजूच्या माणसांनी, विशेषतः ज्यांच्या हातात सर्व अधिकार आहेत असे दिसते, अशा प्रभावी माणसांनी तुम्हाला स्वीकारले आहे आणि मान्यता दिली आहे असे वाटावे, असे कोणत्याही वयात वाटणे अगदी स्वाभाविक आहे. पण असे वाटण्यामध्ये काही समस्या आहेत. कारण जेव्हा आपल्याला आपल्या स्वतःबद्दल आणि आपल्या शरीराबद्दल कसे वाटते, हे कशावरून ठरवायचे हा प्रश्न येतो, तेव्हा शेवटी आपण आपल्या मैत्रिणी आणि आपले परिचित लोक यांना त्याबाबतचे खूप अधिकार देतो.

तुमच्या मैत्रिणी जर चांगल्या असतील तर, त्या तुम्हाला मनापासून आधार देतील, तुम्हाला चांगले वाटावे अशा वागतील आणि तुम्हाला खचल्यासारखे वाटेल तेव्हा धीर देतील. दुर्दैवाने, तुमच्या मैत्रिणी कितीही चांगल्या असल्या तरी, तुम्हाला काही मुली आणि अगदी कुटुंबातील काही जण आणि मुलेही अगदी याच्या विरुद्ध वागताना दिसतात. अशा मुली तुमच्याबद्दल नाही-नाही त्या क्षुद्र गोष्टी पसरवतात. तुमची मैत्रीण असल्याचा आव आणतात आणि मग अगदी उलटे वागतात आणि तुमच्या 'मैत्रिणी' म्हणवणाऱ्याही काही जणी तुमच्यावर दादागिरी करतात आणि तुम्हाला त्यांच्या ताब्यात ठेवण्याचा प्रयत्न करतात किंवा तुम्हाला त्यांच्यातून वगळून टाकतात आणि तुम्हाला वाईट वाटावे, यासाठी जास्तीत जास्त प्रयत्न करतात.

यामुळेच मैत्रीच्या जगात वावरणे आणि विशेषतः तुमच्या शाळेतील मुलींशी मैत्री करणे व टिकवणे कठीण असते. कधीकधी, विशेषतः तुमची स्वप्रतिमा अगदीच खालावलेली असेल तेव्हा, ते अशक्य आहे असेच वाटते. तरीही एक महत्त्वाची गोष्ट लक्षात घ्यायला हवी, ती म्हणजे असे वाटणाऱ्या तुम्ही एकट्याच नसता. मैत्रिणींसंदर्भातील प्रश्नांबाबत बोलताना मुली काय म्हणतात, ते नमुन्यादाखल पुढे दिले आहे, त्यावर नजर टाका.

आर्या नावाची १३ वर्षांची मुलगी म्हणते, "अलीकडे माझी सर्वांत चांगली मैत्रीण, त्या दुसऱ्या मुलीबरोबर निघून जाते आणि तिची काही भयानक मते मला ई-मेल करून कळवते, त्यामुळे मी तुच्छ असल्यासारखे मला वाटते."

सुनयना नावाची १३ वर्षांची मुलगी म्हणते, "माझ्या दोन मैत्रिणींनी त्यांचे वागणेच बदलले आणि आणखी एक मैत्रीण मला म्हणाली की, नयना आणि रागिणीपेक्षा तुला तसं वागणं कठीण जाईल. आणि मी कारण विचारल्यावर ती म्हणाली की, 'त्या खरोखरच सगळ्यांना आवडतात, पण तू आवडत नाहीस.' यामुळे माझ्या स्वप्रतिमेला खूपच मोठा धक्का बसला."

अस्मिता नावाची १२ वर्षांची मुलगी म्हणते, "काही आठवड्यांपूर्वी, त्या मुलीच्या पार्टीसाठी प्रत्येक मुलीला सांगितले गेले; पण मला सांगितले गेले नाही. 'माझ्यासाठी हे फार महत्त्वाचे नाही,' असे खोटेच भासवण्याचा मी प्रयत्न केला, पण मी खरोखरच दुखावले गेले. त्या मुलीने तर माझ्यासमोरच माझ्या अगदी जवळच्या मैत्रिणीला आमंत्रण दिले."

प्रज्ञा नावाची १२ वर्षांची मुलगी म्हणते, "एके दिवशी जेवणाच्या सुट्टीत, माझी जिवलग मैत्रीण म्हणाली, 'तू जाड असल्याचं तुला काही वाटतं का?' रडू येऊ नये म्हणून त्यावेळी मला खूप प्रयत्न करावा लागला. ती इतकी क्षुद्र वृत्तीची असेल यावर माझा विश्वासच बसत नाही; कारण आम्ही सात वर्षांच्या असल्यापासून मैत्रिणी आहोत."

स्वप्रतिमेबाबतचे सत्य : *किशोरावस्थेतील मुलींपैकी ५० टक्के मुलींनी असे सांगितले आहे की, त्यांना स्वतःबद्दल जेव्हा खूप वाईट वाटत असते, तेव्हा त्या नकारात्मक कृत्ये करण्यात स्वतःला गुंतवतात. उदाहरणार्थ, इतरांना घाबरवणे, दुसऱ्यांबद्दल गप्पा मारणे आणि स्वतःलाच इजा करून घेणे.*

(डव्ह सेल्फ एस्टीम फंड सर्व्हे)

वर सांगितलेले सर्व प्रसंग कठीण आहेत. असे जरी असले, तरी अशा प्रसंगात कसे वागायचे, याचेही मार्ग आहेत आणि ते तुमची स्वप्रतिमाच फक्त उंचावणार नाहीत, तर इतर लोकांच्या नीच वागण्याने तुम्ही दबूनच राहिले पाहिजे असे नाही, याचीही खात्री देतील. या सगळ्याचा संबंध, तुमची सामाजिक क्षमता सुधारण्याशी आहे. दुसऱ्या कोणाच्या तरी वाईट वागण्यामागे काय कारण आहे हे समजून घेण्यासाठी, सामाजिक आणि भावनिक कौशल्ये तुम्हाला समर्थ बनवतात. हे समजून घेतलेत तर मग तुम्ही पुढील गोष्टी करू शकाल –

- एखाद्याचे खरे हेतू समजून घेणे.
- कोणी तुम्हाला कमीपणा वाटावा म्हणून प्रयत्न करत असेल, तरीही स्वतःबद्दल चांगलेच वाटून घेणे.
- मैत्री तुटते तेव्हा काय करायचे, हे जाणून घेणे.
- तुमची छळवणूक होत असेल तर काय करायचे, हे जाणून घेणे.
- वाईट मैत्रिणीपासून सुटका कशी करून घ्यायची, हे जाणून घेणे.
- तुमच्या बरोबरीच्या मुलींशी कसे वागायचे, हे जाणून घेणे व सावध राहणे.
- तुम्हाला भीती वाटत असली, तरीही स्वतःला खंबीर ठेवणे.

हे सर्व सुरू करण्यासाठी तुम्ही स्वतः कुठल्या प्रकारची मैत्रीण आहात हे ठरवणे, ही सर्वप्रथम करावयाची चांगली गोष्ट आहे. कारण त्यामुळेच ही तुमची स्वप्रतिमा सध्या कोणत्या पातळीवर आहे आणि शिवाय तुम्ही तुमच्या मैत्रिणींना तुमच्याशी कशा प्रकारे वागू देता आणि तुम्ही तुमच्या मैत्रिणींना कसे वागवता, हे तुम्हाला समजेल.

चाचणी : तुम्ही स्वतः कोणत्या प्रकारची मैत्रीण आहात?

पुढील प्रश्नांसाठी तुम्हाला जे तुमच्यासाठी सर्वांत जवळचे, योग्य असे उत्तर वाटेल त्याला खूण करा आणि शेवटी तुमची गुणसंख्या मोजा.

१. तुम्ही एक पार्टी देणार आहात, तेव्हा तुम्हाला वाटणारी सर्वांत मोठी भीती कोणती?

(अ) तुमच्या वर्गातल्या प्रत्येक मुलीला आमंत्रण द्यावे लागेल. (०)

(ब) लोक येणार नाहीत. (५)

(क) तुमची पार्टी अगदी वाईट होईल आणि प्रत्येक जण तुमच्या मागे तुमच्याबद्दल बोलत राहील. (१०)

२. मित्राबाबत काही पेचप्रसंग उद्भवला म्हणून रात्री ११ वाजता तुमची मैत्रीण तुम्हाला झोपेतून उठवते, त्या वेळी तुम्ही –

(अ) काही हरकत नाही, असे म्हणाल (५)

(ब) आपण झोपलो आहोत, असे सांगून फोन ठेवून द्याल. (०)

(क) तिने फोन करण्यासाठी तुम्हाला निवडले, म्हणून तुम्हाला कृतज्ञ वाटेल. (१०)

३. तुमच्या मैत्रिणी तुमचे वर्णन असे करतात –

(अ) लोकप्रिय आणि आकर्षक (०)

(ब) एक उत्तम श्रोता आणि त्यांच्यासाठी काही करण्यास नेहमी तयार (१०)

(क) थोडीशी त्रयस्थ (५)

४. एखाद्याच्या मागे त्याच्याबद्दल बोलत राहण्याच्या बाबतीत, तुम्ही अशी मुलगी आहात का जी –

(अ) असल्या गप्पा पसरवते. (०)

(ब) असल्या गप्पा नुसत्या ऐकते. (१०)

(क) अशा गप्पांचा विषय होते. (५)

५. एखाद्या मैत्रिणीमुळे जेव्हा तुम्हाला स्वतःबद्दल वाईट वाटते, तेव्हा तुम्ही –

(अ) त्याकडे दुर्लक्ष करता. (५)

(ब) त्या मैत्रिणीला सांगता की, इथून पुढे तुम्ही मैत्रिणी असणार नाही. (०)

(क) असे दाखवता की, तसे काही घडलेलेच नव्हते. (१०)

गुणसंख्या

० ते १० :

तुम्हाला मुलींच्या गटात लोकप्रिय असे म्हणायला हवे आणि बहुधा तुमच्यासारख्याच काही मुलींच्या गटाच्या तुम्ही प्रमुख आहात. तुमच्या लोकप्रियतेमुळे 'आपण प्रभावशाली आहोत' असे तुम्हाला वाटते. पण प्रत्यक्षात तुम्ही खऱ्याच कशा आहात हे इतर कुणालाही कळू देण्याची तुम्हाला भीती वाटते आणि याचा परिणाम म्हणून तुम्हाला तुमच्यासाठी कोणताच मार्ग सापडत नाही, तेव्हा इतर मुलींना आपल्या ताब्यात ठेवण्याचा प्रयत्न करण्याकडे तुमचा कल असतो.

१५ ते २५ : एक त्रयस्थ व्यक्ती

तुम्ही स्वतःशी प्रामाणिक राहण्याचा प्रयत्न करता आणि त्यामुळे कधीकधी तुम्हाला असे वाटते की, तुम्ही त्रयस्थ आहात किंवा अशी व्यक्ती आहात

जिच्याबद्दल लोक बोलत असतात. इतर अनेक मुलींपेक्षा, तुमची स्वतःबद्दलची जाणीव जास्त पक्की आहे. म्हणून, तुम्ही अगदी योग्य मार्गावर आहात याची खात्री बाळगा.

३० ते ५० : लोकांना खूश करणारी व्यक्ती

लोकांना तुम्ही आवडाव्यात म्हणून तुम्ही खूप प्रयत्न करता. तुमच्यावर त्यांना अवलंबून राहू देता आणि तुमच्यातल्या चांगल्या गुणांचा त्यांना फायदा घेऊ देता. पण याचा परिणाम असा होतो की, जिने तुम्हाला दुखावले आहे, अशा मैत्रिणीशी तुम्ही समोरासमोर त्याबद्दल बोलू शकत नाही किंवा ज्या मुली तुमच्याशी वाईट वागतात असा तुमचा विश्वास असतो, त्या मुलींच्या गटाविरुद्ध तुम्ही ठामपणे उभ्या राहू शकत नाही.

बरोबरीच्या मुलींच्या गटामध्ये तग धरून राहणे.

तुमच्या शाळेत जास्त प्रभाव पाडणाऱ्या मुलींचा सामान्यतः एक गट असतो. अशा गटाला इंग्रजीत 'क्लिक' असे म्हणतात. या गटातल्या मुली कदाचित सुंदर असतात, लोकप्रिय असतात किंवा इतर मुलींवर ताबा कसा ठेवायचा हे त्यांना माहिती असते. अशा गटात निवडक मुलींनाच प्रवेश दिला जातो आणि या गटातल्या मुली एकमेकींना धरून राहतात. इतर मुलींबद्दल नापसंती व्यक्त करण्यासाठी, त्यांना गटात येऊ देत नाहीत आणि असे वाटायला लावतात (वेगवेगळ्या प्रकारे) की, त्या गटाबरोबर राहण्यासाठी या इतर मुली तितक्याशा योग्य नाहीत.

जर तुम्ही या गटाच्या बाहेर असाल आणि गटात शिरण्याचा प्रयत्न करत असाल, तर तुम्ही स्वतःलाच पुढील प्रश्न विचारा :

१. तुम्ही त्या गटात जाण्यासाठी एवढ्या उत्सुक का आहात? लोकप्रिय मुलींनी तुम्हाला पसंती द्यावी म्हणून तुम्ही प्रयत्न करता आहात का, आणि तसे असेल, तर का?
२. तुम्हाला असे वाटते का, की गटाच्या बाहेर राहण्यापेक्षा त्या गटात राहण्याने आयुष्य जास्त चांगले वाटेल?
३. तुम्हाला काही सामाजिक दर्जा असावा, यासाठी तुम्ही प्रयत्नशील आहात का? त्यामुळे तुम्ही पुरेशा चांगल्या आणि लोकप्रिय आहात, हे सिद्ध होईल?

अवंतिका नावाची १२ वर्षांची मुलगी म्हणते, "मी त्या लोकप्रिय गटाचा एक भाग होण्यासाठी काहीही करेन. सगळ्या मुलांना त्या गटातल्या मुली आवडतात आणि सगळ्या मुलींना त्या गटातल्या मुलींसारखे असावे असे वाटते. मला त्या गटात शिरकाव करण्याची संधीच मिळत नाही, कारण मी मोहक नाही आणि माझ्याकडे देण्यासारखेही फारसे काही नाही."

आपण त्या गटात असावे अशी तुमची खरोखरच इच्छा आहे का?

जर आपण त्या गटात असावे अशी तुमची इच्छा असेल, तर तुम्हाला पहिला प्रश्न हा पडायला पाहिजे की, या गटाने स्वतःचे जे महत्त्व प्रस्थापित केले आहे, त्याच्याशी तुम्ही सहमत आहात का, आणि त्या गटात सहभागी होऊन तुम्ही आनंदी व्हाल का? जो गट इतर मुलींना आपल्यापासून दूर ठेवतो आणि तुम्ही कसे वागायला हवे किंवा कधीकधी, कसे कपडे घालायला हवेत हे तुम्हाला सांगतो, अशा गटाशी तुम्हाला मैत्री करायची आहे का? तुमची स्वतःची मते, समजुती सोडून द्यायच्या आणि दुसरे कोणीतरी लोकप्रिय आहे एवढ्या एकाच कारणासाठी, त्याच्या म्हणण्याप्रमाणे वागायचे, यासाठी तुमची तयारी आहे का?

अशा गटाबाहेर असल्यामुळे तुम्हाला तुम्ही नकोशा आहात आणि लोकप्रिय नाही असे वाटते, म्हणून त्या गटात असायला हवे, अशी तुमची इच्छा आहे का? असे असेल तर एक गोष्ट ध्यानात ठेवा की, अशा मुलींची मैत्रीण असल्याने तुमची असुरक्षिततेची भावना आणखी बळावेल. ज्या मैत्रीमुळे तुम्हाला स्वतःबद्दल चांगले वाटू लागते, तुमच्याबद्दल चांगले मत तयार होऊ शकते आणि तुम्ही आनंदी होऊ शकता, अशी खरी मैत्री या गटामुळे तुम्ही करू शकणार नाही.

तुम्ही जर असल्या गटामध्ये नसाल, तर त्या गटात शिरण्याचा प्रयत्न करणे हे स्वतःच स्वतःचा पराभव करण्यासारखे आहे. कारण जर तुम्ही त्या गटात शिरू शकला नाहीत, तर तुम्हाला असे वाटेल की, जणू काही आपण नापास झालो आहोत. आणि जर तुम्ही त्या गटात शिरलात, तर तुम्ही जणू सापळ्यात अडकाल. तुम्ही कोणालातरी हव्या आहात, आणि कोणालातरी तुमची किंमत आहे, असे तुम्हाला वाटायला हवे असेल, तर तुमच्यासाठी हे जास्त योग्य आहे की, तुम्ही अशा मैत्रिणी शोधाव्यात, ज्यांच्याशी तुमच्या आवडीनिवडी, मते जुळतात, आणि तुम्ही कोण आहात किंवा कशा दिसता आणि वागता हे न बघता, तुम्ही जशा

आहात, तशाच त्यांना आवडता.

हे सर्व करण्याचा मार्ग म्हणजे ज्या गोष्टींमध्ये तुम्हाला रस वाटतो, त्या गोष्टींमध्ये स्वतःला गुंतवून घेणे; मग ती गोष्ट म्हणजे एखादा खेळ असेल, बागकाम असेल, नृत्य असेल किंवा एखादी कला शिकणे असेल. हे सर्व शाळेतच केले पाहिजे असे नाही आणि त्यात काही मतभेद असण्याचेही कारण नाही. (कारण त्याचा हेतू स्वतःला समाधान मिळावे हा आहे; इतरांना नाही.) तुम्हाला ज्या कामात आनंद वाटतो, त्यात सहभागी व्हा आणि मग तुम्हाला दिसेल की, बाहेर एक असे वेगळे जग आहे आणि ते अशा असंख्य लोकांनी भरलेले आहे, जे लोक कुठलेही मत बनवताना किंवा कोणताही निर्णय देताना कोत्या किंवा संकुचित वृत्तीने देत नाहीत. इतरांशी क्षुद्रपणाने वागत नाहीत. खरी मैत्री शोधून काढणे आणि त्यातली शक्ती जाणून घेणे, याची मदत तुमच्या स्वप्रतिमेला आधार मिळण्यासाठी आणि तुम्हाला स्वतःबद्दल कसे वाटते यासाठी होईल. तसेच तुमच्या शाळेवर राज्य करणाऱ्या, तुमच्या बरोबरीच्या मुलींच्या गटाला तोंड देण्यासाठी त्यामुळे तुम्हाला बळ येईल.

> *ललिता नावाची १३ वर्षांची मुलगी म्हणते, "मी एका गटात सहभागी आहे आणि लोक आपल्याकडे पाहतात आणि त्यांना आपल्यासारखे व्हावेसे वाटते," हे समजल्यावर काही वेळा खूप छान वाटते. पण बहुतेक वेळा मला असे वाटत राहते की, मी काय करायचे, कोणते कपडे घालायचे, काय बोलायचे हे नेहमी मला इतरांकडून सांगितले जाते. याचा मला आतल्या आत खूप त्रास होतो."*

गटामध्ये गौण समजल्या जाणाऱ्या मुली

तुम्ही जर तुमच्या गटात गौण किंवा दुय्यम समजल्या जात असाल, तर स्वतःला पुढील प्रश्न विचारा :

१. गटातील मुलींशी असणाऱ्या तुमच्या मैत्रीमुळे तुम्हाला आनंद मिळतो का?

२. या गटाचे वागणे तुम्हाला पसंत आहे का?

३. तुमच्या गटाची जी प्रमुख समजली जाते, तिला तुम्ही घाबरता का?

शक्यता अशी आहे की, तुम्हाला गौण समजले जात असल्याने, गटातील

तुमची जागा जाईल आणि तुम्हाला गटाबाहेर पडावे लागेल; याची तुम्हाला भीती वाटत असते. त्यामुळे इतरांना तुम्ही जे करावे असे वाटते, तेच करत राहण्यात तुम्ही तुमचा जास्तीत जास्त वेळ घालवता. संशोधनावरून असे दिसते की, गटातील मुलींना आपली मैत्री तुटण्याची सारखी भीती वाटत असते, त्यामुळे गटातील आपले स्थान कायम ठेवण्याचा प्रयत्न करताना, अशा मुली वेगवेगळ्या युक्त्या-प्रयुक्त्या वापरत राहतात. याचा परिणाम म्हणून तुमची स्वप्रतिमा बरीच खालावण्याची शक्यता असते. म्हणूनच हे लक्षात ठेवा की, जरी तुम्ही शाळेतल्या सर्वांत लोकप्रिय गटात असलात तरी, केवळ अशा गटात असण्याचा कोणताच उपयोग तुमच्या स्वप्रतिमेसाठी होणार नाही. तर तुम्हाला ज्यामुळे अधिक चांगले वाटेल अशी गोष्ट म्हणजे, तुमच्या मैत्रीमध्ये खुलेपणा ठेवणे आणि अनेक जणींशी मैत्री करणे, हा आहे. याचा अर्थ असा की, तुम्हाला गटात राहायचे असेल तर जे नियम पाळावे लागतात, त्या नियमांच्या बंधनातून मोकळे होणे आणि नवीन मैत्रीसाठी स्वतः तयार राहणे; या गोष्टी तुम्हाला कराव्या लागतील.

असे करणे कठीण असू शकते, विशेषतः गटातून बाहेर पडल्यावर तुम्हाला दमदाटी केली जाईल, छळले जाईल, याची जर तुम्हाला भीती वाटत असेल, तर हे जास्त कठीण होऊ शकते. म्हणून यासाठी एक उत्तम मार्ग म्हणजे, शाळेव्यतिरिक्त आणि जेथे तुमच्या गटाचा प्रभाव पडू शकत नाही, अशा ठिकाणच्या मुलींशी मैत्री जुळवण्याची आणि ती पार पाडण्याची सुरुवात करणे. आपणहून किंवा मैत्रिणींच्या एखाद्या गटात सहभागी होऊन जे त्या गटात नाहीत किंवा जे कदाचित तुमच्या वयाचेही नाहीत, अशांशी मैत्री करा. जेव्हा तुमच्यावर कोणाचेही नियंत्रण नसते किंवा दबाव नसतो तेव्हा तुम्ही किती वेगळ्या असता, ते त्यामुळे तुमच्या लक्षात येईल.

तुम्हाला कसे वाटते, त्यातला फरक लक्षात घ्या. म्हणजे तुम्हाला ज्यांच्याशी मैत्री नको आहे अशा, आणि तुम्हाला जसे असावे असे वाटते, तसे होऊ न देणाऱ्या मैत्रिणींपासून लांब राहण्याची सुरुवात करण्यास तुम्हाला धीर येईल.

जुईली नावाची १२ वर्षांची मुलगी म्हणते, ''माझ्या वर्गातल्या मुली मला जाड म्हणतात. मी डुकराच्या मांसासारखी दिसते म्हणतात आणि शारीरिक व्यायामाच्या वेळी मला हसतात. ते सगळे मी हसून घालवते; पण मला स्वतःचाच तिरस्कार वाटतो. मला वाटते की, मी जर बारीक असते, तर त्या माझ्यामागे लागल्या नसत्या.''

राजश्री नावाची १३ वर्षांची मुलगी म्हणते, ''माझ्या वर्गातल्या काही विशिष्ट मुलींनी मिळून प्रत्येकीला ई-मेल पाठवून असे सांगितले की, त्यांनी फेसबुकवर माझी मैत्रीण म्हणून राहू नये. सुरुवातीला काय घडते आहे हे माझ्या लक्षातच आले नाही; कारण प्रत्येकीने माझे नाव काढून टाकले होते. नंतर माझ्या जिवलग मैत्रिणीने, काय झाले आहे ते मला सांगितले. मी असे काय केले म्हणून माझ्या वाट्याला असले वागणे आले, ते मला माहिती नाही.''

क्षुद्र वृत्तीचे वागणे, हाताळणे

'काठ्या आणि दगड माझी हाडे मोडू शकतात. पण शब्द मला कधीच दुखावणार नाहीत' अशा अर्थाची एक जुनी प्रसिद्ध म्हण सत्य ठरू शकत नाही. शब्द नुसते दुखावतच नाहीत, तर ज्या प्रसंगामुळे तुम्हाला स्वतःबद्दल खूप कमीपणा वाटतो आणि खूप लाजिरवाणे आणि अपमानास्पद वाटते, त्या प्रसंगानंतर कित्येक महिनेच नाही, तर कित्येक वर्षेदेखील ते शब्द तुमच्या डोक्यात पक्के घर करून राहतात. म्हणूनच तुमच्याबद्दल अपशब्द बोलले जाणे, तुमच्यामागे तुमच्याबद्दल बोलणे, तुमचे नाव धुळीला मिळवणे, तुमच्याशी अबोला धरणे आणि तुम्हाला दूर ठेवणे (म्हणजे मुली त्यांच्याशी मैत्री करण्यापासून तुम्हाला दूर ठेवतात, तुम्हाला बोलवायचे टाळतात, आणि तुम्हाला एकटे पाडतात.) हे सर्व छळ करण्याचे प्रकार आहेत. ते दुर्लक्ष करण्यासारखे नाहीत, तर त्यांच्याबद्दल स्पष्टपणे काही बोलण्याची, करण्याची गरज असते.

अपशब्द बोलणे, उगीच अपमान करणे आणि छळवाद करणे या सगळ्यामुळे इतर कशाहीपेक्षा जास्त वेगाने तुमच्या स्वप्रतिमेची चिरफाड होऊ शकते. कारण या सगळ्याचा उद्देशच तुम्हाला स्वतःबद्दल लाज वाटायला लावणे, हा असतो. यामुळे मग तुम्हाला तुमच्या भावना लपवाव्याशा वाटतात आणि तुमच्या बाबतीत जे काही घडते आहे त्याबद्दल गप्प राहावेसे वाटते. त्यामुळे मग तुमची अस्वस्थता आणि भीती वाढते आणि तुम्ही सहजपणे इतरांच्या आहारी जाऊ शकता. या सर्वांतून जाणे ही फार भयानक गोष्ट आहे, पण तुमच्या बाबतीत हे घडत असेल, तर तुमच्या गप्प राहण्याने ही परिस्थिती बदलणार नाही. तुम्ही कोणाचे लक्ष्य बनत असाल, तर ती परिस्थिती बदलण्यासाठी पुढील गोष्टी करा.

१. तुमचा ज्यांच्यावर विश्वास आहे, म्हणजे तुमची मैत्रीण, पालक आणि किंवा एखादा नातेवाईक, त्यांना हे सगळे सांगा. या छळवणुकीमुळे तुमच्या भावना

व भीती या संदर्भात तुम्हाला काय वाटू लागले आहे, ते स्पष्ट करून सांगा आणि नक्की काय घडते आहे, हेही स्पष्टपणे सांगा.

२. तुमची शारीरिक, शाब्दिक आणि मानसिक छळणूक कशा प्रकारे होते आहे, हे तुमच्या पालकांना सांगून, ती थांबवण्यासाठी प्रत्यक्ष कृती करा (किंवा तुमच्या शिक्षकांना याबद्दल सांगा किंवा या बाबतीत काम करणाऱ्या खासगी सेवांशी संपर्क साधा).

३. ज्या व्यक्तीशी तुम्ही याबद्दल बोलला आहात, त्यांच्या मदतीने, हे जे घडते आहे त्यातून बाहेर कसे पडता येईल, याबाबतची योजना तयार करा. तुम्ही या छळणाऱ्यांच्या समोरासमोर जाऊन त्यांच्याशी बोलू इच्छिता का? तुमच्या पालकांना यासाठी शाळेत जाण्यास सांगावे असे तुम्हाला वाटते का? हे जे सर्व चालले आहे, त्याबद्दल शिक्षकांशी बोलावे, आणि त्यांना हे सगळे थांबवण्यास सांगावे, अशी तुमची इच्छा आहे का?

४. जर असे छळणे धमकी दिल्यासारखे आणि आक्रमक झाले असेल, तर तुमच्याकडे काय पाठवले गेले, काय सांगितले गेले आणि तुमच्या बाबतीत काय केले गेले, या सगळ्याचे पुरावे गोळा करून ठेवा. जर ते सर्व हिंसक झाले असेल, तर पोलिसांची मदत घेण्याचा विचार करा.

५. जर हा त्रास असुरक्षित वेळी होत असेल उदाहरणार्थ तुम्ही एकट्या असता, म्हणजे उदा. शाळेतून घरी जात असताना किंवा जेवणाच्या सुट्टीत, तर मग तुम्ही सतत दुसऱ्या कुणाबरोबरतरी कशा राहू शकाल यावर उपाय शोधा. शाळेच्या दारातच तुम्हाला गाठता येईल अशी एखादी मुलगी शोधा. गर्दीपासून दूरच्या जागी मैत्रिणीबरोबर डबा खा.

६. या छळवादामुळे तुमच्या आत्मविश्वासावर कसा परिणाम झाला आहे, याबाबत बोलण्यासाठी समुपदेशकांना भेटा. तुम्ही कोणत्या परिस्थितीतून जात आहात त्याबद्दल बोला आणि तुमची स्वप्रतिमा उंचावण्याच्या दृष्टीने हा त्रास आणि एक व्यक्ती म्हणून तुम्ही कोण आहात, यामध्ये असलेला फरक लक्षात घ्या.

७. लक्षात ठेवा की, तुम्हालाच लक्ष्य का केले गेले याला काहीही कारण नाही. प्रसिद्ध लोकांना आणि कुणाच्या अध्यातमध्यात नसणाऱ्यांनाही एकसारखीच

दमदाटी केली जाऊ शकते.

८. असा एखादा प्रसंग कितीही लहान असला, तरीही काही घडलेच नाही किंवा घडतच नाही असा बहाणा करू नका. जर त्यामुळे तुम्ही अस्वस्थ झाला असाल, तुम्हाला वाईट वाटले असेल, तर त्याबद्दल बोलायलाच हवे.

९. तुम्हाला लाजिरवाणे वाटत असेल, तर त्याबद्दलही बोला. दमदाटी किंवा छळ केला गेला तर त्यावरची नैसर्गिक प्रतिक्रिया हीच असते की, त्याबद्दल लाजिरवाणे वाटते आणि तुमच्याबाबत हे घडले म्हणून अपमानास्पद वाटते; पण यात तुमचा काहीच दोष नाही. म्हणूनच जे काय घडते आहे, त्याबद्दल कोणाशीतरी बोला.

१०. शाळेच्या बाहेरील लोकांकडून तुम्हाला भक्कम पाठिंबा कसा मिळवता येईल ते पाहा. तुम्हाला त्रास देणाऱ्यांपासून लांब असणाऱ्या तुमच्या मैत्रिणी आणि तुमच्या मैत्रिणींबरोबरचा गट, यांच्या मदतीने तुमची स्वप्रतिमा पुन्हा उंचावू शकते आणि आपण पात्र आणि उपयुक्त आहोत असे तुम्हाला वाटू लागण्यास मदत होऊ शकते.

प्रत्यक्षात शत्रू असणाऱ्या मैत्रिणी

ज्या मैत्रिणी तुम्हाला वाईट वाटेल असे वागतात, तुमच्या विचारांना सुरुंग लावतात आणि तुमच्या विरुद्ध कारस्थाने रचतात, त्या मैत्रिणी खरेतर तुमच्या शत्रू असतात. अशा शत्रू असणाऱ्या मैत्रिणींबाबतची समस्या ही असते की, त्यांना ओळखून काढणे कठीण असते; कारण बहुतेक वेळा त्या तुमच्या चांगल्या मैत्रिणी आहेत, असेच वाटते आणि बहुतेक वेळा तुम्ही त्यांच्याबरोबर बराच वेळ घालवत असता; पण त्या तुमच्या स्वप्रतिमेवर मोठ्या प्रमाणात परिणाम घडवू शकतात. कारण त्या तुमच्याशी असे वागतात की, त्यामुळे अगदी हळूहळू तुम्हाला स्वतःबद्दलच शंका वाटू लागते आणि तुमची विश्वासू मैत्रीण असल्याचा गैरफायदा घेऊन आणि त्यांना स्वतःला तुमच्यापेक्षा जास्त चांगले वाटावे म्हणून, त्या तुमच्या स्वभावातील, विचारातील कमकुवत मुद्द्यांवरच (म्हणजे ज्या बाबतीत तुम्ही संवेदनशील आहात, अशा गोष्टींवरच) आघात करून तुमचा आत्मविश्वास घालवून टाकतात.

मैत्रिणी अशा का वागतात, यामागे वेगवेगळी कारणे असतात; पण त्यामध्ये मत्सर, त्यांची स्वप्रतिमा खालावलेली असणे आणि उगीचच क्षुद्र वृत्तीने वागणे; या सगळ्यांचा समावेश असतो. तुमची मैत्रीण तुमची शत्रू असेल तर –

- तुम्ही तिला विश्वासात घेऊन, खासगी अशी एखादी गोष्ट तिला सांगितली असेल, तर त्या गोष्टीचा ती तुमच्याविरुद्ध वापर करते.

- ‘तुमच्या फायद्यासाठी’ म्हणून ती तुम्हाला दुखावणाऱ्या गोष्टी सांगते.
- ती म्हणते की, ती तुमची एकमेव खरी मैत्रीण आहे, आणि तुम्ही त्यासाठी तिचे आभार मानायला हवेत.
- तिच्याबरोबर राहिल्याने तुम्हाला स्वतःबद्दलच भीतिदायक वाटू लागते व तुम्ही तिच्यापासून दूर राहता.
- ती तुमच्याबद्दल अफवा पसरवते, तुमच्याबद्दल खोटे सांगते; पण नंतर असा आव आणते की, तिने हे केलेलेच नाही.
- तुम्ही फारशा महत्त्वाच्या नाही आणि अगदी निरुपयोगी आहात, असे ती तुम्हाला वाटायला लावते.
- तुमच्या शरीराच्या आकाराबद्दल ती कडक टीका करते किंवा तुम्हाला डाएटिंग करावेसे वाटावे यासाठी प्रयत्न करते.
- मुलांना तुम्ही आवडत नाही, असे ती तुम्हाला सांगते.
- तुम्ही नवीन मुलींशी मैत्री करण्याचा प्रयत्न करता, तेव्हा तिला राग येतो.
- तुम्ही जेव्हा तिच्या वागण्याबद्दल तिला जाब विचारता, तेव्हा ही तुमची निव्वळ कल्पना आहे किंवा मनाचे खेळ आहेत, असे ती तुम्हाला समजावते.

ललिता नावाची १२ वर्षांची मुलगी म्हणते, “माझी जिवलग मैत्रीण दुसऱ्याच मुलीबरोबर निघून गेली. त्या हसत-खिदळत एकमेकींबरोबर उभ्या असतात आणि मी त्यांच्याजवळ जाते, तेव्हा एकदम बोलणे थांबवतात. मला कळत नाही मी असे काय केले आहे.”

शालिनी नावाची १३ वर्षांची मुलगी म्हणते, “माझी आई नेहमी मला म्हणत असते की, ‘ॲना खरी जशी आहे, तशी वाटत नाही, म्हणून ती तुझी जिवलग मैत्रीण आहे का?’ मला याचा खूप त्रास होतो, कारण ॲना तिला आवडत नाही हे मला माहिती आहे, आणि याचे कारण म्हणजे ॲना मला नेहमी सांगत असते, की, मी जाड आहे आणि मला वजन कमी करण्याची गरज आहे आणि मुलांना मी आवडत नाही. पण ती तर खरोखर सत्यच सांगत असते.”

तुम्ही काय करू शकता?

अशा प्रकारच्या मैत्रिणीशी कसे वागावे याबाबतच्या पद्धतींमध्ये पुढील बाबींचा समावेश होता– तिच्या वागण्याबद्दल थेटपणाने आणि मोकळेपणाने तिच्याशी बोलणे, ती तुम्हाला कसे वाटायला लावते आहे हे तिला सांगणे, आणि तिला बदलण्याची संधी देणे. या कशाचाच जर उपयोग झाला नाही, तर एकच उपाय उरतो तो म्हणजे, हळूहळू इतर मुलींशी मैत्री वाढवणे आणि तिच्यापासून दूर जाणे. समोरच्या व्यक्तीच्या मनात तुमच्यासंबंधीचे नाही, तर फक्त तिच्या स्वतःसंबंधीचेच विषय असतात, अशा मुलीची विषारी मैत्री तुमच्या स्वप्रतिमेसाठी घातक असते आणि तुम्ही स्वतःला त्या मैत्रीपासून बाजूला केले तरच तुम्हाला हे कळू शकते.

लक्षात ठेवा की, एक चांगली मैत्रीण तुम्हाला स्वतःविषयी चांगले वाटावे अशीच वागेल; ती तुमच्याशी लबाडीने वागण्याचा प्रयत्न करणार नाही आणि तिच्याबरोबर राहिल्याने तुम्हाला स्वतःबद्दल भयानक काही वाटून तुम्ही दूर होणार नाही. तुम्हाला जर असे काही वाटत असले, तर तुमची मैत्री विषारी होऊ लागली असण्याची शक्यता आहे आणि म्हणून एकतर तुमच्यामध्यें जे काही वागणे चालले आहे ते बदलणे किंवा मैत्रीणच बदलणे, याची तुम्हाला गरज आहे.

तिऱ्हाईत असल्यासारखे वाटणे

जेव्हा तुम्हाला अचानकपणे जाणवते की, तुम्हाला मैत्रिणीच नाहीत किंवा तुमच्या मैत्रिणींनी तुमच्याकडे पाठ फिरवली आहे, तेव्हा तुमच्या स्वप्रतिमेला आधार मिळणे, केवळ अशक्य आहे असे वाटू शकते. मैत्रिणी नसणे हे अनेक प्रकारच्या कारणांमुळे घडू शकते : कदाचित तुम्ही नव्याने आलेल्या असाल किंवा तुम्हाला आवडणाऱ्या मुलींच्या गटातून तुम्ही वगळल्या गेला असाल किंवा तुमच्या शाळेतल्या मुलींशी तुमचे जमेल, असे तुम्हाला वाटत नसेल. तुमच्याशी ज्यांनी मैत्री तोडली आहे, अशा मुलीही अनेक कारणांनी तशा वागू शकतात. काही वेळा केवळ मत्सरामुळे, तर काही वेळा गैरसमजामुळे किंवा आणखीही काही कारणांमुळे हे घडू शकते. याचे कारण असे की, त्यांना कंटाळा आलेला असतो आणि कुणालातरी लक्ष्य बनवून तिला त्रास देण्याव्यतिरिक्त त्यांना करण्यासारखे काहीच नसते.

जर मैत्रिणींनी तुमच्याशी असलेली मैत्री तोडली असेल, तुमच्याबद्दल अफवा पसरविण्यास सुरुवात केली असेल आणि तुमच्या अगदी जिव्हारी लागेल अशी बोचरी टीका त्या करत असतील, तर लक्षात घ्या की, हे सगळे जे चालले आहे, त्याबद्दल तुम्ही कोणाशीतरी बोलणे गरजेचे आहे. कोणालातरी त्यांची क्षुद्र वर्तणूक

थांबवायला लावणे एवढाच याचा उद्देश नाही, तर तुम्ही कशा आणि किती दुखावल्या गेल्या आहेत आणि तुम्हाला किती एकटे पडल्यासारखे वाटते आहे, ते तुम्हाला व्यक्त करता यायला हवे, हे इथे महत्त्वाचे आहे. तुमच्या ओळखीच्या कुणाशीतरी, म्हणजे तुमची एखादी नातेवाईक, पालक किंवा जुनी मैत्रीण, यांच्यापैकी कुणाशी तुम्ही बोलू शकत नसाल, तर यासंदर्भात काम करणाऱ्या खासगी सेवांची मदत घेऊन पाहा. आपली समस्या कोणालातरी सांगणे, हा अतिशय प्रभावी उपाय आहे, कारण त्याची मदत तुम्हाला पुढील गोष्टींसाठी होऊ शकते –

१. यात तुमचा काहीच दोष नाही, हे लक्षात घेणे.
२. या परिस्थितीला तोंड देण्याचे मार्ग शोधणे.
३. यानंतर तुम्ही काय करू इच्छिता ते ठरवणे.

निहारिका नावाची १३ वर्षांची मुलगी म्हणते, "मी प्राथमिक शाळेत असताना मला खूप मैत्रिणी होत्या; पण मी या शाळेत आल्यापसून सगळे माझ्याशी वाईट वागू लागले आहेत. माझ्या जिवलग मैत्रिणीने दुसऱ्या नव्या मुलीशी मैत्री केली आणि माझ्याबद्दल अशा सगळ्या अपमानकारक गोष्टी पसरविल्या ज्यावर प्रत्येक जण विश्वास ठेवते. यामुळे माझा आत्मविश्वास पार नष्ट झाला आहे."

तुम्ही काय करायला हवे?

कधीकधी तुम्हाला वाटते की, हे सर्व आपोआप कमी होईल तेव्हा होऊ दे, पण एरवी तुम्हाला असे वाटू शकते की, तुमच्या भावना आणि तुमचा आत्मविश्वास यासाठी तुम्ही काहीतरी पावले उचलली पाहिजेत. तुम्ही एक काम करू शकता की, तुमच्या असल्या मैत्रिणीला, ती काय करते आहे हे स्पष्टपणे समोरासमोर सांगणे आणि असे वागणे थांबवण्यास सांगणे (जर तिच्याकडून शारीरिक इजा होण्याचा धोका नसेल तरच हे करा.) जर तुम्ही ही पद्धत निवडलीत तर तिच्याशी जेव्हा बोलाल, तेव्हा क्षमा मागितल्यासारख्या बोलू नका. तुमची काहीच चूक नाही, त्यामुळे तिला उगाच मोठेपणा किंवा बळ देऊ नका. तुम्हाला स्वतःलाच मदत व्हावी म्हणून –

१. तुम्हाला काय सांगायचे आहे, आणि तुम्ही ते कसे सांगणार आहात, हे स्पष्टपणे ठरवा.

२. तिच्याशी बोलताना नजरेला नजर भिडवून आणि मान वर करून बोला.
३. तिला भेटण्याआधी तुम्ही तिला काय सांगणार आहात, ते बोलण्याचा तुमच्या आईसमोर किंवा मैत्रिणीसमोर सराव करा.
४. खंबीरपणाने बोला. तिने तुम्हाला कसे अस्वस्थ केले आहे, हे तिला सांगा आणि त्याबाबत तिने आता काय करायला हवे, असे तुम्हाला वाटते तेही सांगा.
५. तुमच्या बोलण्याचा कोणता परिणाम तुम्हाला अपेक्षित आहे, हे तुम्ही तिच्याशी बोलण्याआधीच ठरवून घ्या. तुम्हाला तिने क्षमा मागायला हवी आहे, यापुढे असले क्षुद्रपणाचे वागणे ती थांबवेल असे तिच्याकडून वचन हवे आहे की तिने तुमच्यापासून दूर होऊन तुम्हाला एकटे सोडावे एवढेच हवे आहे, हे ठरवा.

या तुमच्या आधीच्या मैत्रिणीशी तुम्हाला समोरासमोर बोलायचे नसेल, तर तिला शह देण्याचा एक मार्ग म्हणजे तिला टाळणे. तिला टाळा पण तिच्यापासून लपून राहू नका. काही वेगळ्या मैत्रिणी जमवा. त्यांच्याबरोबर याआधी कदाचित तुम्ही फारसा वेळ घालवला नसेल. तरीही जर हा त्रास वाढतच गेला आणि तुम्हाला दमदाटी होते आहे, तुमचा अपमान होतो आहे आणि तुम्हालाच लक्ष्य केले जाते आहे, असे तुम्हाला वाटू लागले असेल, तर ही छळणूक आहे आणि तुम्हाला आणखी कठोर, भक्कम पावले उचलण्याची गरज आहे. (क्षुद्र वृत्तीचे वागणे कसे हाताळायचे, याबाबत याआधी लिहिले आहे ते पाहा.)

एकटे पडल्यासारखे वाटणे

> *प्रियांका नावाची १३ वर्षांची मुलगी म्हणते, ''मला अगदी पूर्णपणे एकटेच असल्यासारखे वाटते. मला मैत्रिणीच नाहीत. मी अदृश्य आहे असे मला वाटते.''*

तुम्हाला जर मैत्रिणी नसतील आणि तुमच्या शाळेतील मुली मैत्रिणी म्हणून तुम्हाला योग्य वाटत नसतील, तर असे वाटणाऱ्या तुम्ही एकट्याच नाही, हे

लक्षात घ्या. तुमच्या ओळखीच्या मोठ्या माणसांना विचारा आणि मग तुमच्या लक्षात येईल, की खूप जणांना शाळेबद्दल परकेपणाच वाटत असतो. याचे कारण काही वेळा हे असते की, त्यांना अभ्यासाची आवड असते (आणि म्हणून इतर जण त्यांचा तिरस्कार करतात) किंवा काही वेळा त्यांची आवड इतर प्रत्येकापेक्षा वेगळीच असते (संगीत किंवा वेगळ्या प्रकारचे दिसणे) आणि काही वेळा शाळेबाहेरील एखाद्या गटाशी त्यांची दृढ मैत्री असते.

तरीही जर तुम्हाला कोणाच्याच नजरेत आपण येत नाही असे वाटत असेल, आणि तुम्हाला मैत्रिणी हव्यात असे वाटत असेल, तर मैत्रिणी मिळवण्यासाठीही काही मार्ग आहेत.

१. **अशी एखादी मुलगी आहे का की जिला तुम्ही आवडता, ते पाहा.** ही अशी एखादी मुलगी असेल, जी तुमच्याशी मित्रत्वाने वागत असेल किंवा तुमच्याकडे पाहून हसत असेल किंवा नेहमी तुमच्या शेजारी बसत असेल. या सगळ्या मैत्रीच्याच खुणा आहेत, ज्यांचा आधार घेऊन तुम्ही तिच्याशी मैत्री करू शकता.

२. **जर अशी कोणीच मुलगी नसेल, तर तुम्हाला कशात रुची आहे त्याचा विचार करा.** शाळेत असे कोणते गट आहेत किंवा असे कोणते उपक्रम चालू आहेत, ज्यात तुमची कौशल्ये वापरली जाऊ शकतात किंवा तुम्हाला त्याची आवड आहे? वादविवाद स्पर्धेत भाग घेणारे गट किंवा एखाद्या कलेत रस घेणारे गट किंवा अगदी एखाद्या खेळाची टीम, अशामध्ये सहभागी व्हा. म्हणजे तुमच्यासारख्याच आवडीनिवडी असणाऱ्या मुली तुम्हाला भेटतील. त्या तुमच्या मैत्रिणी होऊ शकतात.

३. **तुमच्याआधी तुमची ख्याती इतरांपर्यंत पोहोचते का?** एक 'भांडकुदळ मुलगी', 'घाबरट मुलगी' किंवा 'चमत्कारिक मुलगी' म्हणून तुम्ही ओळखल्या जाता का? लोक तुम्हाला संधीच देत नाहीत, म्हणून राग येऊन तुम्ही तुमच्या या ओळखीप्रमाणेच वागत असाल, तर तुम्ही इतरांना आधी संधी देण्याचा विचार करा. लोक जे ऐकतात त्यावर विश्वास ठेवतात हे मूर्खपणाचे आहे हे खरे, पण 'सर्व काही मला हवे तसेच असेल' अशा विचाराच्या तुम्ही असाल, तर तुम्ही आपणहूनच इतरांना कुंपणाबाहेर ठेवता आहात, असे होईल. तुम्ही खऱ्या कशा आहात हे इतरांना दाखवण्यासाठी या विचाराच्या चाकोरीतून बाहेर पडा, मित्रत्वाने वागा, हसतमुख राहा आणि काही चांगले बोला. हे थोडे तुमच्या स्वतःच्या समाधानाच्या कक्षेतून बाहेर पडल्यासारखे होईल; पण ते महत्त्वाचे व आवश्यक असेल.

४. **'आपण लोकप्रिय व्हावे' हे विसरा.** १२, १३ किंवा १४

वर्षांच्या असताना आपण सर्वोच्च स्थानी असावे असे कोणाला वाटत असेल? लोकप्रिय होण्यासाठी पुढे पुष्कळ वर्षे आहेत; तर मग आत्ता जशा आहात तशाच, आणि त्यातच आनंद माना.

शेवटची गोष्ट म्हणजे, शाळेत जर तुम्हाला एकटे पडल्यासारखे वाटत असेल, तर शांतपणाने ते दुःख भोगत राहू नका. मैत्रिणी नसणे ही काही लाजिरवाणे वाटावे किंवा आपला अपमान झाल्यासारखे वाटावे अशी गोष्ट नाही. कित्येक वेळा असे होते की, शाळा बदलल्यामुळे किंवा तुमच्या लाजाळूपणामुळे तुम्ही इतरांशी ओळखी करून घेऊ शकत नाही. पण याचा अर्थ असा होत नाही, की तुम्ही अपात्र आहात किंवा योग्य नाही किंवा समाजात राहू शकणार नाही. तुमचा ज्यांच्यावर विश्वास आहे अशा कोणाशीतरी, तुम्हाला काय वाटते त्याबद्दल बोला (तुमच्या भावंडांशी किंवा शाळेबाहेरील एखाद्या मैत्रिणीशी बोलून पाहा), आणि नवनवीन लोकांना म्हणजे मुलींना भेटण्यासाठी, तुमच्या आयुष्याच्या कक्षा रुंद होतील, असे मार्ग शोधून काढायचा प्रयत्न करा. त्याहूनही हे लक्षात ठेवा की, तुम्हाला किती मैत्रिणी आहेत किंवा किती लोकांना तुम्ही आवडता, यावर तुमचे आयुष्य अवलंबून नाही, तर तुम्ही स्वतःलाच किती आवडता आणि एक व्यक्ती म्हणून तुम्ही स्वतः स्वतःची किती किंमत करता, यावर ते अवलंबून आहे.

लोकप्रिय मुलगी असणे

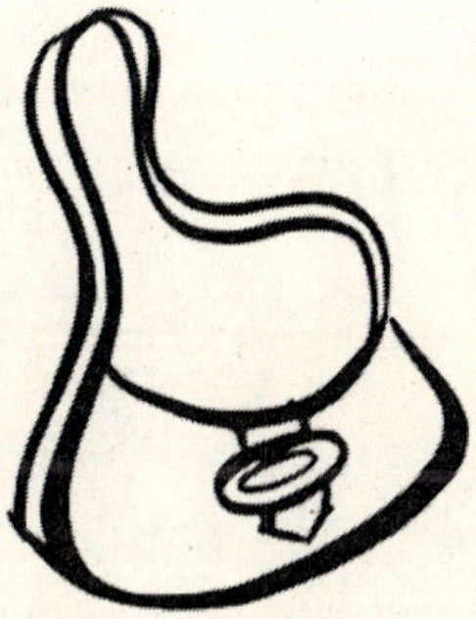

तुम्ही खूप जास्त लोकप्रिय आहात का? दिसायला चांगली असणारी, मैत्रिणी जिच्या पुढे-पुढे करतात अशी, मुले आणि बहुधा शिक्षकही जिच्या इच्छेबाहेर जात नाहीत अशी, तुमच्या वर्गातली तुम्ही अत्युकृष्ट मुलगी आहात का? जर असे असेल, तर एखादी त्रयस्थ व्यक्ती बहुतकरून असा विचार करत असेल की, अंतर्बाह्य सुंदर असण्यासंदर्भातले पुस्तक वाचण्याची तुम्हाला गरज नाही, कारण तुम्ही स्वतःच तशा आहात. पण तुम्ही बहुधा तशा नसता.

कुठल्याही लोकप्रिय मुलीशी बोला आणि मग तुमच्या लक्षात येईल की, अशा लोकप्रियतेच्या आवरणाखाली इतर कुणाहीसारखीच भीतीची आणि असुरक्षिततेची भावना तिच्याही मनात असते. याचे कारण म्हणजे 'लोकप्रिय असणे.' हे दुधारी तलवारीसारखे असते. एका बाजूला इतर लोक तुमच्या कीर्तीकडे पाहत असतात; पण दुसऱ्या बाजूला त्याचा अर्थ असा असतो, की तुम्हाला शक्यतो कोणत्याही

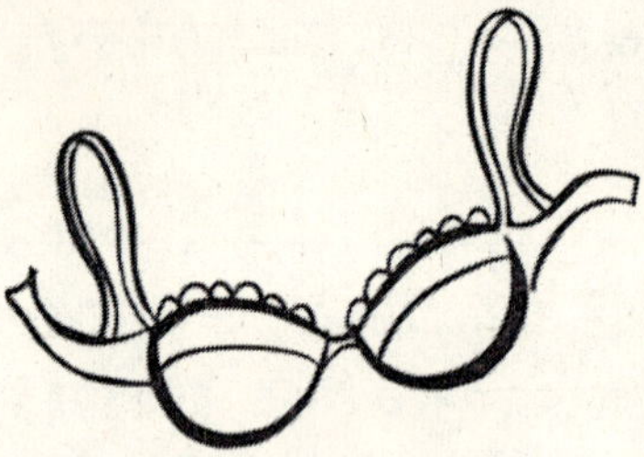

समस्या नसतील, असे लोक गृहीत धरतात. तुम्हाला तुमच्या दिसण्याबद्दल काळजी असू शकत नाही किंवा इतर लोक तुमच्याबद्दल काय विचार करत असतील याची भीती असू शकत नाही. त्यामुळे तुम्ही एकट्या असताना, तुमच्यातील वाईट गोष्टींबद्दल तुम्हाला काय वाटते त्याची कबुली द्या.

याहून जास्त म्हणजे, तुम्ही जर वरच्या मुद्द्यांपैकी कशावरही काहीही बोलण्याचे धाडस केलेत, तर तुम्ही नाटकी आहात असे लोकांना वाटण्याची शक्यता आहे. यामुळेच लोकप्रिय असणे ही एक खूप एकटेपणा वाटायला लावणारी गोष्ट आहे. लोकप्रिय असण्यामधील धोक्यांबद्दल काही मुली आणखी काय म्हणतात पाहा.

तारा नावाची १४ वर्षांची मुलगी म्हणते, ''मी कायमच अगदी उत्कृष्ट असायला हवे, अशी लोकांची अपेक्षा असते.''

वृषाली नावाची १२ वर्षांची मुलगी म्हणते, ''मला नेहमी वाटते की, मी म्हणजे इतर लोकांच्या कल्पनेप्रमाणेच वागावे लागणारी बनावट गोष्ट आहे.''

रमा नावाची १३ वर्षांची मुलगी म्हणते, ''मला असे वाटते की, इतर लोकांना मी जशी असायला हवी असे वाटते, तसेच मला असावे लागते.''

तुम्ही जर लोकप्रिय असाल; पण तुम्हाला आपण बनावट असल्यासारखे किंवा एकटे पडल्यासारखे किंवा असुरक्षित (किंवा हे सगळेच आणि आणखीही काही) वाटत असेल, तर तुम्हाला हे माहिती पाहिजे की, लोकप्रियता एखाद्या सापळ्यासारखी असायला हवी, असे नाही.

लोकप्रिय असणे हे तुमचे काम नाही. तुम्ही जशा आहात तशाच लोकप्रिय होण्यासाठी तुम्ही जितके प्रयत्न कराल, तितकेच ती लोकप्रियता टिकवून ठेवण्यासाठीही करावे लागतात, असे तुम्हाला जास्त जास्तच जाणवू लागेल. याचा अर्थ असा की, लोकप्रिय होण्याबद्दल तुम्ही जेवढी जास्त काळजी कराल, तेवढा तुमच्यावर जास्त ताण पडेल आणि अगदी बिनचूक वागत राहणे तुमच्यासाठीच कठीण होऊन बसेल.

तुम्ही क्षुद्र मनोवृत्तीच्या आहात का?

लोकप्रिय असणे आणि क्षुद्र, संकुचित मनोवृत्तीचे असणे, या दोन गोष्टी एकाच वेळी असू शकत नाहीत. जर तसे असेल, तर तुमची मूल्ये किंवा तत्त्वे आणि तुमचे वागणे याबाबत तुम्ही विचार करण्याची आणि ते दोन्ही एकमेकांशी जुळणारे आहेत का, हे पाहण्याची तुम्हाला गरज असते. ते जर तसे जुळत असतील तर तुम्ही स्वतःलाच असा प्रश्न विचारायला हवा की, इतर मुलींसमोर तुमचा अधिकार गाजवण्याची गरज तुम्हाला का वाटते? त्यामुळे तुम्हाला आणखी बळ आल्यासारखे वाटते का? की इतरांवर तुमचे नियंत्रण आहे असे वाटते? का असे वाटते की, तुमच्या व्यक्तिमत्त्वातल्या ज्या गोष्टी तुम्हाला आवडत नाहीत, सहन होत नाहीत, त्या आतल्या आत दडपून टाकण्यासाठी अशा वागण्याची मदत होईल? तुम्हाला जर असे वाटत असेल की, तुम्ही नकलीपणाने वागत आहात आणि तुम्ही कशा आहात किंवा तुम्हाला खरोखरच कसे असावे असे वाटते, हे कोणालाच माहिती नाही, तर तुमचा ज्यांच्यावर विश्वास आहे अशा कोणाशीतरी याबाबत बोलायला लागा. तुम्ही कसे असायला हवे असे तुम्हाला वाटते आणि तुम्ही प्रत्यक्षात कशा आहात, हा गुंता सोडवण्यासाठी, एखादी प्रौढ व्यक्ती, तुमचे पालक किंवा अगदी मदत सेवांचीही तुम्हाला मदत होऊ शकेल.

शेवटची गोष्ट म्हणजे, परिपूर्ण असण्याचा मुद्दा विसरा. कित्येक लोकप्रिय मुलींना असे वाटत असते की, आयुष्यातल्या प्रत्येक गोष्टीत त्यांनी सर्वोत्तम दर्जाच मिळवला पाहिजे. पण अगदी परिपूर्ण असलेच पाहिजे असे नाही, हे सत्य स्वीकारा. त्यामुळे तुमच्या खांद्यावरचे ओझे उतरल्यासारखे तुम्हाला वाटेल.

मैत्री करण्याबाबतची तुमची कौशल्ये वाढवणे.

आपण कोणालातरी आपलेसे वाटतो ही भावना, आपल्याकडे काही करण्याची क्षमता आहे याबद्दलचा विश्वास आणि आपलाही काही उपयोग आहे, काही योग्यता आहे याची जाणीव, या सगळ्यांमुळे चांगली स्वप्रतिमा तयार होत असते. म्हणूनच आपण एक चांगली मैत्रीण कसे बनावे, आणि मैत्री कशी घडवावी, हे माहिती असेल तर तुमचा आत्मविश्वास वाढू शकतो आणि तुम्हाला स्वतःबद्दल चांगले वाटू लागण्यास मदत होते. हे कसे साधायचे याबद्दल पुढे काही गोष्टी सांगितल्या आहेत.

दुसऱ्याच्या भावना समजून घेण्यास शिका.

दुसऱ्या व्यक्तीच्या भावना समजून घेणे आणि स्वतःच्या दृष्टीने जग न बघता त्या व्यक्तीच्या नजरेतून ते पाहणे, या दोन्ही गोष्टी शिकायला हव्यात. उदाहरणार्थ, जेव्हा तुमची मैत्रीण सांगत असते की, 'सध्या ती कठीण परिस्थितीतून जात आहे,' तेव्हा तुम्ही असे म्हणणे योग्य नाही की, 'तुला काय म्हणायचे आहे ते मला माहिती आहे. माझीही सध्या तशीच परिस्थिती आहे, कारण...' यामुळे तुमच्यातील सर्व बोलणे तुमच्याबद्दलच होऊ लागते. तसे न करता, तुम्ही तिचे म्हणणे ऐकून घ्यायला पाहिजे, ती काय सांगते आहे ते समजून घ्यायला पाहिजे आणि तिचे बोलणे तुम्ही ऐकत आहात, असे तिला सांगायला पाहिजे.

तुमच्या मैत्रिणींसाठी वेळ द्या

तुमच्या मैत्रिणींकडे तुम्ही लक्ष देणे आणि त्यांच्यासाठी वेळ देऊ शकणे, यातून असे जाणवते की, तुमच्या दृष्टीने तुमच्या मैत्रिणी महत्त्वाच्या आणि मोलाच्या आहेत. याचा अर्थ असा की, जेव्हा त्या तुमची मदत मागतात, तेव्हा तुम्ही कितीही कामात असलात तरी, त्यांच्याशी बोलण्यासाठी थोडासा वेळ तुम्ही काढलाच पाहिजे. त्यांचे बोलणे तुम्ही ऐकत आहात हे त्यांना जाणवावे, म्हणून त्या बोलत असताना त्यांच्या नजरेला नजर भिडवणे, आणि त्यांच्या महत्त्वाच्या गोष्टी तुमच्या लक्षात आहेत याची खात्री करून देणे. यावरून असे दिसते की, त्यांच्याबद्दलची महत्त्वाची अशी सर्व माहिती लक्षात ठेवण्यासाठी तुम्ही पुरेशी काळजी घेता.

फक्त इतरांचीच खुशामत करत राहू नका

तुमच्या मैत्रिणींची काळजी करणे, त्यांना मदत करावीशी वाटणे आणि त्यांच्यासाठी केव्हाही वेळ देणे हे चांगलेच आहे; पण त्यासाठी तुम्ही स्वतःच्या गरजांकडे दुर्लक्ष केलेत, तर ते चांगले म्हणता येणार नाही. 'खुशमस्करी करणे म्हणजे पायपुसणे असते तसे असणे' असे म्हटले जाते आणि मैत्रिणींना पाय-पुसण्यासारखा तुमचा उपयोग करू देणे, हे स्वप्रतिमा खालावल्याचे लक्षण आहे. मैत्रिणी तुमचा गैरफायदा घेत नाहीत, याची ज्यामुळे काळजी घेतली जाईल, अशी काही सीमारेषा मनात आखून घ्या; त्यामुळे तुमची मैत्री सुधारेल. तुम्ही मैत्रिणींना मदत करण्यास तयार आहात; पण पूर्ण वेळ त्यांच्यापुढे मान झुकवून उभे राहण्यास तुम्ही तयार नाही, हे त्यांच्या लक्षात यायला हवे.

तुमच्या भावनांना घाबरू नका

तुम्हाला राग आला, किंवा मैत्रिणीने तुम्हाला दुखावले म्हणून दुःख झाले, तर

ती भावना व्यक्त करणे योग्यच आहे. त्यांच्या वागण्यामुळे तुम्हाला काय वाटते आहे, हे त्यांना सांगायला हवे. त्यांच्याकडे दुर्लक्ष करणे किंवा नुसतेच रुसून बसणे पुरेसे नाही. तुमच्या सर्व प्रकारच्या भावना योग्य प्रकारे मैत्रिणींसमोर व्यक्त करण्याइतके तुम्ही धीट असणे, हे तुमच्या मैत्रीसाठी आणि तुमच्या स्वप्रतिमेसाठीही चांगलेच आहे; कारण तुम्ही खऱ्या जशा आहात, तशाच इतरांना आवडू शकता, हे तुमच्या लक्षात येण्यासाठी त्याची मदत होईल.

तुमच्या मैत्रिणींना नावे ठेवू नका

परिस्थितीशी जुळवून घेण्यासाठी आपल्या सगळ्यांनाच स्वतःला बदलावे लागते हे जरी खरे असले तरी इतरांना तुम्ही जसे असावे असे वाटते, म्हणजे मजा करण्यासाठी मैत्रीण, वेडी मैत्रीण, हुशार मैत्रीण अशापैकी तुम्ही जे असावे असे वाटते, त्यानुसार तुम्ही स्वतःला बदलणे, हा स्वप्रतिमा खालावण्याचा मार्ग आहे. मैत्रिणी कशा आहेत, हे जसे तुम्ही त्यांना सांगू नका; तसेच त्यांनाही तुम्हाला लेबल लावू देऊ नका, मग ते लेबल तुमची स्तुती करणारे आणि छान वाटणारे असले तरीही नाही. असली लेबले आपल्याला विशिष्ट भूमिकेत अडकवून ठेवतात, आणि त्यामुळे एक अष्टपैलू व्यक्ती बनणे आपल्यासाठी कठीण होऊन बसते. अगदी निरोगी स्वप्रतिमा असणे, अशा अष्टपैलू व्यक्तिमत्त्वामुळेच शक्य असते.

कोणाच्याही मागे तिच्याबद्दल फार जास्त बोलू नका.

मला माहिती आहे की, असे कोणाच्या मागे तिच्याबद्दल जास्त न बोलण्याचा मुद्दा येतो, तेव्हा ते प्रत्यक्ष अमलात आणण्यापेक्षा, तसे नुसते म्हणणे जास्त सोपे असते. प्रत्येक जणच दुसऱ्याबद्दल त्याच्या परोक्ष बोलत असतो म्हणणे, म्हणजे 'गॉसिपिंग' करत असतो. कारण आपल्यापैकी बहुतेक जणांना आपल्या मित्र-मैत्रिणींबद्दल बोलणे (चांगले किंवा वाईट बोलणे) आणि तसल्याच रसभरीत गोष्टी ऐकण्यातला आनंद घेणे, हे अतिशय आवडते. पण बहुधा असे गॉसिपिंग दुखावणारे असते हे खरे आहे. त्यामुळे एखाद्याचे नाव धुळीला मिळू शकते आणि दुसऱ्या कोणालातरी अपात्र ठरवून स्वतःची पात्रता वाढवण्यासाठी, इतर मुली अशा गॉसिपिंगचा उपयोग करून घेऊ शकतात. 'आपणही असे गॉसिपिंग करतो' असे जर तुम्हाला वाटत नसेल, तर तुमच्या दिवसभरातल्या बोलण्यातला किती भाग तुमच्या मैत्रिणींबद्दल बोलण्याचा आणि त्या कशा वागल्या, का वागल्या याबद्दल तर्क-वितर्क करत राहण्याचा असतो ते आठवा.

तुमच्या पालकांबरोबरची वागणूक

'पालक' हा एक फार अवघड विषय आहे. एका बाजूला आपण त्यांच्यावर प्रेम करतो आणि त्यांना तोंडघशी पाडू इच्छित नाही; पण दुसऱ्या बाजूला ते आपल्याला सारखे बोलत असतात, आपल्यातले दोष दाखवत असतात, आणि आपल्याला आपल्या स्वतःबद्दल वाईट वाटायला लावत असतात, आणि बऱ्याचदा हे त्यांच्या लक्षातही येत नाही. यामुळेच, जर तुमची स्वप्रतिमा तुम्हाला सुधारायची असेल, तर तुमच्या पालकांशी कसे वागायचे आणि त्यांच्याबरोबरच्या वादाचे मुद्दे कसे सोडवायचे, हे जाणून घेणे खूप महत्त्वाचे आहे.

चाचणी : तुम्हाला कोणामुळे कमीपणा येतो?

पुढे दिलेल्या प्रश्नांसाठी, तुमच्यासाठी जे सर्वांत जवळचे उत्तर वाटत असेल त्याला खूण करा आणि शेवटी गुणांची बेरीज करा म्हणजे तुम्हाला कोणामुळे कमीपणा येतो, ते समजेल.

(१) तुम्ही जेव्हा आरशात पाहता, तेव्हा तुमचे वजन जास्त आहे किंवा तुम्ही आकर्षक दिसत नाही, असे सांगणारा नकारार्थी आवाज कोणाचा असतो?

अ. तुमची आई

ब. तुमचे वडील

क. तुम्ही स्वतः

(२) तुम्हाला स्वतःबद्दल जास्तीत जास्त भयानक वाटावे, असे कोण वागते?

अ. तुमची आई

ब. तुम्ही स्वतः

क. तुमचे वडील

(३) तुम्हाला कोण अजिबात समजून घेत नाही, असे तुम्हाला वाटते?

अ. तुमची आई

ब. तुम्ही स्वतः

क. तुमचे वडील

(४) जेव्हा तुमचे पालक तुमच्याशी बोलण्याचा प्रयत्न करतात, तेव्हा –

अ. त्यांचे बोलणे तुम्ही मोकळेपणाने ऐकता

ब.	तुम्ही बचावाचा पवित्रा घेता

क.	तुम्ही लगेच रागावता

(५) जेव्हा तुमची मनःस्थिती वाईट असते, तेव्हा त्यातून तुम्हाला कोण बाहेर काढेल, असे तुम्हाला वाटते?

अ.	तुमची आई

ब.	तुम्ही स्वतः

क.	तुमचे वडील

गुणसंख्या

१.	अ १०	ब ५	क ०
२.	अ १०	ब ०	क ५
३.	अ १०	ब ०	क ५
४.	अ ५	ब १०	क ०
५.	अ १०	ब ०	क ५

० ते ५– पालकांबाबत समस्या

मी तुम्हाला हे सांगण्याची बहुधा गरज नाही, पण पालकांशी असणाऱ्या तुमच्या नात्याबद्दल काहीतरी करण्याची गरज आहे. त्यासाठी पुढे लिहिले आहे ते पाहा.

५ ते २०– वडिलांबाबत समस्या

तुमचे वडिलांशी असणारे नाते घट्ट नाही, आणि त्यामुळे कदाचित तुमचे आयुष्य आणखी दुःखी होत असेल. त्यासाठी पुढे लिहिले आहे ते पाहा

४० ते ५०– आईबाबत समस्या

तुम्ही तुमच्या आईशी सारख्या भांडत असता का? मग पुढे लिहिले आहे ते पाहा.

आपल्यापैकी काही जणींना, अशा पालकांचे जणू वरदानच मिळालेले असते, जे आपल्याला धीर देतात, आपण जशा आहोत तशाच राहू देतात आणि आपल्याला जेव्हा निराश आणि दुःखी वाटत असते तेव्हा आपल्याला दिलासा देतात. पण सर्वच जणी एवढ्या भाग्यवान नसतात. त्यांच्या आत्मविश्वासाला तडा जाईल (आणि पालकांच्या बहुधा ते लक्षातही येत नाही) आणि त्यांना तापदायक वाटेल,

स्वतःबद्दल वाईट वाटेल, असे वाटायला लावणारे पालक त्यांना लाभलेले असतात. पण तुम्हाला तुमच्या पालकांबद्दल काहीही वाटत असले, तरीही तुम्ही हे लक्षात ठेवणे महत्त्वाचे आहे की, तीही माणसेच आहेत. याचा अर्थ असा की, तेही तुमच्या-माझ्यासारख्याच चुका करतात, नेहमीच त्यांचे म्हणणे बरोबर नसते आणि त्यांच्या हृदयात तुमच्याबद्दल सर्वांत जास्त काळजी आणि आपुलकी असली, तरीही ते अगदी क्षुल्लक गोष्टींचा विचका करून टाकतात. पण म्हणून त्यांना अगदीच नापास ठरवायचे नसते. तेही अगदी परिपूर्णपणे वागत नाहीत, हे लक्षात घेण्याची मदत तुम्हाला विशेषतः स्वतःला स्वतःबद्दल चांगले कसे वाटू लागेल, हे समजून घेण्याची वेळ येते तेव्हा होते.

जान्हवी नावाची १४ वर्षांची मुलगी म्हणते की, ''माझे पालक नेहमी मला अतिशय हुशारीने सांगत असतात, की मी पुरेशी चांगली नाही. ते मला सांगतात, की माझ्या आरोग्याच्या दृष्टीने मला वजन कमी करण्याची गरज आहे, माझे स्वतःचेच भले व्हावे म्हणून मी जास्तीत जास्त प्रयत्न केले पाहिजेत, आणि 'मला अपयश मिळावे' असे जर मला वाटत नसेल, तर मी शाळेत जास्त प्रयत्न केले पाहिजेत. म्हणजे मुळात या त्यांच्या म्हणण्याचे कारण हे असते, की त्यांना वाटते मी जाड आहे, बेढब, कुरूप आहे आणि मूर्ख आहे.''

जेव्हा स्वप्रतिमेचा प्रश्न असतो, तेव्हा पालक धोकादायकपणाने ती बिघडवत असतात. तुम्ही कमी महत्त्वाच्या आहात, तितक्याशा चांगल्या नाही आहात, मूर्ख आणि कुरूप आहात, असे सगळे, त्यांच्या वागण्यामुळे तुम्हाला वाटू शकते आणि या सगळ्याची त्यांना जाणीवही नसते. त्यांची तुमच्याशी बोलण्याची पद्धत आणि तुम्हाला तुच्छ लेखणारी त्यांची टीका, (म्हणजे घाईघाईने व्यक्त केलेली मते किंवा कल्पना, ज्यांचा हेतू दुखावण्याचा नसतो; पण बहुधा बोलण्याआधी त्यावर काळजीपूर्वक विचार केलेला नसतो) यामुळे असे होते. म्हणूनच तर तुमच्याशी कसे बोलतात याबाबतची तुमची मते स्पष्टपणे सांगणे महत्त्वाचे असते, नाहीतर तुम्ही मोठे झाल्यावरही हे प्रश्न तुमची पाठ सोडणार नाहीत.

तुमच्या पालकांच्या अशा प्रकारच्या अनवधानामुळे तुमची स्वप्रतिमा खालावत असेल आणि त्यासाठी तुम्ही काय करू शकता, याबाबतचे काही मार्ग पुढे दिले आहेत.

आई आणि मुलगी

जेव्हा आया त्यांच्या मुलींना मोठ्या होताना आणि त्यांच्यापासून दूर जाताना पाहतात, तेव्हा ते स्वीकारणे त्यांना खूप कठीण जाते. तुम्ही किशोरावस्थेत असताना तुम्हाला आईपेक्षा मैत्रिणी जास्त जवळच्या वाटणे, ही अगदी नैसर्गिक आणि सामान्य गोष्ट असली, तरी तुमची आई याच्या अगदी विरुद्ध वागायचा प्रयत्न करेल, आणि ती तुमच्या जास्त जवळची आहे असे तिला वाटावे, म्हणून तिला शक्य आहे ते ते सगळे ती करेल. (तुम्ही तिच्यापासून दूर जात आहात, हे लक्षात येण्याचा हा थेट परिणाम असेल) 'आई आणि तुम्ही अगदी एकसारख्या आहात', असे आई नेहमी ठासून का सांगते त्याचे हे एक मुख्य कारण असते आणि 'माझी आई मला नीट ओळखत नाही' असे मुलींना का वाटते, त्याचेही हेच एक मुख्य कारण असते.

'तू अगदी माझ्यासारखी आहेस'

लिली नावाची १३ वर्षांची मुलगी म्हणते, ''माझी आई नेहमी लोकांना सांगत असते की, आम्ही अगदी जुळ्या बहिणींसारख्या आहोत. पण आम्ही तशा नाही आहोत. ती ३५ वर्षांची आहे आणि मी १३ वर्षांची आहे. तिला जे आवडतं ते मला आवडत नाही, मी तिच्यासारखे कपडे घालत नाही आणि मी कुठल्याही बाबतीत तिच्यासारखी नाही.''

तुम्ही काय करायला हवे : तुम्ही आईपासून दूर जात आहात, अशी तिला काळजी वाटत असल्याने असे होते आहे. तुम्ही तिची लहान आवृत्ती असावे असे तिला वाटते म्हणून ती असे वागत नाही, हे आधी समजून घ्या.

तिला तुम्ही आवडाव्यात आणि तिने तुमच्यावर प्रेम करावे, यासाठी 'तुम्ही तिच्या असणे' आवश्यक नाही. ('तुझा माझ्यावर विश्वास नाही का?' असे तिला विचारा.) ही परिस्थिती सुधारण्याचा आणि तुमची स्वत्वाची भावना सुधारण्याचा उपाय म्हणजे तिच्याशी एक परिपक्व नाते तयार व्हावे, यासाठी प्रयत्न करणे.

त्यामुळे तुम्हाला कसली चिंता वाटते आणि कशामुळे वाईट वाटते, म्हणजेच कसे वागणे तुम्हाला आवडत नाही, याबद्दल तुम्ही तिच्याशी बोलू शकाल.

हे साधण्यासाठी, दररोज तिच्याशी संवाद कसा साधला जाईल हे पाहा. लहानसहान गोष्टींबद्दलही तिच्याशी बोला. तिच्याशी बोलताना मोकळेपणा ठेवा आणि यामुळे तिच्या लक्षात येईल की, तुम्ही मोठ्या होत आहात म्हणजे तिच्यापासून लांब जाऊन मोठ्या होत आहात, असे नाही.

'तू अगदी तुझ्या वडलांसारखी सतत रागावलेली असतेस.'

मीना नावाची १२ वर्षांची मुलगी म्हणते, "मी ५ वर्षांची असताना माझ्या वडिलांनी माझ्या आईला सोडून दिले. जेव्हा-जेव्हा मी तिचे अगदी डोके फिरेल अशी वागते, तेव्हा ती माझ्यावर ओरडते आणि मी अगदी वडिलांसारखी आहे, असे मला सांगते. ते भांडकुदळ आणि असभ्य होते आणि त्यांच्यातल्या काही गोष्टी माझ्यात आहेत, याचा मला तिरस्कार वाटतो."

तुमच्या कुटुंबातल्या एखाद्या नकोशा, नकारात्मक अशा सदस्यासारख्या तुम्ही आहात, अशी तुमची ओळख सांगितली जाते असे वाटणे, हा तुमची स्वप्रतिमा एकदम खालच्या पातळीवर आणण्याचा मोठाच मार्ग आहे. म्हणून तुमच्याबाबत केली जाणारी अशी नकारात्मक विधाने सत्य आहेत की नाही, हे तुम्ही सर्वप्रथम तपासून पाहायला पाहिजे. उदाहरणार्थ, खरोखरच तुमच्या कुटुंबातल्या 'क्ष' या व्यक्तीसारख्या तुम्ही भांडकुदळ आणि चिडखोर आहात का, हे कळण्यासाठी तुमच्या मैत्रिणींसारख्या, तुम्हाला ओळखणाऱ्या लोकांना त्याबद्दल विचारा. तुमच्याबद्दलचे हे म्हणणे पूर्णपणे चुकीचे आहे की तुम्ही त्यासंदर्भात काही करण्याची गरज आहे, याबद्दल हे लोक तुम्हाला सांगू शकतील.

एक गोष्ट लक्षात ठेवा की, तुम्ही याबाबत काही करायला हवे असले तरीही, याचा अर्थ असा होत नाही की, तुम्ही तंतोतंत दुसऱ्या कोणा व्यक्तीसारख्या आहात, त्याची 'कॉपी' आहात, किंवा तुमच्या नशिबात, त्यांच्यासारखाच शेवट होणे लिहिले आहे. तसे समजू लागतात तर तुम्ही स्वतःच स्वतःचे भविष्य सांगणाऱ्या आहात, असे होईल. दुसऱ्या शब्दांत सांगायचे तर, अनेक वेळा तुम्हाला चिडखोर म्हटले गेले तर तुम्ही खरोखरच चिडखोर बनता. आपल्याला जी गोष्ट सतत सांगितली जाते, तिच्यावरच आपले मन विश्वास ठेवते. म्हणून तुम्हीच सतत स्वतःला काहीतरी नवीन आणि सकारात्मक सांगत राहा.

जर तुमच्याबद्दलचे हे बोलणे मुळीच खरे नसेल, तर तुमच्या आईच्या (किंवा जे कोणी असे म्हणत असेल, त्यांच्या) हे आवर्जून लक्षात आणून द्या. तिला सांगा की, असे बोलणे खरे किंवा योग्य आहे असे तुम्हाला वाटत नाही, आणि ती जेव्हा असे म्हणते तेव्हा त्यामुळे तुम्ही खूप दुखावल्या जाता.

संताप आणि मनाचा हळवेपणा यांसारख्या नकारात्मक समजल्या जाणाऱ्या भावना अगदी सामान्य भावना असतात; ज्या तुम्हाला व्यक्त करू दिल्याच पाहिजेत. (अर्थात योग्य पद्धतीने आणि योग्य प्रसंगी.)

पण बहुधा पालक तुम्हाला गप्प करण्याचा प्रयत्न करतात (त्यासाठी असे सांगतात की 'तू खूप चिडलेली आहेस' किंवा 'तू खूप हाताबाहेर गेली आहेस') कारण एकतर, घडलेल्या प्रकाराच्या मानाने नको इतक्या प्रमाणात तुम्ही तुमच्या भावना व्यक्त करत असता. उदाहरणार्थ, तुमच्या भावाने टीव्ही बंद केला, तर तुम्ही अगदी क्षेपणास्त्र सोडावे इतक्या तीव्रपणाने ओरडता, नाहीतर तुमच्या भावना अशाप्रकारच्या असतात ज्या दाबूनच टाकल्या पाहिजेत, असे पालकांना स्वतःलाच शिकवले गेलेले असते.

'मला माझ्या शरीराचा तिरस्कार वाटतो, मला तुझ्या शरीराचा तिरस्कार वाटतो.'

स्वप्रतिमेबाबतचे सत्य : *५७ टक्के मुलींची आई स्वतःच्या दिसण्याबद्दल स्वतःच टीका करत असते.*

(डोव्ह-रिअल गर्ल्स, रिअलप्रेशर रिपोर्ट २००८)

जर तुमची आई, तिच्या दिसण्याबद्दल किंवा तिच्या वजनाबद्दल खूश नसेल, तर तुम्हीही अगदी तिची 'कॉपी' होण्याची शक्यता असते. याचे कारण असे की, अगदी आतापर्यंत, तुमच्या आयुष्यातील अत्यंत प्रभावशाली, आदर्श अशी व्यक्ती म्हणजे तुमची आई असते, आणि तुमचे बरेचसे वागणे तुम्ही तिच्याकडून शिकलेल्या असता. म्हणून तिच्या शरीरप्रतिमेबाबतचा तिचा दृष्टिकोन जर चांगला नसेल, आणि ती जाड आणि बेढब आहे, असे जर स्वतःबद्दल सतत म्हणत असेल, तर तुम्हीही तिच्या वागण्याची नक्कल करणे आणि स्वतःबद्दल चांगले वाटून न घेणे शक्य आहे.

तुम्ही काय करायला हवे? तुमच्या आईकडून तुम्हाला काय ऐकायला मिळते ते तिला सांगा. तिच्या आणि तुमच्या शरीराबद्दल ती कसे बोलते ते तिच्या

लक्षातच येत नसण्याची शक्यता आहे.

ती जेव्हा अशा गोष्टी बोलते, तेव्हा त्या ऐकताना तुम्हाला काय वाटते, ते तिला सांगा. दोघींनीही स्वतः जसे आहोत तसाच स्वतःचा स्वीकार कसा करायला हवा, आणि स्वतःच्या शरीराबद्दल चांगले वाटावे यासाठी तुम्ही दोघी मिळून काय करू शकता, याबद्दल बोला.

'ते करून पाहू नकोस, तुला ते जमले नाही तर तुझी निराशा होईल.'

कधीकधी, जेव्हा तुमची आई तुमच्या बाबतीत लक्ष घालते आणि तुम्हाला नाउमेद करते असे वरवर वाटत असले, तरी प्रत्यक्षात ती तुमची जास्तच काळजी करत असते आणि तुम्हाला नाकारले जाण्यापासून थांबवण्याचा प्रयत्न करत असते. दुर्दैवाने तिच्या वागण्याबद्दल असे वाटते की, तिचे बोलणे म्हणजे नुसता नकारात्मक टीकेचा प्रवाह आहे. ते तुम्हाला फारसे चांगले वाटत नाही आणि तुम्ही पूर्णपणे नाउमेद होता.

तुम्ही काय करायला हवे? आईच्या मतांबद्दल तिच्याशी बोला आणि त्या मतांमुळे तुम्हाला मनातल्या मनात काय वाटते ते स्पष्ट करून सांगा. ती तुम्हाला जास्तीत जास्त मार्गदर्शन करू इच्छित असेल तर तिने हे लक्षात घ्यायला हवे की, हे तुमचे आयुष्य आहे आणि तुम्हाला हवे ते मार्ग शोधणे, तसे करताना काही वेळा धडपडणेच आणि पुन्हा उठून कामाला लागणे या क्षमता तुमच्यात निर्माण होणे, हे तुमच्यात आत्मविश्वास निर्माण करण्यासाठी खूप गरजेचे आहे.

तुम्हाला कशामुळे प्रोत्साहन मिळते आणि तुम्ही कशामुळे नाउमेद होता, हे तिला सांगा. ध्येय, शिक्षण आणि शिक्षणाव्यतिरिक्त साधण्यासारख्या इतर गोष्टी, यांबाबत तिला स्वतःला काय वाटते याविषयी तिच्याशी बोला.

माया नावाची १३ वर्षांची मुलगी म्हणते, "मला अभिनेत्री बनायला खूप आवडेल; पण माझी आई नेहमी म्हणते की, मी त्यासाठी पुरेशी योग्य नाही आणि मी माझा वेळ त्यात वाया घालवू नये. मी शाळेतल्या नाटकांमध्ये जेव्हा काम करते, तेव्हा ती खरेच खूप टीका करते, आणि नको त्या गोष्टी बोलते. त्यामुळे मला तिचा तिरस्कार वाटतो."

वडील आणि मुलगी

तुमची स्वप्रतिमा कितीही चांगली असली, तरीही तुमच्यावर ओरडले जाणे, तुमचा अपमान केला जाणे, आणि तुमच्यातले दोष दाखवले जाणे, या गोष्टी मानसिक धैर्य खचवणाऱ्याच असतात, आणि जेव्हा असे वागणारी व्यक्ती म्हणजे तुमचे वडीलच असतात, तेव्हा तर हे सगळे आणखीच त्रासदायक होते. अशा पद्धतीने कोणालाच वागवले जाऊ नये म्हणूनच हा पालकांबाबतचा प्रश्न आहे हे तुम्ही समजून घ्यायला हवे. याचा अर्थ असा की, इथे तुमचे वडील चुकीचे आहेत आणि बहुधा त्यांच्या स्वतःच्या काही समस्यांमुळे ते असे वागत आहेत. शिवाय हे लक्षात घेणेही महत्त्वाचे आहे की, पालकांना स्वतःला जसे वाढवले गेले असेल, त्याच पद्धतीने ते तुम्हाला वाढवत असतात. म्हणजेच ते जर तुमचा अपमान करत असतील आणि तुम्हाला लाजिरवाणे वाटावे असे वागत असतील, तर त्यांच्याही बाबतीत असेच घडले असण्याची शक्यता आहे. (अर्थात हे क्षम्य नसले, तरी त्यांच्या वागण्याचे ते कारण असू शकते.) शिवाय त्यांच्या बाबतीतल्या अशा वागण्याचा त्यांच्यावर काय परिणाम झाला होता, हे तेव्हा त्यांच्या लक्षात आले नसेल; पण अशा वागण्याचा तुमच्यावर काय परिणाम होतो आहे, हे तुम्हाला समजू शकते म्हणून त्याबद्दल वडिलांशी बोला.

'तू म्हणजे एक अडगळ आहेस'

> *ललिता नावाची १२ वर्षांची मुलगी म्हणते की, "माझे वडील मला 'मूर्ख' अशीच हाक मारतात."*

तुम्ही काय करायला हवे? तुमच्या वडिलांशी बोलणे आणि त्यांच्या टीकेमुळे तुम्हाला काय वाटते हे त्यांना सांगणे जर अशक्य असेल, तर तुमचा ज्यांच्यावर विश्वास आहे, अशा दुसऱ्या एखाद्या प्रौढ व्यक्तीला हे खासगीत सांगा. काही वेळेला असे होते की, पालक चुकीचे वागत आहेत असे कोणाकडून नुसते ऐकले, तरी तुमची स्वप्रतिमा उंचावलेली राखायला त्याची मदत होते.

त्यांचे बोलणे किती दुखावणारे असते, ते तुमच्या वडिलांना सांगा. जर हे

शक्य नसेल, तर तुमच्या आईला किंवा एखाद्या नातेवाइकाला यात लक्ष घालायला सांगा. या कशाचाच जर उपयोग झाला नाही, तर तुमच्या वडिलांचे मत हे फक्त त्यांचे मत आहे, हे लक्षात ठेवा. केवळ ते तसे म्हणतात, म्हणून त्यांचे म्हणणे खरे असतेच असे नाही.

'असले कपडे घालून तू बाहेर जायचे नाही.'

> *भाग्यश्री नावाची १४ वर्षांची मुलगी म्हणते, "मी कोणते कपडे घालावेत, यावरून माझं आणि माझ्या वडिलांचं नेहमी भांडण होत असतं. ते म्हणतात की, 'माझे स्कर्ट्स खूप लांडे असतात. मी अगदी गचाळ कपडे घालते आणि मला स्वतःबद्दल अजिबात आदर नाही." मला त्यांचा तिरस्कार वाटतो.*

आपल्या किशोरवयातील मुलींबरोबर कसे वागायचे, हे वडिलांसाठी नेहमीच कठीण काम असते, याचे एक कारण असे की, ते कधीच 'किशोरवयीन मुलगी' या भूमिकेतून गेलेले नसतात आणि म्हणूनच किशोरवयातील ताणतणाव त्यांना समजू शकत नाहीत आणि दुसरे कारण असे की, ते 'किशोरवयीन मुलगा' होते आणि म्हणून मुले मुलींबद्दल काय विचार करतात, हे त्यांना माहिती असते. त्यामुळे त्यांना धोका वाटत असतो आणि कधीकधी ते असे विचित्र वागतात. म्हणून तुमचे वडील जर सतत तुमच्या कपड्यांबाबत लक्ष घालत असतील, तर खरोखरच तुम्ही सुरक्षित राहावे, असे त्यांना वाटत असते, म्हणून ते तसे वागतात.

तुम्ही काय करायला हवे? तुम्हाला नावे ठेवण्याचे त्यांनी थांबवावे असे त्यांना सांगा. तुम्हाला राग येईल असली विशेषणे जेव्हा ते तुम्हाला लावतात किंवा तुम्हाला कपड्यातले चांगले-वाईट काही कळत नाही असे जेव्हा म्हणतात, तेव्हा तुम्हाला काय वाटते, ते त्यांना सांगा. तुमचे कपडे व्यवस्थित असतात का याचा विचार करा– तुमचे कपडे इतके विचित्र असतात का, की ज्यामुळे त्यांना त्रास होईल; का तुम्ही कोणते कपडे घालता, याचा ते जास्त त्रास करून घेतात? तुमची आई किंवा दुसरी कोणी व्यक्ती वडिलांचे बोलणे ज्या दृष्टिकोनातून ऐकतात, तसा एखादा दृष्टिकोन तुम्हाला दिसतो का, हे पाहण्यासाठी असा विचार करण्याची मदत होईल.

कपड्यांच्या बाबतीत तुम्ही काही तडजोड करू शकाल, असा एखादा मध्यममार्गी उपाय शोधून काढा. शाळेत शाळेचा गणवेश किंवा योग्य असे कपडे

घाला; पण मैत्रिणींबरोबर असाल तेव्हा तुम्हाला हवे ते कपडे घाला. तुमच्या कपड्यांच्या बाबतीत त्यांना नक्की काय समस्या आहे हे त्यांना विचारा. तुम्ही अगदी बेपर्वा आणि गचाळ आहात (किंवा आणखी जे ते तुम्हाला म्हणत असतील तशा आहात) असे त्यांना खरोखरच वाटते का की इतर लोक जेव्हा, तुम्ही काय कपडे घातलेत हे पाहतील, तेव्हा त्यावरून त्यांचे तुमच्याबद्दल काय मत होईल याची भीती वडिलांना वाटते आहे.

'तू लहान असताना इतकी गोड मुलगी होतीस'

ईशा नावाची १२ वर्षांची मुलगी म्हणते, ''माझ्या वडिलांना 'मी मोठी झालेली मुलगी' म्हणून पाहायला आवडत नाही. सतत ते 'मला त्यांची छोटीशी मुलगी' असेच म्हणतात. आणि मी मुलांबद्दल बोलले की, त्यांना राग येतो किंवा 'मी आता पूर्वीसारखी छान गोड राहिलेली नाही,' असा ते माझ्यावर आरोप करतात.''

आपली मुलगी प्रौढत्वाच्या काठावरच्या किशोरावस्थेत आहे, हे पाहणे आईपेक्षा वडिलांना जास्त कठीण जाते. बऱ्याच वडिलांच्या बाबतीत असे होते की, त्यांची मुलगी एक स्वतंत्र मनोवृत्तीची, स्वतंत्र विचारांची स्त्री बनत आहे, हे सत्य ते पेलू शकत नाहीत आणि विशेषतः जर लहानपणापासून ती मुलगी वडिलांची लाडकी छोटी मुलगी म्हणून वाढली असेल, तर त्यांच्यासाठी हे जास्तच अवघड असते. बऱ्याच वडिलांच्या बाबतीत हा मुलीला आपल्याशी बांधून ठेवण्याचा प्रश्न असतो आणि त्यांना अशी भीती वाटत असते की, जर त्यांनी तुम्हाला आपल्याशी बांधून ठेवण्याचा प्रयत्न केला नाही, तर मोठ्या झाल्यावर तुम्ही त्यांच्यापासून दूर जाल.

तुम्ही काय करायला हवे? तुमच्या वडिलांशी संवाद साधत राहा. त्यांच्या बोलण्यामुळे किंवा मतांमुळे तुम्हाला स्वतःबद्दल काय वाटते, ते त्यांना सांगा. तुम्हाला दोघांना अजूनही एकमेकांच्या सहवासात राहता येईल, असे दोघांच्याही आवडीचे विषय शोधा उदा. एकत्र बसून टीव्ही पाहणे किंवा संगीत ऐकणे.

तुम्हाला काय वाटते, याबद्दल तुमच्या आईशीही बोला आणि तुम्ही मोठ्या होऊ लागल्या आहात हे वडिलांना जाणवून देण्यासाठी काय करता येईल ते ठरवा.

तुमच्याबद्दल त्यांना जे काही वाटते आहे, त्यामुळे तुमच्या स्वप्रतिमेवर परिणाम होऊ देऊ नका. तुम्ही बहुधा एक गोड छोटी मुलगी होतात; पण आता तुम्ही मोठ्या झाला आहात आणि तुम्हाला स्वतःचे विचार आणि मते आहेत, म्हणजे आता तुम्ही तशा छान राहिलेल्या नाहीत, असा त्याचा अर्थ नसतो.

पालकांशी कसे वागावे याच्या दहा पद्धती –

१. त्यांच्या दुखावणाऱ्या टीका व मते ऐकून तुम्हाला स्वतःबद्दल काय वाटू लागते ते त्यांना सांगा.

२. तुम्ही त्यांच्याशी बोलाल तेव्हा बचावात्मक पवित्रा घेऊ नका. कोणतीही प्रतिक्रिया देण्याआधी त्यांचे बोलणे नीट ऐका.

३. त्यांचा तुमच्यावर विश्वास नसला तरी, तुम्ही स्वतःवर विश्वास ठेवा. यशाची सुरुवात इथेच होत असते.

४. तुम्हाला तुम्ही जसे असावे असे वाटत असेल, तशाच तुम्ही राहा. त्यांना तुम्ही जशा असायला हव्यात असे वाटते, तशा नाही. ते तुमचे पालक आहेत, असे जरी असले तरी त्यांची सगळी स्वप्ने तुम्ही पुरी करू शकणार नाही.

५. तुमच्या पालकांना त्यांचे पालक कसे वागवत होते, हे विचारा. ते स्वतः किशोरावस्थेत असताना त्यांना कसे वाटायचे याची आठवण त्यांना होण्यासाठी याची मदत होईल आणि तुम्हालाही त्यांचे ते दिवस जाणून घेण्यासाठी मदत होईल.

६. तुमचे पालक आणि त्यांच्या तुमच्याकडून असणाऱ्या अपेक्षा, याबाबत कोणतीही गोष्ट गृहीत धरू नका. त्याबाबत त्यांना विचारा.

७. त्यांच्या टीकेला प्रत्युत्तर देण्याआधी त्यांची टीका योग्य आणि विधायक आहे का याचा विचार करा.

८. तुम्हाला काय वाटते, काय म्हणायचे आहे, हे त्यांच्या लक्षात येत नसेल तर, त्यांना ते सांगण्यासाठी पुरेसा वेळ घ्या, किंवा तुम्ही कशा आहात ते त्यांना स्पष्ट करून सांगा.

९. बोलताना शांत राहण्याचा प्रयत्न करा. ओरडणे आणि रागावणे याचा परिणाम, विशेषतः जेव्हा तुम्ही अस्वस्थ झालेल्या

असता, तेव्हा तुमच्या भावना आणखी तीव्र होण्यामध्ये होतो आणि त्यामुळे तुमच्या पालकांची पण तीच प्रतिक्रिया होऊ शकते.

१०. काही पालक कोणतीही टीका, मग ती कितीही विधायक असली तरीही, ऐकून घेत नाहीत. जर तुमचे पालक तुमचे बोलणे ऐकूनच घेत नसतील, तुमच्यावर ओरडून तुम्हाला गप्प करत असतील किंवा तुम्हाला जे वाटते आहे असे तुम्ही सांगता, तसे काहीही तुम्हाला वाटत नाही, असे म्हणत असतील, तर याचा अर्थ तुम्ही दुसऱ्या कोणाशीतरी या सगळ्या गोष्टींबद्दल बोलायला हवे. मैत्रिणीच्या आईशी किंवा ज्यांच्यावर तुमचा विश्वास आहे, अशा शिक्षकांशी किंवा नातेवाइकांशी बोलून पाहा. तुमच्या पालकांना समजावण्यासाठी कदाचित त्याचा उपयोग होणार नाही; पण तुम्हाला चांगले वाटावे यासाठी त्याची मदत नक्की होईल.

'मुली म्हणजे इतक्या.....'

सायली नावाची १५ वर्षांची मुलगी म्हणते, ''माझे वडील स्त्रियांच्या बाबतीत खूप बोलणारे आहेत आणि सतत त्यासंदर्भात टीका करत असतात. जसे की, काही स्त्रिया किती जाड आहेत (ते स्वतःही जाडच आहेत; पण त्याबद्दल ते कधीही बोलत नाहीत.) किंवा एखाद्या स्त्रीचे पाय किंवा स्तन किती सुंदर आहेत, हे सांगत असतात. त्यांचे असले बोलणे ऐकताना मला फार किळसवाणे वाटते आणि माझ्याबद्दल ते काय विचार करत असतील असा मला प्रश्न पडतो.''

स्त्रियांबद्दल अनादराने बोलणारे किंवा स्त्रियांनी एका ठरावीक पद्धतीनेच वागले पाहिजे, अशी ठाम समजूत असणारे किंवा स्त्रियांकडे अगदी एखादे 'लक्ष्य' म्हणून पाहणारे वडील असण्याचा फार अपायकारक असा परिणाम, तुम्हाला तुमच्या

शरीराबद्दल काय वाटते याच्यावर आणि भविष्यात मुलांबरोबरच्या तुमच्या नातेसंबंधांवर होत असतो.

तुम्ही काय करायला हवे? तुमच्या आईला त्यांच्याशी बोलायला सांगा आणि त्यांची मते किंवा टीका ऐकून तुम्हाला स्वतःबद्दल काय वाटू लागते, ते वडिलांना समजावून सांगायला सांगा. ते जे काही बोलतात त्यावर त्यांना असे उत्तर द्या की, त्यांचे बोलणे तुम्हाला दुखावणारे असते, नकोसे वाटणारे असते. पण त्यांना एक संधी द्या, कारण त्यांच्या वागण्याचा तुमच्यावर काय परिणाम होतो, याची कदाचित त्यांना कल्पनाही नसेल. काही सवयी स्वतःच्याच विरोधक असल्यासारख्या असतात.

मुलांबरोबरचे वागणे

तुम्हाला एखादा मित्र असेल, असावा असे वाटत असेल किंवा 'मित्र असला तर काय होत असेल', याचा तुम्ही विचार करत असलात, तर मित्र, प्रेम आणि नाती यांचा तुमच्या स्वप्रतिमेवर काय परिणाम होऊ शकतो, हे जाणून घेणे योग्य ठरेल. वस्तुस्थिती अशी आहे की, नाते आणि मुलगे यांचा जेव्हा विषय येतो, तेव्हा आपल्या सर्वांनाच एक असुरक्षिततेची भावना जाणवायला लागते. जेव्हा एखादीच्या सगळ्या मैत्रिणींशी मुले बोलतात आणि फक्त तिच्याशीच बोलत नाहीत, तेव्हा आपल्या एकटीलाच वगळले आहे असे कोणाला वाटणार नाही? किंवा तुम्हाला आवडणाऱ्या एखाद्या मुलाने तुमच्या जिवलग मैत्रिणीला बरोबर येण्यासाठी विचारले किंवा तुम्ही त्याला 'हॅलो' म्हणूनही तुमच्याकडे दुर्लक्ष केले, तर नाकारले जाण्याचे दुःख होणार नाही का?

पण नाती जोडण्याचे धाडस करताना अडचण ही असते किंवा येऊ शकते की, स्वप्रतिमा खूप खालच्या पातळीवर असेल तर, बिघडलेली नाती आणखी बिघडू शकतात, किंवा चांगली जुळू शकतील असे वाटणारी नाती तुटण्यास ते कारण होऊ शकते. शिवाय तुम्हाला त्यामुळे असेही वाटू शकते की, तुम्हाला कधीच तुमचे प्रेम सापडणार नाही किंवा तुम्हाला बरोबर नेईल असा मुलगा भेटणार नाही.

रूपा नावाची १४ वर्षांची मुलगी म्हणते, "मला नेहमीच खूप मित्र असतात. त्यांचे निरोप मी सुंदर मुलींपर्यंत पोहोचवते आणि त्या मुलींना मित्र जेव्हा बरोबर येण्यासाठी विचारतात, तेव्हा मी असे भासवते की, मी अगदी छान मजेत आहे."

चाचणी : 'प्रेम' याविषयीचे तुमचे विचार

पुढे दिलेल्या प्रश्नांच्या उत्तरांपैकी, तुमच्यासाठी जे उत्तर योग्य आहे असे तुम्हाला वाटते, त्याला गोल करा आणि शेवटी गुणांची बेरीज करा.

१. तुम्हाला असे वाटते का, की मित्र असणे हे तुमच्या प्रश्नांवरचे उत्तर आहे?

हो.

नाही.

२. तुम्हाला असे वाटते का, की फक्त सुंदर मुलींनाच मुले विचारतात?

हो.

नाही.

३. तुम्हाला असे वाटते का, की कोणत्याच मुलाला तुम्ही आवडत नाही म्हणजे तुमच्यातच काही दोष आहे?

हो.

नाही.

४. तुम्हाला जेव्हा एखादा मुलगा आवडतो, तेव्हा त्याच्या आवडीच्या गोष्टी, जसे की फुटबॉल खेळणे किंवा त्याला आवडणारे बॅन्ड्स, तुम्हालाही आवडू लागतात का?

हो.

नाही.

५. मित्र कायम राहावा म्हणून, त्याला पाहिजे तसे तुम्ही असावे यासाठी तुम्ही खूप कष्ट घ्याल का?

हो.

नाही.

६. तुमच्याशी जे नीट वागत नाहीत अशा मुलांकडेच तुम्ही आकर्षित होता का?

हो.

नाही.

७. तुम्ही कायम एकट्याच राहाल अशी तुम्हाला अगदी मनातल्या मनात काळजी वाटते आहे का?

हो.

नाही.

८. **'त्यांना तुच्छपणे वागवा, त्यांना तुमच्यात रस वाटेल' या पद्धतीवर तुमचा विश्वास आहे का?**

हो.

नाही.

गुणसंख्या

६पेक्षा जास्त होकारार्थी उत्तरे

प्रेम आणि नाती याबद्दलच्या तुमच्या विचारांवर तुमच्या स्वप्रतिमेची पातळी नक्कीच परिणाम करते आहे. स्वतः प्रेमात पडण्याआधी, तुम्ही कशा आहात या विचाराचा आधार घेण्याची तुम्हाला गरज आहे. नाहीतर त्या सगळ्याचा शेवट तुम्हाला वाईटपणा देणाऱ्या, तुमचा अपमान होईल अशा अयोग्य नात्यांमध्ये होऊ शकतो.

३पेक्षा जास्त होकारार्थी उत्तरे

तुम्ही प्रेम आणि नाती याला नको इतके जास्त महत्त्व देत आहात, प्रेमासाठी तुम्ही मुलांना सर्व अधिकार देण्यास तयार आहात किंवा मुलांबरोबर भेट ठरली नाही, तर तुमची किंमत शून्य आहे असे गृहीत धरता आहात. तुमच्याशी भेट ठरवायला कोण तयार आहे हे महत्त्वाचे नाही, तर तुम्हाला त्यांच्याबरोबर का जावेसे वाटते आहे, हे महत्त्वाचे आहे.

२पेक्षा कमी होकारार्थी उत्तरे

तुमचे स्वतःबद्दलचे मत अगदी निरोगी आहे आणि म्हणून प्रेम आणि नाती याबद्दलचे मतही तसेच निरोगी आहे. पण प्रेम आणि मुले यांच्यामुळे अपमानित होण्याची शक्यता खूप असते, म्हणून त्याबाबत सावध राहा.

मुलांच्या बाबतीत वस्तुस्थिती अशी आहे की, त्यांचीही स्वप्रतिमा खालावलेली असू शकते. त्यांनाही शरीरप्रतिमेबाबत काही समस्या असू शकतात. प्रेमात पडण्यासंदर्भात उत्सुकता, तसेच चिंताही असू शकते आणि ते स्वतः कसे आहेत याबाबत भीती आणि शंकाही असू शकतात. थोडक्यात याचा अर्थ असा की, तुम्हाला मित्र असणे हे तुमच्या कुठल्याच प्रश्नाचे उत्तर असू शकत नाही. एखादा मित्र मिळाल्यामुळे, तुम्ही इतरांना हव्याशा आहात, आवडत्या आहात, असे तुम्हाला वाटू शकते. पण चुकीच्या कारणांसाठी अशी नाती जोडणे, म्हणजे तुमची स्वप्रतिमा मरणासन्न करून टाकण्यासारखे आहे. याची कारणे अशी –

तुम्हाला मित्र आहे म्हणून तुम्ही जास्त आकर्षक वाटणार नाही.

तुम्हाला असे वाटू शकते की, तुमची कोणीतरी निवड केली आहे म्हणजे तुमच्यात नक्कीच काही चांगल्या गोष्टी आहेत. पण लांबचा विचार करता, तुम्ही कोणाबरोबर तरी आहात एवढ्या एकाच गोष्टीमुळे, तुम्हाला स्वतःबद्दल काय वाटते त्यात काहीही सुधारणा होणार नाही. खरेतर, तुम्हाला स्वतःबद्दल चांगले वाटावे एवढ्यासाठीच तुम्ही हे नाते जपत असाल, तर त्यामुळे तुमच्या नात्याची नासाडीच होईल. याहून जास्त म्हणजे, केवळ कोणाबरोबर तरी असायलाच हवे, यासाठीच फक्त तुम्ही कोणाबरोबर तरी असणे पसंत करत असाल, तर मित्र सोडून देईल याची तुम्हाला सतत भीती वाटेल आणि मग त्या मित्राला खूश ठेवणे एवढ्या एकाच कारणासाठी, तुमचे स्वत्व चिरडून टाकणे किंवा ज्यासाठी तुम्ही मनापासून तयार नाही अशा गोष्टीत स्वतःला गुंतवून घेणे, अशा गोष्टी तुम्हाला कराव्या लागतील.

तुम्हाला मित्र आहे म्हणून तुम्ही जास्त प्रेम करण्यासारख्या आहात असे नाही.

तुमचे स्वतःवरच प्रेम नसेल आणि तुमच्यावर इतरांनी प्रेम करावे असे काही गुण तुमच्यात आहेत यावर तुमचाच जर विश्वास नसेल, तर कोणीही व्यक्ती कधीच 'तुम्ही प्रेम करण्याजोग्या आहात' असे तुम्हाला वाटायला लावू शकणार नाही. याहून जास्त म्हणजे, एकीकडे तुम्हाला याचे आश्चर्य वाटेल की, त्या मित्राने तुमच्यात काय पाहिले आणि म्हणून एकतर तुम्ही सतत त्याबद्दलचा दिलासा मिळावा म्हणून उत्सुक राहाल (जे तुमच्या मित्राला दमवणारे, नकोसे असेल) किंवा असूया आणि मालकी हक्क गाजवणे, असले मूर्खपणाचे मार्ग अवलंबून, मित्र तुम्हाला काय म्हणतो याची तुम्ही सतत परीक्षा घेत राहाल.

प्रेमाबद्दलच्या दंतकथा आणि वस्तुस्थिती यातला फरक फरक लक्षात घेणे

प्रेमाबाबतची वस्तुस्थिती : *नवीन संशोधनावरून असे दिसते की जी किशोरवयीन मुले-मुली अगदी नियमितपणे, प्रणयकथांवर आधारित नाटके-सिनेमे पाहतात, त्यांची मते एकमेकांना ठरवून भेटण्याच्या बाबतीत पारंपरिक असण्याची जास्त शक्यता असते. (उदाहरणार्थ, भेटण्याबाबत किंवा बरोबर येण्याबाबत मुलांनीच मुलींना विचारले पाहिजे), आणि अशा मुला-मुलींचा यावर विश्वास असतो, की स्त्रिया कणखर आणि स्वतंत्र असू नयेत.*

जेव्हा मुले, नातेसंबंध आणि तुमची स्वप्रतिमा यांचा प्रश्न असतो, तेव्हा दंतकथांपेक्षा वेगळी असणारी वस्तुस्थिती समजून घेणे खूप महत्त्वाचे असते, म्हणजे तुम्ही कशावर विश्वास ठेवायचा आणि कसे वागायचे, हे इतरांनी ठरवण्याचा त्रास तुम्हाला होणार नाही.

वस्तुस्थिती जाणून घेणे- १ : तुम्हाला एखादे कोणीतरी आवडते याचा अर्थ त्यांनाही तुम्ही आवडाल, असा नाही.

नात्यांच्या बाबतीतले हे एक दुःखद सत्य आहे. केवळ तुम्हाला एखादी व्यक्ती खरोखरच खूप मनापासून आवडते आहे, तिच्याबरोबर तुमची जोडी अगदी मस्त जमेल असे तुम्हाला अगदी आतून वाटते आहे आणि त्यासाठी तुम्ही मनापासून तळमळता आहात, असे जरी असले, तरी त्या व्यक्तीला तुम्ही आवडत नसाल तर याचा साधा अर्थ, तुम्ही त्याला आवडत नाही. याचा अर्थ असा की, तुम्ही जर आपणहून काहीच केले नाहीत किंवा बोलला नाहीत, तर त्या व्यक्तीचे मन बदलू शकेल. म्हणून असे वाटून घेऊ नका की, तुमच्यात आता कुवत नाही आणि त्या व्यक्तीला जिंकण्यासाठी तुमच्याकडे आत्ता जे नाही ते असायलाच हवे. त्याच्या निर्णयाचा तुमच्याशी काहीही संबंध नसण्याची किंवा कदाचित तो अशा नात्यांसाठी तयार नसण्याचीही शक्यता असू शकते. (मुलींच्या मानाने मुले खूप उशिरा प्रौढ होतात, म्हणजे वयात येतात, हे लक्षात ठेवा); किंवा त्याला दुसरे कोणीतरी आवडत असेल. 'हे सगळे तुमच्याच बाबतीत का?' असला विचार करणे म्हणजे स्वप्रतिमेला स्वतःच धक्का लावण्यासारखे आहे.

वस्तुस्थिती जाणून घेणे- २ : तुम्ही एकट्या आहात (म्हणजे तुम्हाला मित्र नाही), याचा अर्थ कोणालाच तुम्ही आवडत नाही असा नाही.

तुम्ही एकट्या आहात याचा साधा अर्थ हा आहे की, ज्याला आवर्जून भेटावे असे वाटावे असा मित्र तुम्हाला अजून भेटलेला नाही. बस्स! याचा एवढाच अर्थ आहे. तुम्ही हरल्या आहात किंवा मुलांना हव्या असणाऱ्या गोष्टींची तुमच्यात उणीव आहे, असा त्याचा अर्थ नाही. या सगळ्या गोष्टींचा खूपच वैयक्तिक विचार करत राहिलात, तर परिणामी काहीही कारण नसताना तुम्ही स्वतःला निराश आणि अविचारी बनवाल. मुले आणि त्यांच्याशी गाठीभेटी, याहून महत्त्वाच्या अनेक गोष्टी आयुष्यात असतात. याबद्दल तुमच्या आईला विचारा किंवा काही वर्षांपूर्वी तुमच्या मनात जेव्हा याबद्दलचे फारसे विचारच नव्हते, ते दिवस आठवा.

वस्तुस्थिती जाणून घेणे- ३ : तुम्हाला दुर्लक्षिले गेले किंवा नकार दिला गेला, म्हणजे तुम्ही काहीतरी चुकीच्या वागलात असे नाही.

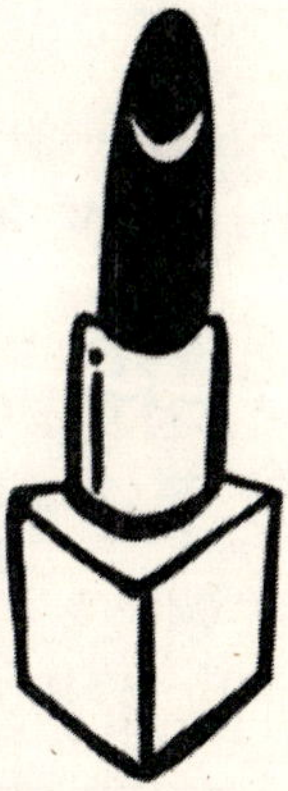

वर दिलेला मुद्दा पाहा. तुम्ही काहीतरी चुकीच्या वागलात असे तुम्हाला वाटू शकते. पण वस्तुस्थिती ही आहे की, दुर्लक्ष केले जाणे किंवा नाकारले जाणे याचा तुमच्या व्यक्तिमत्त्वाशी किंवा वागण्याशी अगदी क्वचितच काही संबंध असतो (आणि अशा वेळी, बहुधा मुले असे म्हणत असतात). बहुतेक वेळा याचा संबंध त्या वेळच्या परिस्थितीशी असतो. कारण किशोरवयीन नाती म्हणजे नात्यांची नुसती चाचणी घेण्याची जागा असते. तिथे लोकांना, आपल्याला काय हवे आहे आणि काय आवडते याचा शोध लागतो आणि म्हणूनच या वयातली नाती ही विजेच्या वेगाने सुरू होतात आणि विजेच्याच वेगाने संपतातसुद्धा!

वस्तुस्थिती जाणून घेणे- ४ : जो तुम्हाला अपमानास्पद आणि वाईट वागवतो, तो तुमच्यावर प्रेम करत नाही.

हे एक पचवायला कठीण आणि दुःखदायक सत्य आहे. पण जो तुम्हाला वाईट वागवतो (म्हणजे तुम्हाला फसवतो, तुमच्याशी अनादराने बोलतो, त्याची दखल घ्यायला लावतो किंवा तुम्हाला तुच्छ लेखतो) आणि जो शारीरिक किंवा मानसिक पातळीवर तुम्हाला अपमानास्पद वागवतो, तो बोलताना काहीही बोलत असला, तरी त्याचे तुमच्यावर प्रेम नसते. 'तो तुमचा अपमान करतो कारण तुम्ही चुकीच्या वागता', असे तुम्हाला सांगण्याचा तो प्रयत्न करेल किंवा क्षमा मागेल आणि पुन्हा त्याच्याकडून असे घडणार नाही असे वचनही देईल; पण या बाबतीत सत्य हे असते की तुम्ही अगदी लवकरात लवकर त्याच्याबरोबरचे नाते तोडले पाहिजे.

दंतकथा १ : प्रत्येक जण कामवासना पूर्ण करत असतो

प्रत्येक जण जरी सांगत असला की तो असे करतो, तरी असंख्य अभ्यासावरून असे दिसते की ते खरे नाही. समजा, अगदी प्रत्येक जण खरोखरच असे वागत असला, तरी काय हरकत आहे? कामवासना पूर्ण करणे ही काही एखादी शर्यत किंवा स्पर्धा नाही. आणि हा खरोखरच प्रत्येकाचा वैयक्तिक प्रश्न आहे, इतरांचा त्याच्याशी संबंध नाही. म्हणून तुमच्या मनात अशासारखे काही विचार आले किंवा

असे काही करावेसे वाटले, तर ते विचार दाबून टाकू नका.

दंतकथा २ : ज्या मुलांना तुम्ही आवडता, ते तुम्हाला मिळवण्यासाठी खूप प्रयत्न करतात.

ज्या मुलांना तुम्ही आवडता, ते तुम्हाला मिळवण्यासाठी खूप प्रयत्न वगैरे करत नाहीत. ते प्रेमाचे नाटक करतात, त्यांना तुम्ही आवडता असे दाखवतात आणि तुमच्याशी एक खेळ खेळतात.

दंतकथा ३ : मुलांना उठावदार स्तन असणाऱ्या/सडपातळ/शांत मुली आवडतात.

ही एक कल्पित गोष्ट आहे की, मुली आपणहून पुढाकार घेतात आणि मुलांना संधी मिळते. तुम्हाला जर कोणत्याच मुलाने त्याच्याशी मैत्री करण्याबद्दल विचारले नाही, तर तुम्ही स्वतःला सहजपणे हे समजावू शकता की, याचे कारण तुम्ही 'अमुकतमुक' मुलगी नाही. तुम्ही जशा आहात तशाच राहू शकता. त्याहून वेगळ्या, कमी/जास्त अशा राहू शकत नाही, ही वस्तुस्थिती आहे. मुलांना तुम्ही कशा असाव्यात असे वाटते, तसे बनण्याचा प्रयत्न केलात, तर स्वतःला पूर्णपणे हरवून बसण्याचा धोका तुम्हाला पत्करावा लागेल.

दंतकथा ४ : प्रेमात आणि युद्धात सर्व काही क्षम्यच असते

हा एक निव्वळ मूर्खपणाचा विचार आहे आणि क्षुद्रपणाने वागणे, परोक्ष बोलणे, नावे ठेवणे, फसवणे असल्या गोष्टींचे प्रेमाच्या नावाखाली समर्थन करण्यासाठी लोक असे काहीतरी बोलतात. तुम्हाला वाटते म्हणून तुम्ही एखाद्या मुलाला आवडाव्यात आणि तुम्ही जशा आहात तशाच त्याला आवडाव्यात, त्याने प्रेम करावे, असे तुम्हाला वाटत असेल, तर तुम्ही कशा आहात हे त्याला कळण्याची, तुम्हाला जे योग्य किंवा अयोग्य वाटते त्याप्रमाणेच वागण्याची आणि त्याला नीट, व्यवस्थित वागवण्याची तुमची जबाबदारी असते.

स्वतःचे स्वतःशी वागणे

आपल्याला सर्वांनाच सतत एक तणाव जाणवत असतो. तुम्ही कशा दिसता आणि मैत्रीण म्हणून कशा आहात या काळजीव्यतिरिक्तही, तुम्ही कोण आहात आणि जगात तुमची काय किंमत किंवा कुवत आहे, याविषयीच्या विचाराचाही एक ताण असतो. तुम्ही स्वतःच स्वतःवर कोणतातरी ताण ओढवून घेत असता, असा

विचारही तुम्ही कदाचित करत नसाल, पण प्रत्यक्षात तुम्ही तसे करत असणे शक्य आहे.

हे बरेचसे नैसर्गिक आणि सामान्य असले, तरी तुमच्या स्वतःकडून तुमच्या काय अपेक्षा आहेत आणि तुम्हाला चांगले किंवा वाईट वाटावे असे तुम्ही स्वतःच वागत असता का, हे लक्षात घेणेही महत्त्वाचे आहे.

चाचणी : तुम्ही स्वतःशीच किती कडकपणाने वागता?

पुढील प्रश्नांच्या उत्तरांपैकी, तुम्हाला तुमच्या सर्वांत जवळचे वाटत असेल अशा उत्तराला खूण करा आणि आधी 'P' मग 'OA' आणि मग 'OS' अशा अक्षरांच्या क्रमाने उत्तरांची गुणसंख्या मोजा.

१. तुमच्या घरी पार्टी आहे, आणि त्यासाठी लोक जसे यायला लागतात, तेव्हाच नेमका तुमच्या हातून तुमच्या कपड्यांवर ज्यूस सांडतो. अशा वेळी तुम्हाला काय वाटते?

(अ) तुम्ही चेहरा अगदी नेहमीसारखा निर्विकार ठेवता. पण आता पार्टीचा पूर्णपणे विचका झाला आहे, असे तुम्हाला वाटते. (P)

(ब) तुम्ही त्याकडे दुर्लक्ष करता आणि प्रत्येक जण मजेत आहे, संगीत चांगले आहे आणि जेवणाचे पदार्थही भरपूर आहेत, याची खात्री करण्यासाठी सगळीकडे फिरता. (OA)

(क) तुम्ही गोंधळून जाता आणि अपमानित होता (OS)

२. तुम्ही लोकांना आवडता असे तुम्हाला वाटते, कारण –

(अ) न आवडण्यासारखे काही राहणारच नाही याची तुम्ही खात्री करून घेता. (P)

(ब) तुम्ही मिस्कील, छान आणि हुशार आहात आणि एक चांगली मैत्रीण आहात. (OA)

(क) लोकांना तुम्ही आवडता याची तुम्हाला खात्री नाही. (OS)

३. जेव्हा तुमचे मैत्रिणीशी भांडण होते तेव्हा –

(अ) तुम्ही काय चुकीचे वागलात, याची काळजी करत राहता. (P)

(ब) तुम्ही काय केलेले नाहीत, याचाच विचार किंवा चिंता करता. (OA)

(क) मैत्रिणी नेहमीच तुमचा तिरस्कार करतात, या काळजीत असता. (OS)

४. तुम्ही प्रत्यक्षात अशा आहात की –

(अ) तुमच्या बाबतीत काही योग्य असे घडत नाही, अशी तुम्हाला नेहमी

काळजी वाटते. (P)

(ब) तुम्ही फारशा चांगल्या नाही, अशी तुम्हाला चिंता वाटते. (OA)

(क) लोक सारखी तुमची परीक्षा घेत असतात असे तुम्हाला वाटते. (O4S)

५. तुम्हाला पुढीलपैकी कोणत्या गोष्टीमुळे आनंद झाला असता?

(अ) तुम्हाला नेहमीच योग्य वेळी हवे, ते मिळत गेले असते. (P)

(ब) तुम्हाला ज्या गोष्टी करायच्या आहेत, त्यासाठी जास्त वेळ मिळाला असता. (OA)

(क) तुम्हाला प्रत्येक वेळी तुच्छतेने वागवले गेले नसते. (OS)

गुणसंख्या

बहुतेक उत्तरे 'P' असतील तर (म्हणजे परफेक्शनिस्ट)

तुम्हाला परिपूर्णता आवडते. याबाबतच्या सल्ल्यासाठी पुढे पाहा.

बहुतेक उत्तरे 'OA' असतील तर (OA म्हणजे ओव्हर-ॲचिव्हर)

तुम्हाला खूप काही साध्य करावेसे वाटते. याबाबतच्या सल्ल्यासाठी पुढे पाहा.

बहुतेक उत्तरे 'OS' असतील तर (OS म्हणजे ओव्हर-सेन्सिटिव्ह)

तुम्ही खूप जास्त संवेदनशील आहात. याबाबतच्या सल्ल्यासाठी पुढे पहा.

परिपूर्णतेची आवड असणे

'तुम्ही जशा आहात तशा पुरेशा चांगल्या नाहीत आणि म्हणून तुमच्यावर इतरांनी प्रेम करावे किंवा तुम्ही इतरांना आवडाव्यात यासाठी, तुम्ही प्रत्येक बाबतीत उत्कृष्ट असायला पाहिजे' या विश्वासातून, 'प्रत्येक गोष्टीत परिपूर्ण असायला हवे' ही गरज निर्माण होते. उच्च दर्जाचे आदर्श किंवा ध्येय असणे ही चांगलीच गोष्ट आहे, पण तुम्हाला ते कधीच गाठता येत नाहीत म्हणून किंवा तुमच्याकडून काही चुका झाल्या म्हणून स्वतःबद्दल काहीतरी भयंकर, चुकीचे वाटू लागणे, किंवा एखादे काम तुम्हाला पूर्णपणे जमेल की नाही या शंकेमुळे ते कामच टाळणे, हे फारसे चांगले वा योग्य नाही.

परिपूर्ण बनण्याचा प्रयत्न करण्यामधली दुसरी समस्या अशी आहे की, त्यामुळे तुमची अस्वस्थता वाढते आणि तुमच्या मनातील भीती वाढू शकते, तुम्ही एकदम घाबरून जाऊ शकता. म्हणून या सगळ्या भावनांचा किंवा विचारांचा तुमच्या स्वप्रतिमेवर जास्त परिणाम होण्याआधीच, तुम्ही त्यावर नियंत्रण ठेवणे गरजेचे आहे.

लिली नावाची १३ वर्षांची मुलगी म्हणते, "मी परिपूर्णतेची पक्की आवड असणारी मुलगी आहे. मी व्यवस्थित दिसले नाही किंवा मला उत्तम गुण मिळाले नाहीत तर ते मला सहनच होत नाही. सगळ्या गोष्टी अगदी परिपूर्ण असल्या पाहिजेत या प्रयत्नांमध्ये कधीकधी मला वेड लागल्यासारखे होते; पण त्यामुळे मला चांगले वाटते."

तुम्ही काय लक्षात घ्यायला हवे? चुका झाल्या तरी ठीक आहे, हरकत नाही. आपण सगळेच त्या करतो. चुका करणे हा आपल्या आयुष्याचा एक भाग आहे.

१. ज्या बाबतीत तुम्ही प्रवीण नाही, त्या गोष्टीत प्रावीण्य मिळवण्यासाठी प्रयत्न करत राहा आणि तुम्ही एक धाडस करत आहात, काहीतरी वेगळे करण्याचा प्रयत्न करत आहात, याचा अभिमान बाळगा.
२. कुणाही व्यक्तीला देव मानू नका. अशी व्यक्ती दिसायला परिपूर्ण दिसत असली, तरी एक माणूस म्हणून प्रत्यक्षात ती कशी आहे, हे तुम्ही पाहत नाही.
३. जी कामे तुम्ही पूर्ण केली आहेत, ती जरी अगदी परिपूर्ण किंवा उत्कृष्ट झाली नसली तरीही, त्याबद्दल तुम्हाला चांगलेच वाटायला हवे. आत्ता तुम्हाला स्वतःबद्दल काही चांगले वाटले नाही, तर नंतर कधीतरी तसे वाटू शकेल का?
४. 'प्रत्येक गोष्टीत उत्कृष्ट, परिपूर्ण असायलाच हवे, असे तुम्हाला वाटत नाही,' हे लोकांना कळू द्या. सुरुवातीला ते थोडे त्रासदायक वाटेल, पण तुम्ही 'परिपूर्णतेचे यंत्र' नसून, प्रत्यक्षात कशा आहात, हे इतरांना कळण्यासाठी याची मदत होईल.
५. शेवटी एक लक्षात ठेवा : तुम्ही कमालीच्या चुणचुणीत अगदी 'स्मार्टेस्ट' नसलात, तरी स्मार्ट असू शकता. सर्वांत जास्त लोकप्रिय नसतानाही तुम्हाला मैत्रिणी असू शकतात आणि अगदी सर्वोत्कृष्ट नाही झालात तरी 'खेळाडू' होऊ शकता.

जास्तीत जास्त गोष्टी साध्य कराव्याशा वाटणे

स्वतःबद्दल पुरेसे चांगले, समाधानकारक वाटत नाही, म्हणून त्यासाठी प्रयत्न करत राहण्याचा एक दुसरा मार्ग म्हणजे 'जास्तीत जास्त गोष्टी साध्य करत राहणे' हा होय. आपल्यावर सर्व जण प्रेम करतात, आपण सर्वांना आवडतो, असे वाटावे, यासाठी प्रयत्न करण्याचा एक मार्ग म्हणून, जास्तीत जास्त गोष्टी साध्य करू इच्छिणारा माणूस, सतत काम करत राहतो. मित्र मिळवणे, स्वतःच्या आवडीच्या गोष्टी करणे, चांगले गुण मिळवणे आणि अशा अनेक गोष्टींसाठी खूप विचारपूर्वक प्रयत्न करतो; पण आतून मात्र त्याला अगदी नकारात्मक, विरुद्ध वाटत असते. परिपूर्णतेच्या ध्यासाप्रमाणेच, जास्तीत जास्त गोष्टी साध्य कराव्याशा वाटण्यामागे, एक असा विश्वास असतो (जो बहुधा लहानपणापासूनच वाटू लागलेला असतो) की, तुम्हाला प्रेम आणि आपुलकी मिळवण्यासाठी काही गोष्टी कराव्या लागतात आणि त्या तुम्ही जेवढ्या जास्त कराल, तेवढे तुम्ही इतरांना जास्त आवडता, आपलेसे वाटता. हे सगळे, स्वप्रतिमा अत्यंत 'निरोगी' असण्याच्या अगदी विरुद्ध आहे. कारण स्वप्रतिमा निरोगी असेल तर, तुम्ही काही गोष्टी साध्य केल्या नसल्यात किंवा लोकांना तुमच्याबद्दल फारसा आपलेपणा वाटत नसला, तरीही तुम्हाला स्वतःबद्दल खूप चांगले वाटत असते.

ज्योत्स्ना नावाची १३ वर्षांची मुलगी म्हणते, "हे सगळे असे काहीसे आहे की, मला वाटते मी सर्वांत जास्त आनंददायक मुलगी असले पाहिजे. माझ्या वर्गातली सर्वांत हुशार मुलगी असले पाहिजे. जास्तीत जास्त मैत्रिणी मला असायला हव्यात, मी खेळातही चांगले असले पाहिजे. हे सगळे खूप दमछाक करणारे आहे."

तुम्ही जर जास्तीत जास्त गोष्टी साध्य करू इच्छिणाऱ्या असाल, तर हा विचार करा की, जर तुमची कुवत वाढावी म्हणून तुमच्या ध्येयांच्या अगदी उत्तर-दक्षिण-ध्रुवांभोवती तुम्ही सतत फिरत राहिलात, तर 'तरीही स्वतःला पुरेसे चांगले वाटावे' अशी अपेक्षा तुम्ही कशी करू शकता?

१. तुमचे ज्यांच्यावर प्रेम आहे आणि जी माणसे तुम्हाला आवडतात, त्यांना विचारा की, ते तुमच्यावर का प्रेम करतात आणि तुमच्यातल्या कोणत्या गोष्टी त्यांना आवडतात? तुम्हाला हे ऐकून आश्चर्य वाटेल, की तुम्ही काय साध्य केले आहेत यात त्यांना रस नसतो, तर 'माणूस' म्हणून तुम्ही

कशा आहात, हे त्यांच्यासाठी अधिक महत्त्वाचे असते.

२. पालक आणि शिक्षक यांना खूश ठेवण्यावर लक्ष केंद्रित करण्यापेक्षा, तुम्ही कशामुळे आनंदी व्हाल आणि तुम्हाला कशामुळे जास्त चांगले वाटेल याचा विचार करा. (याबाबत डोक्यात संभ्रम असेल, तर मैत्रिणींशी बोलून पाहा.)
३. तुम्ही साध्य केलेल्या गोष्टींचे इतरांना कौतुक वाटावे, यासाठी प्रयत्न करण्यापेक्षा तुम्ही जे मिळवले आहे, त्याने तुम्हाला चांगले कसे वाटेल, याची सवय करा आणि तुमच्या क्षमतांबद्दल तुम्हाला विश्वास किंवा खात्री वाटावी यासाठी त्याचा उपयोग करा.
४. तुमची अस्वस्थता, नैराश्य आणि तुम्हाला वाटणारी भीती यांबद्दल तुम्हाला मनातल्या मनात काय वाटते, ते कुणाशीतरी बोला. अनेक गोष्टी साध्य करण्याच्या ध्यासामध्ये खूप मुद्दे समाविष्ट असतात. ते तुम्ही उघडपणे सांगण्याची गरज असते.

अति संवेदनशील असणे

इतरांच्या बाबतीत संवेदनशील असणे ही वेगळी गोष्ट आहे, पण अतिसंवेदनशील असल्यामुळे, इतरांनी बोललेल्या किंवा केलेल्या प्रत्येक गोष्टीमुळे तुम्ही कोणत्या ना कोणत्या प्रकारे दुखावले जाणे, हे स्वप्रतिमा धुळीला मिळवण्यासारखे आहे. जेव्हा केस खूप खराब केले म्हणून आई एखादे दिवशी तुम्हाला रागावते, तेव्हा फार मोठा अनर्थ ओढवल्यासारखे तुम्हाला वाटते किंवा तुमच्या मैत्रिणीने दुसऱ्या कोणाबरोबर तरी जेवण घ्यायचे ठरवले, तर तुम्हाला खूप मोठे संकट कोसळल्यासारखे वाटते, तेव्हा तुमच्या लक्षात येते की, तुम्ही खूप जास्त संवेदनशील आहात. सतत काळजी करत राहणे, हे अतिसंवेदनशील असण्याचे मूळ लक्षण आहे. तुम्ही पुरेशा चांगल्या दिसत नाही याची काळजी, तुम्ही योग्य तेच बोलता की नाही याची काळजी किंवा तुम्ही चांगल्या आहात असे लोकांना वाटते की नाही, याचीही काळजी तुम्हाला वाटत असते.

रसिका नावाची १३ वर्षांची मुलगी म्हणते, "मी खूप संवेदनशील आहे असे मला नेहमी सांगितले जाते; पण त्याला माझा इलाज नाही. मला प्रत्येक बाबतीत माझा अपमान झाल्यासारखे वाटते, लोक मला चिडवतात तेव्हा मी दुखावली जाते आणि जेव्हा मी अशी दुखावली जाते, तो प्रसंग माझ्या डोक्यात मी सतत घोळवत राहते."

स्वतःच स्वतःला मदत करणे आवश्यक असते. त्यासाठी पुढील गोष्टी करून पाहा : तुमची विचार करण्याची पद्धत बदलण्याची तुम्हाला गरज आहे.

१. स्वतःला एका गोष्टीची आठवण करून द्या की, जोपर्यंत 'परिस्थिती खूप दुखावणारी आणि वाईट आहे,' असे तुम्ही समजत नाही किंवा तसा विचार करत नाही, तोपर्यंत तुम्हाला दुखावल्यासारखे किंवा वाईट वाटणार नाही. उदाहरणार्थ, तुमच्या मैत्रिणीने दुसऱ्या कुणा मुलीबरोबर जेवायला बसायचे ठरवले. तर ती मुद्दामहून तुम्हाला टाळते आहे का, की तिला फक्त त्या दुसऱ्या मुलीचा डबा खायचा आहे? काय झाले आहे ते तिला विचारा; पण तिच्यावर कोणताही आरोप करू नका, किंवा तुम्ही दुखावल्या गेला आहात, हे तिच्यासाठी त्रासदायक ठरू देऊ नका.

२. काळजी ही नेहमी असहायतेशी जोडलेली असते. आपल्याला जेव्हा असहायता वाटत असते, तेव्हा आपण काळजी करतो; कारण असहायतेमुळे आपल्याला असे वाटू लागते की, आपण अशा परिस्थितीतून जात आहोत, जिच्यावर आपले अजिबात नियंत्रण नाही. प्रत्यक्षात काळजी केल्याने फक्त अस्वस्थता वाढते आणि तिचा कुठल्याही प्रकारे काहीही उपयोग होत नाही. अधिक सकारात्मक पद्धतीने काळजीवर कशी मात करायची, याचा विचार करा, उदाहरणार्थ, कोणापाशीतरी मनातले असले सगळे विचार बोलून टाका.

३. एखादा माणूस भावनाशून्यपणे वागत असेल, तुम्हाला दुखवण्याच्या हेतूनेच, तुमचा अपमान होईल अशा पद्धतीने वैयक्तिक टीका करत असेल, तर त्या वेळी काय करायचे हे ठरवून ठेवा. तुमच्या प्रतिक्रियेवर त्या समोरच्या माणसाची प्रतिक्रिया काय असेल, यावरून तुम्हाला ते ठरवता येईल. तुम्ही अस्वस्थ झालेले पाहून त्यांना धक्का बसल्याचे किंवा आश्चर्य वाटल्याचे तुम्हाला जाणवले, तर तुमचा अपमान करण्यासाठी ती टीका होती, हे लक्षात घ्या.

४. प्रत्येक जण स्वतःच्याच चिंतांमध्ये इतका व्यस्त असतो की, तुम्ही कशा दिसता आणि काय सांगत असता याकडे सारखे लक्ष द्यायला कोणालाच सवड नसते, हे समजून घ्या आणि सतत स्वतःकडे लक्ष वेधून घेणे थांबवा.

शेवटी एक गोष्ट लक्षात ठेवा की, अस्वस्थ किंवा चिंतातुर वाटणे, आपण नकोशा आहोत असे वाटणे, आयुष्याबद्दल भीती वाटणे आणि तुमच्याबद्दल तुमचे गैरसमज होत राहणे या सगळ्या किशोरावस्थेच्या काळात घडणाऱ्याच गोष्टी आहेत. आनंदी आणि सुरक्षित वाटण्याची भावना जशी येते आणि जाते, तशाच या भावनाही येतात आणि जातात. या बाबतीत तुम्ही जे करायला हवे ते हे, की तुम्हाला वाटणारी प्रत्येक गोष्ट योग्य प्रमाणातच तुम्ही वाटू द्यायला शिकायचे,

म्हणजे तुम्हाला जे वाटते, त्यावरून तुम्ही कशा आहात हे ठरवायला तुम्ही सुरुवात करणार नाही किंवा माणूस म्हणून तुमच्यात काही कमतरता आहेत, असेही तुम्हाला वाटणार नाही.

हे सर्व साधण्याचा चांगला मार्ग म्हणजे, तुमच्या स्वतःतल्या चांगल्या आणि वाईट दोन्ही गोष्टींचा, तसेच स्वभावातील, जास्त संवेदनशील आणि कमी संवेदनशील अशा दोन्ही भागांचा तुम्ही स्वीकार करणे. असा पटकन स्वीकार करून टाकणे हे तितकेसे सोपे काम नाही; पण तुमच्या माहितीतल्या अतिशय संतुलित स्वभावाच्या व्यक्तीलाही करावीच लागली असेल, अशी ही गोष्ट आहे. तुम्ही केलेल्या चुकांमधून काही शिकणे, हा यातला एक भाग आहे; पण त्याहून मोठा भाग हा आहे की, तुमच्या चुका करण्याबद्दल (आणि क्षुद्र तसेच असभ्य वागण्याबद्दल) तुम्ही स्वतःलाच माफ करणे. आपण सगळे जण वाईट असू शकतो. पण त्याचा अर्थ असा नाही की, आपण इतके भयानक आहोत की आनंदी असण्यासाठी आपण लायकच नाही. तुम्ही काय केले आहे किंवा कशा वागल्या आहात हे महत्त्वाचे नसून, तुमच्या वागण्यातून तुम्ही काय शिकला आहात आणि पुढे कसे वागायचे तुम्ही ठरवले आहे, हे महत्त्वाचे असते.

प्रकरण ४

आयुष्यभर सुंदर, आकर्षक राहणे

आयुष्यभर सुंदर आणि आकर्षक राहणे म्हणजे तुमची प्रवृत्ती किंवा मनोभूमिका योग्य तीच असणे. अशी प्रवृत्ती : तुम्ही अगदी परिपूर्ण नाही, तुम्ही गोड पण आहात, ओंगळपण आहात, तुम्ही चांगल्याही आहात आणि वाईटही आहात या गोष्टी स्वीकारते. आपण दुसऱ्या प्रकरणात पाहिले त्याप्रमाणे, अशा योग्य प्रवृत्तीमुळे हे मान्य केले जाते की, तुमच्या शरीरात काही दोष आहेत; पण तुम्ही निरोगी आणि काटक आहात आणि तुमच्यात ज्या प्रकारचे सौंदर्य आहे, त्याबाबत तुम्ही परिपूर्ण आहात; या गोष्टी आनंददायक समजल्या जातात. तिसऱ्या प्रकरणात आपण पाहिल्याप्रमाणे, स्वतःशीच खूप कठोरपणे न वागणे, तुम्ही कशा आहात, कोण आहात, याबाबत तिरस्कार न करणे आणि सर्वांत महत्त्वाचे म्हणजे इतरांना तुमच्या स्वप्रतिमेला धक्का लावू न देणे, या सर्व गोष्टीही योग्य प्रवृत्ती असण्यामध्ये समाविष्ट असतात. अशी प्रवृत्ती असणे ही जरा अवघड गोष्ट आहे, पण आपण कधीकधी चुका करू आणि कधीकधी योग्य असू, ही गोष्ट तुम्ही एकदा का स्वीकारली, की अशी प्रवृत्ती अंगी बाणवणे ही फारशी अवघड गोष्ट नसते.

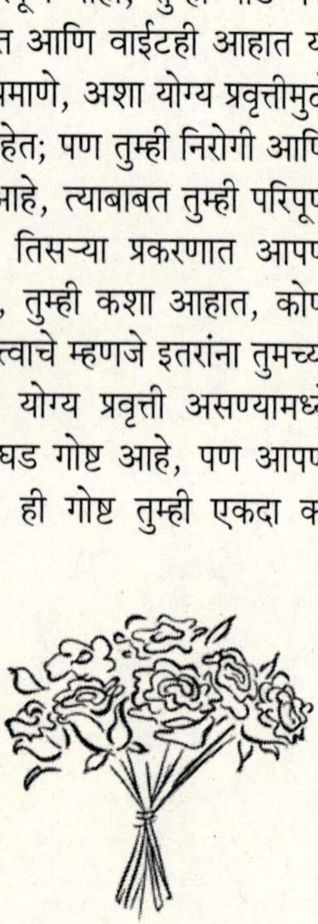

तुमच्या आंतरिक वृत्तीबाबत मूलतः असणाऱ्या वरील गोष्टींच्या जोडीनेच, तुमच्या स्वतःच्या बाह्य रूपाबद्दल तुम्हाला काय वाटते, हेही समजून घेतले पाहिजे. हे सगळे- जास्त करून, तुमच्या शरीरप्रतिमेला आधार देणे आणि तुम्ही जशा आहात त्यावरच तुम्ही

प्रेम करणे, याबाबत जरी असले, तरी ते तुमच्या शरीराकडे व्यवस्थित लक्ष देण्यासंदर्भातही आहे; कारण तुमची स्वप्रतिमा जितकी खालावलेली असेल, तितकी तुम्ही स्वतःची काळजी घेण्याची शक्यता कमी असते, आणि तुम्ही जशा आहात, तशा पूर्णपणे अभिव्यक्त होण्याची शक्यताही कमी असते. म्हणून पुस्तकाचा हा भाग तुमच्या बाह्य रूपाबाबत आहे. चांगले कसे दिसावे आणि सौंदर्याबाबतच्या गोष्टींचा कसा विचार करावा किंवा तुमच्यातील चांगल्यात चांगली गोष्ट प्रत्यक्ष दिसावी, या दृष्टीने तुम्ही कशा प्रकारे राहावे, कोणती स्टाइल निवडावी इत्यादी गोष्टींबाबत आपण या पुस्तकात विचार करणार आहोत. कधीकधी तुम्हाला अपूर्णपणाची जाणीव होत राहते, तेव्हा बाह्यरूपात काही बदल करण्याने, तुम्हाला खरोखरच थोडे चांगले वाटू लागते.

तुमच्या शरीराकडे लक्ष देणे

शरीर जाड आहे की बारीक आहे, यापेक्षा ते निरोगी आणि योग्य त्या मापात आहे की नाही याचा विचार करणे, हे शरीराबाबतचा आत्मविश्वास वाढावा यासाठी खूप महत्त्वाचे आहे. कारण आरोग्य सर्वांत मोलाचे असते आणि हे आरोग्य, फक्त शरीराचेच नव्हे तर मनाचेही असते. तुम्ही जर आरोग्यपूर्ण असण्यावर लक्ष केंद्रित केले तर तुम्हाला धडधाकट, काटक आणि सक्षम असल्याचे जाणवू लागेल. 'सतत काहीतरी चुकते आहे' असे वाटणार नाही. याचा अर्थ असा की, तुम्ही कोणते अन्न खाता (किंवा खात नाही) याकडेच फक्त लक्ष देणे पुरेसे नाही, तर तुम्ही किती प्रमाणात कामे किंवा शारीरिक हालचाली करता, याकडेही लक्ष देण्याची गरज आहे. तुम्हाला लागलेल्या वाईट सवयींकडेही लक्ष पुरवले पाहिजे. हे कसे साधायचे ते पुढे दिले आहे.

सारा नावाची १४ वर्षांची मुलगी म्हणते, "मी दिवसातून एकदाच जेवते, कारण मला वजन कमी करायचे आहे. त्यामुळे मला थकल्यासारखे वाटते. माझी चिडचिड होते आणि पूर्ण दिवस मी खाण्यासाठी मरते आहे, असे मला वाटते."

आरोग्यपूर्ण खाण्याबाबतच्या मूलभूत गोष्टी

खाण्याच्या बाबतीत काय आरोग्यपूर्ण आहे आणि काय नाही यांविषयी खूप काही लिहिले गेले आहे. साखर आणि मेदयुक्त पदार्थ आरोग्याला घातक असतात;

पण फळे आणि भाज्या शरीरासाठी हितकारक असतात. यासारख्या त्या लिखाणातल्या काही गोष्टी जरी अगदी स्पष्ट आणि खऱ्या असल्या, तरी त्यातल्या काही गोष्टी तितक्याशा स्पष्टपणे सांगितलेल्या नसतात. म्हणूनच हा भाग, पूर्णपणे, आरोग्यपूर्ण म्हणजेच आरोग्याला पोषक अशा खाण्याबाबतच्या मूलभूत गोष्टी सांगणारा आहे. तुम्ही एकदम खूप वजन कमी करू शकता आणि किंवा तुमच्या खाण्यावर नियंत्रण ठेवू शकता, हे या पुस्तकात सांगितलेले नाही; तर तुम्हाला खायला जे आवडते त्याचा 'तुम्हाला कसे वाटते' यावर काय परिणाम होतो, हे तुम्ही समजून घेऊ शकता, हे सांगितले आहे. त्याहूनही आरोग्यपूर्ण खाण्यासंबंधातल्या अत्यंत महत्त्वाच्या आणि आवश्यक गोष्टींची तुम्हाला माहिती असणे खूप महत्त्वाचे आहे. कारण आता या वयात खाण्याच्या ज्या सवयी तुम्ही लावून घेता, त्याच प्रौढावस्थेतही कायम राहतात. या सवयी पुढील आयुष्यात, तुमची प्रकृती धडधाकट राहण्यासाठी सोडाव्याच लागल्या, तर तुमच्यासाठी ते फार क्लेशकारक असते.

अन्न म्हणजे काय?

अन्न हे मूलतः आपल्या शरीराचे इंधन आहे. म्हणजेच तुमच्या शरीराला तुम्ही जे खाद्य पुरवता, त्याचा परिणाम त्या खाद्यातून तुम्हाला जे मिळणार आहे, त्यावर होतो. खूप जास्त चरबीयुक्त पदार्थ आणि साखर खाल्ली (हो, फास्ट फूड तसेच खुसखुशीत, कुरकुरीत पदार्थ म्हणजेच तळलेले पदार्थ आणि मिठाई याबद्दलचं आपण हे बोलत आहोत!) तर तुम्ही स्वतःच स्वतःवरचा ताबा घालवून प्रकृतीचा नाश करून घ्याल, आणि मग त्यामुळे तुम्हाला खिन्न, सुस्त वाटू लागेल. स्पष्टपणे सांगायचे, तर दुपारी ३ वाजताच तुमची रात्र सुरू होईल, (याविषयी पुढे सविस्तर लिहिले आहे.) असे म्हटले जाते की, शरीरास अपायकारक अशा अन्नाचा आपण सर्व जणच उपभोग घेत असतो. पण एका सर्वेक्षणातील निष्कर्षांवरून असे दिसते की, बर्गर्स आणि त्याच्या जोडीला चॉकलेट्स, पिझ्झा, तळलेले चिकन आणि फसफसणारा कोका-कोला, हे किशोरवयातील मुला-मुलींचे अत्यंत आवडते पदार्थ आहेत. या सर्वेक्षणातून आणखी असेही आढळून आले की, किशोरवयीन बारा मुलांपैकी एक जण आठवड्यात सातपेक्षा जास्त वेळा आणि दिवसातून एकापेक्षा जास्त वेळा असले पदार्थ खात होता.

एक चांगली बातमी अशी आहे की, असले 'जंक फूड' (म्हणजे निरुपयोगी अन्न) आणि 'फास्ट फूड' तुम्ही पूर्णपणे टाळले पाहिजे, असे नाही. तुम्ही जर माफक प्रमाणात आरोग्यदायी खाण्याच्या जोडीने ते खाल्ले आणि आठवड्यात सातपेक्षा कमी वेळा ते खाल्ले, तर ते ठीक आहे; पण याहून जास्त वेळा तुम्ही ते खाल्ले तर तुम्हाला पुढील गोष्टींचे भान ठेवावे लागेल.

१. अति चरबीयुक्त पदार्थांचा जेवणात समावेश असणे, म्हणजे वजन आणि सुस्ती, आळस वाढवणे होय. तळलेले कुरकुरीत पदार्थ, पिझ्झा, बर्गर्स आणि चिप्स हे चरबी जास्त असणारे पदार्थ आहेत.

हॅम्बर्गर्स (म्हणजे मांसापासून बनवलेला वडीसारखा एक तळलेला पदार्थ), पिझ्झा, तळलेले चिकन आणि चिप्स यांसारखे 'फास्ट-फूड' म्हणजे केवळ 'पोटभरू' पदार्थ होत. त्यात पूर्णपणे विरघळलेली चरबी मोठ्या प्रमाणात असते. यामुळे तुमचे वजनच फक्त वाढत नाही, तर त्यामुळे हृदयविकार होण्याचा धोकाही संभवतो. तुमच्या खाण्यातून अशी पूर्ण विरघळलेली चरबी अति प्रमाणात पोटात जात असेल, तर त्यामुळे तुम्हाला सुस्तीच आल्यासारखे वाटते. कारण अन्नातील चरबी हा सर्वांत जास्त ऊर्जा पुरवणारा स्त्रोत आहे. त्यामुळे तुम्ही नुसतेच खूप खात असलात, आणि व्यायाम करून शरीरातील चरबी जाळत नसलात, तर शरीरात ती साठून राहील आणि तुमचे वजन आणि सुस्तपणा, झोपाळूपणा वाढतच राहील.

२. जेवणात खूप जास्त साखर असणे म्हणजे सतत चिडचिड आणि खराब त्वचा होय. बिस्किटे, केक्स, चॉकलेट्स आणि मिठाया हे साखरयुक्त पदार्थ होत.

चरबीबरोबरच, साखरेमुळेही फास्ट फूड चविष्ट बनते आणि त्यामुळेच असले अन्न खाणे सोडून देणे, ही कठीण गोष्ट वाटते. पण वस्तुस्थिती अशी आहे की, खूप साखर खाल्ल्यामुळे तुम्हाला चिडखोर व हेकट असल्यासारखे आणि थकल्यासारखे वाटू लागते, कारण त्यामुळे तुम्हाला एक 'फसवी' म्हणता येईल अशी शक्ती मिळते. 'तुमच्यात ऊर्जा अगदी उचंबळते आहे' असे तुम्हाला वाटते; प्रत्यक्षात तुमची स्थिती अगदी लगेचच धाडकन कोसळण्यासारखीच असते. अतिसाखर खाणे, हे तुमची कांती खराब असण्याचे किंवा बहुतेक वेळा त्वचा आरोग्यपूर्ण नसण्याचे एक सुप्त कारणही असू शकते. कारण जेव्हा तुमचे शरीर अतिरिक्त झालेली साखर बाहेर टाकू शकत नाही, तेव्हा अशा साखरेमुळे बॅक्टेरियांची वाढ होणे, मोठ्या प्रमाणावर सुरू होते. ते बॅक्टेरिया त्वचेवर हल्ला करतात.

३. तुमच्या पेयांमध्ये जास्त प्रमाणात कॅफिन (म्हणजे चहा, कॉफी वा इतर पेयांमधील उत्तेजक द्रव्य) असल्यास, त्यामुळे अस्वस्थता, मानसिक ताण आणि निद्रानाश या गोष्टी उद्भवतात. फसफसणारी कोकसारखी पेये, फसफसणारी शक्तिवर्धक पेये, कॉफी आणि चहा ही कॅफिनयुक्त पेये आहेत.

तुम्हाला फसफसणाऱ्या पेयांचे व्यसन असेल आणि दिवसाला किमान तीन कॅन्स तुम्ही पीत असाल, तर तुमच्या पेयाचा तुमच्या मनःस्थितीवर परिणाम होतो आहे, हे लक्षात घेऊन सावध राहा. याचे कारण असे की अस्वस्थता, चक्कर येणे, डोके दुखणे आणि बऱ्याचदा उगाचच भयभीत होणे या सगळ्याला कॅफिनयुक्त

पेये कारणीभूत असतात. झोपेच्या सामान्य स्थितीतही कॅफिन ढवळाढवळ करते आणि तुम्हाला झोप लागणे कठीण होऊन बसते किंवा रात्री मध्येच तुम्हाला जाग येत राहते.

आरोग्यपूर्ण खाण्यासंबंधीचे नियम

आरोग्याला पोषक पदार्थ खा आणि मग –

१. तुमच्याकडे अमर्यादित शक्ती असेल.
२. तुम्हाला तुमच्या शरीराबद्दल खूप चांगले वाटेल.
३. तुमच्या शरीराच्या वाढीसाठी आवश्यक ते सर्व पोषक घटक तुम्हाला मिळतील.
४. तुम्हाला अनारोग्यकारक खाण्याच्या सवयी लागण्याची शक्यता खूप कमी असेल.
५. तुमचे वजन तुम्हाला आनंद वाटेल इतकेच राहील.
६. तुम्हाला छान झोप लागेल.
७. तुम्ही निरोगी दिसाल.
८. तुम्ही सतत जागरूक राहाल.
९. तुमच्या मनात सकारात्मक विचार येत राहतील.

जेवणाबाबतची वस्तुस्थिती : *अभ्यास नोंदींवरून असे दिसते की, किशोरवयीन मुलांच्या जेवणात, विशेष करून आवश्यक अशा अनेक पोषक घटकांची कमतरता असते. पोषक घटकांनी परिपूर्ण असे पदार्थ त्यांच्या जेवणात फार कमी असतात, कारण खूप साखरयुक्त आणि चरबीयुक्त पदार्थ पसंत केले जात असल्याने, बहुतेक वेळा पुरेशी फळे, भाज्या आणि दूध किंवा दुग्धजन्य पदार्थांचा जेवणात समावेश केला जात नाही.*

('नेशनवाइड फूड कन्झम्प्शन सर्व्हे', 'इंटरनॅशनल फूड इन्फर्मेशन कौन्सिल')

साधे आणि आरोग्यदायी जेवण

आरोग्याला पोषक पदार्थ खाण्याच्या बाबतीत, पुढील सवयी लावून घ्याव्यात –

(१) अन्नपदार्थांचे जे महत्त्वाचे गट आहेत, त्या प्रत्येक गटातील पदार्थ खा : उदाहरणार्थ – भाज्या, फळे, डेअरीतील चरबीयुक्त पदार्थ, प्रथिनयुक्त पदार्थ – (उदाहरणार्थ चरबी नसलेले मांस आणि मासे किंवा टोफू, द्विदल धान्ये, कठीण कवचाची फळे असे शाकाहारी पर्याय), आणि कर्बोदके (पाव, बटाटे, पास्ता, भात).

(२) दिवसातून तीन वेळा जेवण्याचे व दोन वेळा अल्पोपाहार घेण्याचे ठरवा.

(३) खाण्याचे प्रमाण अगदी योग्य तेवढेच ठेवा. तुम्ही खाता तो प्रत्येक पदार्थ खूप जास्त प्रमाणात आणि राक्षसासारखा खाऊ नका. तसेच तुम्हाला सतत उपासमार होत असल्यासारखे वाटेल, एवढे कमीही खाऊ नका. हे साध्य करण्याचा उपाय म्हणजे आरोग्याला घातक अशा खाण्यावर नियंत्रण ठेवणे, म्हणजेच तीन मोठे चॉकलेट बार खाण्याऐवजी एक छोटा बार खाणे किंवा वरच्या पहिल्या मुद्द्यामध्ये सांगितल्याप्रमाणे फक्त योग्य ते जेवण तीन वेळा घेणे. त्यानंतरचा भाग म्हणजे पोट पूर्ण भरले असेल, तर खाणे थांबवणे. मग तुम्ही आरोग्याला पोषक असेच खाणाऱ्या मुलींपैकी एक व्हाल.

(४) जेवण घेणे, विशेषतः नाश्ता घेणे टाळू नका किंवा वगळू नका. तसा विचार करणेही खरे तर कठीण आहे. पण दिवसातून तीन वेळा जेवण आणि त्याबरोबर दोन वेळा अल्पोपाहार, हा तुमचे वजन आरोग्याला पूरक इतकेच ठेवण्याचा एक उत्तम मार्ग आहे. 'जंकफूड'चा अनिर्बंध उपभोग घेण्याच्या इच्छेला प्रतिबंध करा. म्हणजे तुम्हाला अंगात शक्ती असल्यासारखे वाटेल. आपल्या दिनक्रमातून जेवण वगळून टाकण्यामुळे सतत भूक लागल्यासारखे वाटत राहते आणि मग दिवसभर गरजेपेक्षा जास्त खाल्ले जाते.

(५) जेवणाचे 'चांगले' आणि 'वाईट' असे दोन भाग पाडू नका. कोणतेही अन्न योग्य आणि माफक प्रमाणात खाल्ले तर, आरोग्याला पोषकच असते. याचा अर्थ असा की, कमी उष्मांक असणारे, कमी कर्बोदके असणारे, चरबी नसणारे किंवा 'डायटिंग'साठी खास बनवलेले, असे पदार्थ विकत आणण्याची तुम्हाला गरज नाही.

(६) जेवण्याआधी तुम्हाला किती भूक

आहे ते पाहा : उगीचच तोंडात काहीतरी टाकण्याआधी, तुम्हाला 'भूक आहे की नाही', हे स्वतःला विचारा. १ ते १० या आकड्यांचा उपयोग करून, आणि १० आकडा म्हणजे खूप भूक लागली आहे, उपाशी आहात, आणि १ आकडा म्हणजे अजिबात भूक नाही असे समजा. काहीही खाण्यापूर्वी तुम्ही ५ या आकड्यावर असले पाहिजे असा प्रयत्न करा.

(७) तुम्ही का खाता हे समजून घ्या. आपण जेवण घेतो (किंवा घेत नाही) याला सर्व प्रकारची कारणे असतात. जेवणासाठी एक वेगळी डायरी करून, आणि प्रत्येक वेळी, खाल्यानंतर तुम्हाला कसे वाटते याची त्यात नोंद करून तुम्हाला लागू असणारी कारणे शोधून काढण्याचा प्रयत्न करा. भावनेच्या आहारी जाऊन काहीही खाण्यामागे काय कारण आहे, हे समजून घेण्यास तुम्हाला याची मदत होईल.

(८) अन्नाला शत्रू समजू नका. तुमच्या खाण्याच्या सवयींमुळे तुम्हाला अपराधीपणा वाटतो, अस्वस्थता वाटते किंवा चांगले वाटत नाही, असे होऊ देऊ नका. अन्न हे केवळ अन्न असते आणि त्याने तुमच्या आयुष्याचा ताबा घेता कामा नये किंवा त्यामुळे तुम्हाला काहीतरी चुकल्यासारखे, वाईट वाटेल, इतकेही त्याला महत्त्व देता कामा नये. जर असे होत असेल, तर असले विचार बळावण्याआधीच, तुमच्या विश्वासातल्या कोणाशीतरी, जेवणाबाबतच्या तुमच्या समस्यांविषयी बोलण्याचा विचार करा.

व्यायाम आणि स्वप्रतिमा

दर आठवड्याला शारीरिक शिक्षणाचा तास चुकवणे किंवा दोनच स्टॉप्स पुढे जायचे असले, तरी बसने जाणे किंवा चालायला लागू नये, म्हणून आईने तिला गाडीतून कोपऱ्यापर्यंत सोडावे, म्हणून आईला विनंती करणे असल्या गोष्टी तुम्ही करत असाल, तर अशा वागणाऱ्या तुम्ही एकट्याच नाहीत. उपलब्ध आकडेवारीनुसार, जरी १६ वर्षांखालच्या दहापैकी सात मुलींच्या दृष्टीने, त्यांच्या दिसण्याला बरेच महत्त्व असते, आणि त्यांचे वजन कमी असावे, असे त्यांना वाटत असते. तरी ५० टक्के मुली आठवड्यातून एकदाही व्यायाम करत नाहीत (याला अपवाद फक्त अवघडून चालणे हा असतो).

माधुरी नावाची १२ वर्षांची मुलगी म्हणते, "मी खेळ खेळत नाही. शारीरिक शिक्षण हा केवळ पाणउतारा करणारा एक व्यायाम आहे."

व्यायामाबद्दलच्या सार्वत्रिक समजाच्या अगदी विरुद्ध बोलायचे तर, तुम्ही खेळांमध्ये तरबेज असलेच पाहिजे किंवा सांघिक खेळ अथवा नुसते शारीरिक शिक्षण हे तुम्हाला आवडायलाच पाहिजे, किंवा तुम्हाला व्यायाम आवडायलाच पाहिजे, असे नाही. प्रत्यक्षात समस्या अशी आहे की, शारीरिक शिक्षणामुळे मुली आयुष्यभरासाठी व्यायामापासून दूर जाऊ शकतात. कारण अशा शिक्षणामुळे निरोगी आणि कार्यक्षम राहता येते या गोष्टींपेक्षा, स्पर्धा आणि खेळात तरबेज असणे यावरच सगळा भर दिलेला असतो. एक गोष्ट लक्षात ठेवा की, तुम्हाला जरी शारीरिक शिक्षणाचा तिटकारा वाटत असला, तरी कार्यक्षम राहण्याचे अनेक मार्ग आहेत. मैदानी खेळ, व्यायाम आणि सांघिक खेळ यांच्याशी ते संबंधित नाहीत. (याबाबत पुढे आणखी माहिती आहे.) रोजच्या रोज तंदुरुस्त आणि कार्यक्षम राहा म्हणजे –

- व्यायाम न करणाऱ्या मुलींच्या तुलनेत, तुमची स्वप्रतिमेची पातळी खूप उंचावली असेल.
- ताण आणि अस्वस्थता या दोन्हीची पातळी तुमच्या बाबतीत खूप खालची असेल.
- तुमच्या वजनाबाबत तुम्ही आनंदी व समाधानी असाल.
- तुमची शरीरप्रतिमा अधिक सकारात्मक असेल.
- व्यायाम न करणाऱ्या मुलींच्या तुलनेत तुम्ही अधिक ताकदवान आणि अधिक सक्षम असल्याचे तुम्हाला जाणवेल.
- तुमच्या शरीराकडे तुम्ही आणखी सकारात्मक दृष्टीने पाहू लागाल.

कार्यक्षम मुलींना असे सगळे का वाटते, याचे एक कारण म्हणजे व्यायामामुळे तुमच्या शरीरातील अशी काही रसायने कार्यरत होतात की, ज्यामुळे तुम्हाला अंगात शक्ती आल्याचे आणि स्वतःवर नियंत्रण असल्याचे जाणवू लागते आणि तुम्ही खूप जास्त वेळ उत्साही आणि कार्यक्षम राहू शकता. (या सगळ्याला इंग्रजीत 'एन्डॉर्फिन रश' असे म्हणतात.) ही रसायने नैसर्गिकपणे वेदना दूर करतात आणि तुमची मनःस्थिती सुधारतात. हृदयाचे 'पंपिंग'चे काम व्यवस्थित सुरू राहील एवढ्या प्रमाणात तुम्ही जेव्हा व्यायाम करता, तेव्हा ही रसायने स्रवू लागतात. व्यायामात नियमित भाग घेतल्याने तुमचे शरीर शारीरिकदृष्ट्या आणखी काटक व ताकदवान बनते. त्यामुळे पर्यायाने तुम्हाला भावनिकदृष्ट्याही जास्त खंबीर झाल्याचे जाणवू लागते आणि शरीरही कौतुकास्पद वाटू लागते. शेवटी नवीन खेळ खेळणे किंवा एखाद्या खेळात तरबेज होणे यांसारख्या, ज्या गोष्टींची तुम्हाला थोडीशी भीती वाटते, अशा गोष्टींचे तुम्ही स्वतःलाच आव्हान दिले तर, तुम्ही समजत होतात त्यापेक्षा तुम्ही जास्त धीट आणि जास्त हुशार, कौशल्यवान आहात, हे तुमच्याच

लक्षात येईल आणि तुमची स्वप्रतिमा उंचावेल.

१८ वर्षांखालील सर्वांनी आठवड्यात रोज किमान ६० मिनिटे, मध्यम ते जोमदार प्रमाणात व्यायाम केला पाहिजे असा सल्ला दिला जातो. तो ९० मिनिटे केला तर अधिक चांगले होईल. याचा जिममध्ये म्हणजे व्यायामशाळेत अख्खा दिवस घालवावा, किंवा घराभोवती तासन्‌तास पळत राहावे, असा याचा अर्थ नाही. नुसते बसून राहायचे किंवा लोळत राहायचे आणि काहीच करायचे नाही, असे न करता, माफक गतीने किती वेळ तुम्ही काही ना काही हालचाल करत असता, त्या तुमच्या कार्यक्षमतेबद्दल हे सर्व आहे.

तुम्ही जर व्यायाम करायला विरोध करत असलात, तर त्याचे कारण काय असू शकेल, याचा विचार करा. याबाबत सामान्यतः वाटणारी भीती पुढील प्रकारची असते :

- तुम्ही व्यायाम करताना कशा दिसत असाल, या विचाराने बेचैन होणे.
- तुम्ही व्यायाम करण्यासाठी पुरेशा धडधाकट नाही, असे वाटणे.
- तुमच्या मैत्रिणी किंवा शिक्षक तुमची टर उडवतील, तुम्हाला हसतील, असे वाटणे.
- तुम्ही व्यायाम करायचा प्रयत्न केलात, तर तुमच्या बरोबरीच्या मुली तुमच्याशी संकुचितपणे वागतील, असे वाटणे.
- सुरुवात कुठून करायची हे माहीत नसणे.
- खेळाच्या बाबतीत तुम्ही अगदीच नापास आहात, तर मग उगीच त्रास कशाला करून घ्यायचा असे वाटणे.
- ज्यामुळे तुम्ही व्यायाम किंवा खेळ सोडून दिलात, अशा पूर्वीच्या वाईट अनुभवामुळे चिंता वाटणे.
- खेळाच्या पोशाखात तुम्ही कशा दिसाल, याची काळजी वाटणे.
- तुम्हाला वेळच नाही, असे समजणे.

व्यायामासंबंधातील सर्व अडथळे पार करणे

तुमचा दृष्टिकोन बदलण्यासाठी, सर्वप्रथम हे लक्षात घ्या की, खेळात भाग घेण्यासाठी किंवा तो खेळण्यासाठी, तुम्ही त्यात तरबेज असायलाच हवे असे नाही. (जरी तुमच्या जोडीच्या मुली किंवा खेळाचे शिक्षक, तुम्हाला तसे वाटावे असे वागत किंवा बोलत असतील तरीही) कुठल्याही इतर कौशल्याप्रमाणेच व्यायाम आणि खेळ यांचा तुम्ही जेवढा जास्त सराव कराल आणि जितका जास्तीत जास्त प्रयत्न कराल, तेवढी तुम्ही त्यात प्रगती करू शकता.

याशिवाय तुम्हाला कशाची काळजी वाटते किंवा कशामुळे त्रास होतो, याबद्दल तुमच्या आईशी किंवा जवळच्या मैत्रिणीशी बोलून पाहा. तुम्हाला वाटणाऱ्या काळजीवर काही उपाय आहेत का, ते पाहा. उदाहरणार्थ, घरच्या घरी व्यायाम करणे (हल्ली अशा व्यायामाची प्रात्यक्षिके दाखवणाऱ्या डीव्हीडी मिळतात, त्या चांगल्या असतात.) किंवा एखादा व्यायामाचा क्लास लावणे, किंवा व्यायामाच्या दृष्टीने तुम्हाला जास्त सोयीचा किंवा सुटसुटीत वाटेल असा पोशाख खरेदी करणे.

व्यायामासाठी आपण योग्य, धडधाकट नाही असे वाटणे किंवा तुमच्याकडे पुरेसा वेळ नाही असे वाटणे, हे प्रश्नही सोडवता येऊ शकतात. सर्वांत पहिले म्हणजे व्यायाम करण्यासाठी तुम्ही अगदी धडधाकट, म्हणजे 'फिट' असण्याची गरज नाही. व्यायामामुळे तुम्ही धडधाकट व्हाल, हाच हेतू असतो आणि वस्तुस्थिती अशी असते की, कोणीही तुमचे निरीक्षण करत नाही. रस्त्यावरून पळणाऱ्या धावपटूंकडे पाहा. ते काय करत आहेत याकडे कोणीतरी लक्ष देत असते का?

व्यायामासाठी वेळ नाही, या प्रश्नाच्या बाबतीत पहिला मुद्दा हा की, तुम्हाला जर टीव्ही बघायला वेळ असतो. (आणि किशोरवयीन मुले-मुली आठवड्याला १६ ते २१ तास, म्हणजे रोज ३ तास टीव्ही पाहतात), तर व्यायाम करण्यासाठीही तुमच्याकडे वेळ असतो. शिवाय, दररोज ६० ते ९० मिनिटे व्यायाम करायचा म्हणजे तो सलग तेवढा वेळ केला पाहिजे असे नाही. शाळेत जाण्याआधी ३० मिनिटे, शाळेमध्ये ३० मिनिटे आणि शाळेतून आल्यावर आणखी ३० मिनिटे, अशी विभागणी तुम्ही करू शकता.

दुसरे म्हणजे, फार गुंतागुंतीचा, अवघड व्यायाम निवडू नका. तुम्हाला नियमितपणे आणि त्यातली मजा घेत करता येईल असा सोपा आणि आनंददायी व्यायाम निवडा. तसेच तुम्हाला आनंद देणाऱ्या गोष्टींशी, म्हणजे संगीत किंवा मोकळ्या हवेत रमणे किंवा स्पर्धा लावणे, अशा गोष्टींशी जोडता येईल असा व्यायाम शक्यतो निवडा. यासाठी पुढील पर्यायांचा विचार करा :

- स्ट्रीट डान्सचे क्लासेस
- बॅले नृत्याचे क्लासेस
- स्केटिंग
- धावणे किंवा चालणे
- सायकल चालवणे
- पोहणे

- मार्शल आर्ट्स
- ॲरोबिक्स
- टेनिस
- बेली डान्सिंग

जबरदस्तीने किंवा सक्तीने व्यायाम करण्याबाबत

तुमचे वजन नियंत्रित ठेवण्यासाठी तुम्हाला व्यायाम केलाच पाहिजे किंवा अवास्तव शरीरप्रतिमा साध्य करण्याचा प्रयत्न म्हणून व्यायाम केलाच पाहिजे, या विचाराने, जबरदस्तीने व्यायाम करणे हे तुमच्यासाठी आरोग्यदायी नसते. जेव्हा मैत्रिणी किंवा गृहपाठ यापेक्षाही व्यायामाला तुम्ही जास्त महत्त्व देता आणि काहीही खाल्ले की प्रत्येक वेळी व्यायाम करण्यासाठी गच्चीवर किंवा घराबाहेर पळता, किंवा तुम्ही व्यायाम करू शकला नाहीत तर अस्वस्थ होता, किंवा तुमचे वजन वाढेल अशी तुम्हाला भीती वाटते, तेव्हा तुमच्या पालकांची किंवा समुपदेशकाची मदत घेण्याची तुम्हाला गरज असते.

तुमच्या वाईट आणि चुकीच्या सवयींपासून सुटका करून घेणे

तुम्हाला हे माहीत होते का की, तुमची स्वप्रतिमा जितकी खालावलेली असेल, तितकी वाईट सवयींमध्ये तुम्ही स्वैरपणे गुंतण्याची शक्यता जास्त असते आणि अशा वाईट सवयी म्हणजे, जास्त प्रमाणात मद्यपान आणि धूम्रपान आणि अगदी स्वतःला इजा करून घेणेही असू शकते. जर तुमच्या आयुष्यात किंवा तुमच्या माहितीच्या कुणाच्या आयुष्यात या कारणाने धोक्याची घंटा वाजू लागली, तर त्या परिस्थितीला यशस्वीरीत्या कसे तोंड द्यायचे, हे पुढे सांगितलेले आहे.

धूम्रपान आणि तुमची स्वप्रतिमा

अभ्यासावरून असे दिसते की, धूम्रपान न करणाऱ्या मुलींपेक्षा, धूम्रपान करणाऱ्या मुलींना त्यांच्या शरीरप्रतिमेबाबत दुप्पट जास्त चिंता वाटण्याची शक्यता असते आणि वजन कमालीचे कमी करणाऱ्या पद्धतींमध्येही त्या दुपटीने जास्त रस घेण्याची, त्याच्यामागे लागण्याची शक्यता असते. म्हणूनच हे माहिती करून घेणे चांगले आहे की, धूम्रपान करणाऱ्या स्त्रियांचे वजन, ते न करणाऱ्या स्त्रियांपेक्षा फक्त ४५० ग्रॅम (१ पौंड) इतकेच कमी असते. याहून जास्त म्हणजे, धूम्रपान तुम्हाला खाण्यापासून रोखू शकत नाही. काही विशिष्ट अन्न टाळण्यासाठी जरी तुम्ही धूम्रपान केलेत, तरी नंतर दिवसभरात तेच अन्न तुम्ही जास्त प्रमाणात

खाण्याची शक्यता असते.

बरोबरीच्या मुलींचा दबाव, हेही धूम्रपानाचे एक कारण असते. कारण या सवयीमुळे तुम्हाला आकर्षकता प्राप्त होते किंवा इतर मुलींपेक्षा तुमच्या व्यक्तिमत्त्वाला एक वेगळीच धार येते, असा विचार तुम्ही करू लागता. धूम्रपान मृत्यूला कारणीभूत होते आणि म्हणून ते तुम्ही सोडायला हवे, ते सौंदर्यालाही बाधक ठरते हे आपल्याला माहीत असते. त्यामुळे तुम्हाला लवकर वार्धक्य तर येतेच; पण श्वासाची दुर्गंधी, दातांचा पिवळेपणा, विशीतच चेहऱ्यावर सुरकुत्या येणे आणि पाळीच्या वेळी जास्त वेदना होणे, या ही गोष्टी धूम्रपानामुळे अनुभवाला येऊ लागतात. याची कारणे पुढीलप्रमाणे सांगता येतील –

तुमची त्वचा : तुमची त्वचा, तुमच्या शरीराला होणारा रक्तपुरवठा आणि त्वचेपर्यंत होणारे आवश्यक आणि पुरेसे रक्ताभिसरण यावर तुमच्या त्वचेचे निरोगीपण अवलंबून असते. सिगारेटमधील 'निकोटीन' हा घटक रक्तप्रवाहात अडथळे निर्माण करतो आणि शरीरातील पाणी कमी होण्यासही कारणीभूत ठरतो. त्यामुळे त्वचेवर अकाली सुरकुत्या पडतात.

तुमचा श्वासोच्छ्वास : धूम्रपानामुळे तुमचे तोंड कोरडे पडते. त्यामुळे उच्छ्वासाला कमालीची दुर्गंधी येऊ लागते. त्यामुळे तुम्ही कितीही च्युइंगम खाल्ले किंवा एक्स्ट्रॉ-स्ट्राँग, मिंटच्या गोळ्या चघळल्या, तरी तुमचा श्वासोच्छ्वास दुर्गंधीयुक्तच राहतो.

तुमचे दात : धूम्रपान करणाऱ्या कोणाचेही दात पाहा. चित्रपटातील हास्यासारखे हास्य त्या चेहऱ्यावर कधीच दिसणार नाही. धूम्रपानामुळे हिरड्यांचे विकारही होतात आणि तुमचे दात पडायलाच त्याची मदत होते.

तुमची पाळी : संशोधनानुसार, धूम्रपान करणाऱ्या स्त्रियांना, पाळीपूर्वी जाणवणारी लक्षणे अधिक तीव्रपणे अनुभवावी लागतात आणि पायांत गोळे येण्याचे प्रमाण ५० टक्क्यांनी वाढते, जे दोन किंवा त्याहून जास्त दिवस टिकते.

धूम्रपान सोडण्याची कारणे –

- *तुमच्याकडे जास्त पैसे शिल्लक राहतील.*
- *तुमच्या अंगात जास्त ताकद येईल.*
- *तुमचे केस आणि कपडे यांना चांगला वास येईल.*
- *तुम्ही आणखी चांगल्या दिसाल (त्वचा स्वच्छ राहण्यास सुरुवात होईल, विशेषतः ओठ, नाक आणि गाल या भोवतीच्या त्वचेवर धुरामुळे परिणाम झालेला असतो.)*
- *तुमच्या श्वासोच्छ्वासाला चांगला वास येईल, त्यामुळे लोकांना तुमच्यापासून दूर राहावेसे वाटणार नाही.*
- *तुमची नखे आरोग्यपूर्ण दिसू लागतील*
- *तुमचे गोंधळून जाणे, घाबरून जाणे कमी होईल.*
- *तुम्हाला अधिक निरोगी वाटू लागेल आणि स्वतःबद्दल जास्त चांगले वाटू लागेल.*

मद्य आणि स्वप्रतिमा

आत्मविश्वास वाढावा म्हणून तुम्ही मद्यपान करता, की तुमचे मित्र-मैत्रिणी करतात म्हणून तुम्हीही करता, की मद्यपान केले तर तुम्ही आणखी मोठ्या झाल्यासारखे तुम्हाला वाटेल, म्हणून करता? आकडेवारीवरून असे दिसते की, युरोपमधील ब्रिटन हा देश अशा दृष्टीने सर्वांत वाईट आहे. तिथे किशोरवयीन मुलांचे दारूच्या नशेत बुडण्याचे आणि मद्यपान करून गैरवर्तन करण्याचे प्रमाण इतके जास्त आहे, की तिथली १५-१६ वर्षे वयोगटातील २५ टक्क्यांहूनही जास्त मुले महिन्यातून कमीत कमी तीन वेळा मद्यपान करतात. हे मद्याचे प्रमाण खूप जास्त आहे आणि ते बहुतेक वेळा अनियंत्रित आणि अतिरिक्त प्रमाणात घेतले जाते (म्हणजे कमी वेळात जास्त दारू प्यायली जाते.) मग त्याचा थेट परिणाम तुमच्या वर्तणुकीवर आणि निर्णयक्षमतेवर होतो. तुम्ही सामान्यतः ज्या गोष्टी करायला नकोत, त्याच गोष्टी तुम्ही करू लागता.

याचे कारण म्हणजे मद्य किंवा अल्कोहोल हा अपायकारक मादक पदार्थ आहे. त्यामुळे तुम्हाला थोडा वेळ, कृत्रिमपणे छान वाटते आणि मग पाठोपाठ एकदम

नकोसे, म्हणजे नैराश्य आल्यासारखे वाटू लागते. हे अगदी घाणेरडे, ओंगळ असे भावनांचे मिश्रण असते. म्हणून तुम्ही जर मद्यपान करत असाल, तर तुम्हाला तसे का करावेसे वाटते, याचा विचार तुम्ही करणे गरजेचे आहे. पुढीलपैकी एखादे कारण त्यामागे आहे का, याचा विचार करा.

- मद्यपानामुळे तुम्हाला एकदम शूर, धाडसी झाल्यासारखे वाटते.
- तुमचे सगळे मित्र-मैत्रिणी मद्यपान करतात.
  मद्यपानानंतर जसे वाटते, ते तुम्हाला आवडते आणि मद्यपानामुळे तुम्ही स्वतःपेक्षा वेगळ्या आहात, असे काहीसे तुम्हाला वाटू लागते.
- मद्यपानामुळे तुम्ही स्वतःच्या जास्त नियंत्रणात आहात, असे तुम्हाला वाटू लागते.

जर वरील विधाने योग्य आणि खरी आहेत असे तुम्हाला वाटत असेल, तर तुम्ही हे समजून घेणे महत्त्वाचे आहे की, मद्यपानामुळे तुम्ही खऱ्या कशा आहात ते कळतच नाही. उलट कोणत्याही संकटापासून किंवा धोक्यापासून तुमचे रक्षण करण्यास मदत करणारी तर्ककुशलता आणि भावनांवर नियंत्रण ठेवण्याची क्षमता नसलेला, तुमच्या व्यक्तिमत्त्वातील भाग मद्यपानामुळे कार्यरत होतो. मग त्यामुळे तुम्ही वेगवेगळ्या प्रकारच्या धोक्यांना आमंत्रण देता. आकडेवारीवरून असे दिसते की, तुम्ही मद्यपान केलेले असेल, तर तुम्हाला अपघात होण्याची जास्त शक्यता असते. रात्रभर दारूच्या नशेत राहिल्याने पश्चात्ताप करण्याची वेळ येऊ शकते. खूप ताणतणावाला बळी पडण्याची शक्यता बरीच वाढते आणि तुमच्या हातून काही हिंस्र गोष्टी घडण्याची शक्यताही खूपच वाढते.

स्वतःलाच मदत व्हावी म्हणून हे करून पाहा :

१. तुम्ही १५ वर्षांपेक्षा कमी वयाच्या असाल, तर मद्यपान टाळा. (हा प्रमुख वैद्यकीय अधिकाऱ्यांचा सल्ला आहे.) कारण मद्यपान तुमच्या आरोग्यासाठी धोकादायक समजले जाते. मद्याला कायद्याची परवानगी असली, तरी तो एक मादक पदार्थ आहे आणि तुमच्या शरीरावर एखाद्या विस्तवासारखा त्याचा परिणाम होऊ शकतो. तुम्ही जितक्या लहान व तरुण असाल, तितके त्याचे जास्त परिणाम होतात.

२. जर तुम्ही मद्यपान करणारच असाल, तर समंजसपणे करा (म्हणजे जेमतेम १ किंवा २च पेग घ्या.) मद्याचे अतिसेवन करू नका, अनियंत्रित सेवन करू नका, किंवा तुमच्या मद्यपानावर इतरांना नियंत्रण आणावे लागेल, एवढी वेळ आणू नका.

३. अल्कोहोलचे किंवा मद्याचे प्रमाण/माप समजून घ्या. यूकेमध्ये '१

युनिट' म्हणजे शुद्ध अल्कोहोलचे १० मि.ली. (चहाचे २ चमचे) असे समजले जाते आणि अल्कोहोलला तुमचे शरीर कसे प्रतिसाद देते, यावरून हे माप ठरवलेले आहे. एखाद्या सरासरीने निरोगी असणाऱ्या प्रौढ माणसाचे शरीर (ते तुमच्या अगदी विरुद्ध असते म्हणजे तुमचे शरीर असे नसते.) एका तासात १० मि.लि. (चहाचे २ चमचे) एवढे अल्कोहोल पचवू शकते. म्हणून, जर एखाद्या प्रौढ माणसाने १० मि.ली. (चहाचे २ चमचे) अल्कोहोल प्यायले, तर त्यानंतर ६० मिनिटांनी, त्याच्या रक्तात अल्कोहोल शिल्लक असणार नाही. पण प्रश्न हा आहे की, सरासरीपणे, प्रत्यक्षात अशा एका युनिटपेक्षा जास्त मद्य घेतले जाते. म्हणजे जर तुम्ही ०.५७ मि.ली., म्हणजे १ 'पाइन्ट' (हे द्रवपदार्थ मोजण्याचे एक माप असते) एवढे सफरचंदापासून बनवलेले मद्य प्यायलात, तर तुमच्या शरीरात ३.४ युनिट्स अल्कोहोल जाईल. ते ४ ते ५ तासापर्यंत तुमच्यावर अंमल गाजवेल (तुमच्या शरीराचा आकार आणि वजन यानुसार हे ठरेल.)

४. अल्कोहोल कसे काम करते, हे समजून घ्या. अल्कोहोलच्या, म्हणजे मद्याच्या जोडीने तुम्ही किती खाता किंवा किती पाणी पिता आणि तुम्हाला त्याची नशा चढते की नाही, हे काहीही महत्त्वाचे नाही. हे सगळे कोणत्याही प्रमाणात केले, तरी अल्कोहोलचे एक युनिट तुमच्या शरीरातून पूर्णपणे बाहेर पडण्यासाठी नेहमीच एक तास किंवा त्याहूनही जास्त वेळ घेते. त्यामुळे जोपर्यंत ते तुमच्या शरीरात आहे, तोपर्यंत तुमच्यावर त्याचा परिणाम होतच राहतो.

५. अल्कोहोलविषयी तुम्हाला काही शंका असतील किंवा समस्या असतील तर तुमच्या पालकांची किंवा या संदर्भात काम करणाऱ्या व्यावसायिकांची मदत घ्या.

स्वतःला इजा करून घेणे आणि तुमची स्वप्रतिमा

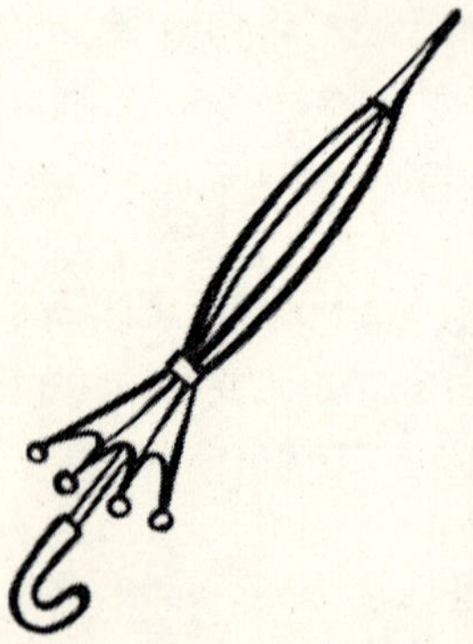

'स्वतःला इजा करणे' हे एक व्यापक अर्थाचे वाक्य आहे. अशा वेगवेगळ्या प्रकारच्या इजांसाठी किंवा जखमांसाठी ते वापरले जाते, ज्या जखमा स्वतःच्या आत्यंतिक दुःखावर मात करण्याचा उपाय म्हणून लोक स्वतःलाच करून घेतात, त्यांना असे म्हटले जाते. स्वतःला ओरखाडण्यापासून कापून घेण्यापर्यंत, त्वचा आणि केस ओढून, उचकटून काढण्यापर्यंत आणि अगदी स्वतःलाच डाग देण्यापर्यंतचे अनेक प्रकार यांत समाविष्ट आहेत. जे लोक असे स्वतःला इजा करून घेतात, ते नेहमी

आपल्या भावनिक दुःखांपासून सुटका करून घेण्यासाठी तसे करत असतात आणि स्वतःच स्वतःची दुर्दशा करून घेत असतात. आपणहून हाल ओढवून घेत असतात. बहुतेक वेळा स्वतःला नाकारले जाणे, छळ केला जाणे, किंवा मैत्री तुटणे अशा कारणांवरची प्रतिक्रिया म्हणजे असल्या इजा करण्याच्या घटना असतात.

संशोधनावरून असे दिसते की, १४ ते १६ वर्षे या वयोगटातील मुला-मुलींपैकी १० टक्के मुला-मुलींनी अशी स्वतःला इजा करून घेतलेली असते, आणि मुलांच्या तुलनेत, मुलींमध्ये अशी इजा करून घेण्याची प्रवृत्ती खूप जास्त असते. संशोधनातून असेही सूचित केले गेले आहे की, जे तरुण/तरुणी स्वतःला अशा प्रकारे इजा करून घेतात, त्यांची स्वप्रतिमा खालावलेली असणे आणि ते निराश व अस्वस्थ असणे, ही मोठी शक्यता असते. तुमच्या बाबतीत जर असेच घडत असेल तर –

१. तुम्हाला ज्या समस्यांना तोंड द्यावे लागत आहे, त्यांच्याबद्दल तुम्ही कोणाशीतरी बोलणे गरजेचे आहे. 'तुम्हाला त्या समस्यांना तोंड देता येत नाही' असे वाटणे, हा 'दुर्बलपणा' नाही. म्हणून तुमचा ज्यांच्यावर विश्वास आहे, अशा एखाद्या प्रौढ माणसाशी तुमच्या भावनांबद्दल बोलण्याचा प्रयत्न करा किंवा या बाबतीत काम करणारा समुपदेशकही तुम्हाला मदत करू शकेल.

२. तुमची चांगली स्वप्रतिमा तयार व्हावी, यासाठी आवर्जून प्रयत्न करा – स्वतःलाच इजा करणे, म्हणजे तुम्हाला स्वतःबद्दल वाटणाऱ्या सगळ्या नकारात्मक भावना प्रकट करणे होय. तुमच्या बाबतीत काहीतरी चुकीचे घडते आहे किंवा घडले आहे किंवा तुम्ही चांगल्या नाही याचे ते लक्षण नाही. तुम्ही कशा आहात याबद्दल चांगले वाटावे, यासाठी आणि तुमच्या स्वभावातल्या, वागण्यातल्या, ज्या गोष्टी तुम्हाला नकारात्मक वाटतात त्यांना आव्हान देऊन, त्या कमी करण्यासाठी प्रयत्न करा.

३. तुम्हाला एवढे निराश का वाटते, त्याच्या अगदी मुळाशी जाऊन, त्याचे कारण शोधण्याचा प्रयत्न करा. तुम्ही स्वतःला केव्हा इजा करता आणि त्या वेळच्या तुमच्या भावना कोणत्या असतात, याची नोंद ठेवण्याचीही तुम्हाला मदत होईल.

४. तुम्ही असले वागणे थांबवू शकता, असे स्वतःलाच बजावा आणि झालेल्या जखमांवर वैद्यकीय उपचार करून घ्या.

तुम्ही कशा दिसता याकडे लक्ष देणे

तुमची स्वप्रतिमा उंचावण्यासंदर्भात या पुस्तकामध्ये, आतापर्यंत ज्या महत्त्वाच्या

आणि गंभीर विषयांवर आपण चर्चा केली, त्या विषयांच्या जोडीने, फॅशन आणि सौंदर्य अशासारखा गौण किंवा क्षुल्लक विषयांचाही समावेश असायला हवा का? तर हो, असायला हवा; कारण तुमच्या बाह्य स्वरूपाची काळजी घेणे, तुम्ही चांगल्या दिसाव्यात हे पाहणे आवश्यक असते. कारण त्यामुळे तुम्हाला चांगले वाटेल. या सगळ्या गोष्टी तुमची स्वप्रतिमा निरोगी आणि आनंददायी असण्याचाच एक भाग आहेत. एखादी फॅशन करणे, छान दिसावेसे वाटणे, सौंदर्यप्रसाधने आवडणे, या बाबतीत त्यांचा जोपर्यंत तुम्हाला किती उपयोग होऊ शकतो, याबाबतच्या तुमच्या अपेक्षा रास्त व वास्तव आहेत तोपर्यंत यात काहीच वावगे नाही. (दुसऱ्या प्रकरणात याबद्दल अधिक लिहिले आहे.)

ज्या मुलींची स्वप्रतिमा खूप खालावलेली असते, त्या मुली सौंदर्य आणि फॅशन या संदर्भात स्वतःची कमी काळजी घेताना दिसतात, ही कुतूहलाची गोष्ट आहे. या गोष्टींचा विचार त्या करत नसण्यामागे पुढील मूळ कारणे असू शकतात :

- त्या चांगल्या दिसू शकतात यावरच त्यांचा विश्वास नसल्याने, सौंदर्य, फॅशन या गोष्टीत काही अर्थ आहे असे त्यांना वाटतच नाही.
- या गोष्टींसाठी प्रयत्न करण्याच्या योग्यतेच्या त्या आहेत, असे त्यांना वाटत नाही.
- यासाठी सुरुवात कशी, कुठून करायची हे त्यांना माहिती नसते.
- त्यांनी असा काही प्रयत्न केला तर लोक त्यांना हसतील, अशी भीती त्यांना वाटत असते.
- या सर्व गोष्टी, त्यासाठीची उत्पादने त्यांच्यासाठी आहेत, असे त्यांना वाटतच नाही.

पण वस्तुस्थिती ही आहे की, 'सडपातळ आणि योग्य असावे,' या गोष्टीला फारसे महत्त्व न देणाऱ्या अनेक लोकांच्या, विविध प्रकारच्या गरजा, फॅशन आणि सौंदर्य यासाठीच्या उत्पादनांच्या बाजारांकडून पुरवल्या जातात. याचा अर्थ असा की, अशा उत्पादनांचा उत्तमातला उत्तम उपयोग कसा करायचा हे तुम्हाला माहिती असेल, तर अशी उत्पादने तुमच्यासाठी तिथे उपलब्ध असतात.

तुमच्या व्यक्तिमत्त्वाचा बाज, म्हणजेच तुमची 'स्टाइल' कशी असावी हे शोधणे

तुम्ही फॅशन करा किंवा करू नका, तुम्ही ज्या पद्धतीने कपडे घालता, त्यावरून तुम्हाला तुमच्या शरीराबद्दल काय वाटते आणि तुम्ही कशा आहात असे तुम्हाला वाटते हे सगळ्या जगाला समजते. तुम्ही जर तुमच्या शरीराला पूर्णपणे झाकून टाकणारे, त्याला लपवणारे असे ढगळ, पोत्यासारखे कपडे घातलेत तर त्या कपड्यांमार्फत तुम्ही लोकांना हे सांगत असता की, तुमचे दिसणे तुम्हाला बेचैन करते, इतरांपासून शरीर लपवावे असे तुम्हाला तीव्रतेने वाटत असते आणि स्वत:बद्दल तुम्हाला असेही वाटत असते की, तुम्हाला अगदी उतरती कळा लागली आहे. तुम्ही कोण, कशा आहात हे सर्वांना कळेल, तुम्ही फॅशनेबल व तरतरीत वाटाल, तुम्हाला आत्मविश्वास वाढेल आणि तुम्हाला ताठ मानेने उभे राहावेसे वाटेल; तसेच फॅशन करण्याची चांगली संधी तुम्ही घालवली आहे आणि आता तुम्हाला एका कोपऱ्यात लपून राहणे भाग आहे, अशासारखे विचार तुमच्या मनात येणार नाहीत, असे कपडे तुम्ही घालणे गरजेचे असते. तुम्ही स्वतःलाच पुढे दिलेले प्रश्न विचारा –

- तुम्ही खऱ्या कशा आहात, ते तुमच्या कपड्यांमुळे झाकून टाकले जाते का?
- तुम्हाला हवे तसे तुमचे कपडे असतात का की एखाद्या मासिकात सांगितल्यासारखे किंवा तुमच्या मैत्रिणीने तुम्हाला घालायला सांगितलेले असतात?
- तुम्ही सडपातळ किंवा उंच नाही आणि किंवा तुमच्या मैत्रिणी तुम्हाला हसतील, टिंगल करतील, या कारणाने तुमच्या आवडीचे कपडे घालायला तुम्ही घाबरता का?
- फॅशनच्या बाबतीत तुम्ही पूर्णपणे अनभिज्ञ आहात का?

बहुतेक माणसांना, त्यांच्या आयुष्यात केव्हा ना केव्हा, अगदी सगळ्या नाही तरी, यातल्या एखाद्या तरी गोष्टीचा अनुभव आलेला असतो. म्हणून आपल्या कपड्यांमध्ये आपण चांगले दिसावे असे, आणि तुमच्या बाह्यस्वरूपाबाबतची तुमची मानासिकता बदलली पाहिजे, असे तुम्हाला वाटत असेल, तर तुम्ही काय जाणून घेणे महत्त्वाचे आहे, हे पुढे दिले आहे –

१. फॅशनेबल असण्यासाठी आणि चांगले दिसण्यासाठी, तुम्ही बारीक किंवा सडपातळ असण्याची गरज नाही.

'फॅशनेबल असणे म्हणजे सडपातळ असणे' ही माध्यमांनी पसरवलेली एक वाईट दंतकथा आहे, आणि ती खरी आहे, असे आपल्याला वाटते, कारण टीव्ही वर किंवा मासिकातून आपण जी माणसे पाहतो, त्यातील ९८ टक्के माणसे सडपातळ असतात. पण तुम्हालाही जर असेच वाटत असेल, तर माध्यमांना तुम्ही पूर्णपणे दोषी ठरवू शकणार नाही. कारण आपल्या भोवतीचे जग आपल्याला हे चित्र दाखवत नाही. तुम्हाला जर असे वाटत असेल की, बारीक व सडपातळ असणे हा फॅशनेबल असण्याचा किंवा दिसण्याचा एकमेव मार्ग आहे, तर फॅशन आणि स्टाइल याबाबतचे तुमचे विचार आणि कल्पना जरा विस्तारण्याची तुम्हाला गरज आहे.

फिरायला जा आणि लोकांचे निरीक्षण करा. जी माणसे, बघणाऱ्याने थक्क व्हावे अशी, इतरांपेक्षा वेगळी, भरपूर आत्मविश्वास असलेली आणि आकर्षक दिसतात, अशा लोकांकडे पहा आणि ही माणसे कशी सर्व आकारांमधली आणि मापांमधली असतात ते जाणून घ्या. आता, तुम्ही आज जशा आहात, तशाच फॅशनेबल व्हाव्यात, यासाठी तुम्ही काय करू शकता, याचा विचार करा. म्हणजे याचा अर्थ असा की, तुम्ही जशा आहात तशाच जास्तीत जास्त चांगल्या दिसाव्यात, यासाठी प्रयत्न करताना, आपण पुरेसे बारीक किंवा आकर्षक दिसतो आहोत, असे तुम्हाला वाटेपर्यंत वाट पाहत थांबण्याची गरज नाही, तशा थांबू नका. तुमच्या दिसण्यामध्ये बदल करणाऱ्या तीन गोष्टी करा; तुम्हाला व्यवस्थित बसतील असे कपडे घाला, रंगीत कपडे घालण्याचे प्रमाण वाढवा किंवा तुमचे आवडते, विश्वासातले, खास 'जाड' असणाऱ्यांसाठीचे ढगळे कपडे फेकून द्या. (आपला आकार कोणताही असला तरी, असले कपडे आपल्या सगळ्यांकडे असतात. आणि आपल्याला जेव्हा स्वतःच्या दिसण्याबद्दल चांगले वाटत नाही, तेव्हा अशा कपड्यांमागे आपण लपतो.)

२. तुमचे वजन माहिती असण्यापेक्षा तुमच्या शरीराचा आकार माहीत असणे जास्त महत्त्वाचे असते.

तुमचे शरीर कोणत्या मापाचे आहे किंवा अगदी तुमचे वजन किती आहे, हे सर्व विसरून जा. कारण तुम्ही घातलेल्या कपड्यांमध्ये तुम्ही चांगल्या दिसण्याचा मुद्दा येतो, तेव्हा तुमच्या आकारमानानुसार कपडे घालणे, एवढेच महत्त्वाचे असते. म्हणजेच बाकदार शरीरयष्टी असणाऱ्या तुमच्या मैत्रिणीला जे कपडे शोभतील ते पेअर फळासारखा शरीराचा आकार असणाऱ्या मुलीला किंवा एखाद्या उंच मुलीला शोभून दिसणार नाहीत, हे लक्षात घ्यायला हवे. याच कारणामुळे तुम्हाला तुमच्या शरीराचा आकार कसा आहे, हे माहिती असणे आवश्यक आहे. मुळात शरीराचे

आकार सामान्यपणे तीन प्रकारचे असतात. पेअर या फळासारखा आकार, सफरचंदासारखा आकार, आणि उंच व सडपातळ बांधा.

- पेअर फळासारखा आकार म्हणजे वरच्या बाजूला लहान आणि पृष्ठभागाकडे म्हणजे खालच्या बाजूने मोठा असा आकार.
- सफरचंदासारखा आकार म्हणजे खालची बाजू व पाय लहान असणे. यांचे स्तन उठावदार असतात आणि पोट थोडेसे मोठे असते.
- उंच आणि सडपातळ म्हणजे शब्दशः उंच आणि सडपातळ अशी देहयष्टी.

पण एक लक्षात ठेवा की, तुमचा आकार या तिन्ही प्रकारांचे मिश्रण असू शकतो. म्हणून फॅशनेबल कपडे बनवणाऱ्यांचे कपड्यांबाबतचे मूलभूत नियम तुमच्यासाठी पुढे दिलेले आहेत, त्यांचा तुम्ही प्रयोग करून पाहू शकता –

१. पेअरसारखा आकार असणाऱ्यांना शोभणारे कपडे – म्हणजे हिप्पींसारख्या जीन्स, तुमच्या खालच्या भागाला अगदी तंतोतंत बसतील असे 'ए' (A) लाईनचे स्कर्ट्स आणि मापाचे टी-शर्ट्स. तुमच्या 'टॉप्स'साठी वेगवेगळे पॅटर्न आणि रंग वापरा म्हणजे तुमचे वरचे अर्धे अंग जास्त उठावदार दिसेल.

न शोभणारे कपडे – लांडे, घट्ट स्कर्ट्स. त्यामुळे तुमचे खालचे अंग आणखी मोठे दिसू शकते, सैलसर किंवा ढगळ टॉप्स, तसेच तुम्ही ज्यात 'अगदी बुडून गेला आहात' असे वाटेल, असें मानेपासून गाडीच्या टपासारखे असणारे मोठे सलग कपडे.

२. सफरचंदासारखा आकार असणाऱ्यांना शोभणारे कपडे – म्हणजे सरळसोट अशा पॅन्टस् किंवा ट्राउझर्स आणि स्कर्ट्स. त्यामुळे तुम्ही उंच दिसू शकाल. तसेच लांब, सैल असे 'व्ही' आकाराचा गळा असणारे टी-शर्ट्स आणि लांडे स्कर्ट्सही घालून पाहा.

न शोभणारे कपडे – ढगळे, अघळपघळ टॉप्स. त्यात स्तन जास्तच मोठे वाटतात. तसेच खूप घट्ट बसणारे टॉप्स आणि सैल, ढगळ जीन्स.

३. उंच आणि सडपातळ असणाऱ्यांना शोभणारे कपडे – म्हणजे कंबर वेगळेपणाने दिसेल असे सरळ पायाचे कोणतेही कपडे आणि सैलसर टॉप्स.

न शोभणारे कपडे म्हणजे ताणले जातील असे घट्ट टॉप्स. ते तुमच्या अगदी अंगाबरोबर बसतील. खूप लांडे स्कर्ट्स आणि उंच टाचांची पादत्राणे, त्यामुळे तुम्ही जास्तच उंच दिसाल.

एवढे सगळे सांगून झाल्यावर, तुम्ही कशा दिसाल आणि कोणत्या कपड्यात तुम्हाला चांगले वाटेल, हे ठरवण्याचा एकमेव मार्ग म्हणजे, वेगवेगळ्या प्रकारचे

अनेक कपडे घालून पाहणे, हा होय. हे सगळे करून पाहणे तुम्हाला गैरसोयीचे किंवा संकोचाचे वाटत असेल, तर तुम्हाला नैतिक आधार मिळावा म्हणून एखाद्या स्टायलिश, फॅशनेबल मैत्रिणीची मदत मागा. बऱ्याचदा, ज्या लोकांना स्वतःसाठी योग्य अशी स्टाइल सापडलेली असते, त्यांच्याकडे इतरांसाठी काय योग्य होईल, हे समजण्याचीही एक दृष्टी असते.

३. कपड्यांच्या बाबतीत तुम्ही प्रयोग करून पाहणे गरजेचे असते

समीरा नावाची १३ वर्षांची मुलगी म्हणते, "माझ्या आईला वाटते की, मी खूप हास्यास्पद दिसते. माझ्या मैत्रिणींना वाटते मला त्यातले काही कळत नाही, पण मी ज्या प्रकारे कपडे घालते, ते मला आवडते."

'कोणते कपडे घालावेत' या विचाराने गोंधळून गेलेल्या कोणलाही, त्याबाबत काही विचार सुचवणारी ही वरील यादी आहे. अर्थात तुम्ही तुम्हाला हवे ते, योग्य दिसतील असे कपडे घालू शकता आणि वेगवेगळ्या प्रकारे दिसण्याचे प्रयोग जेव्हा तुम्ही करता, तेव्हा तर तुम्ही तुम्हाला हवे ते कपडेच घालायला हवेत. तुमची स्वतःची अशी एक स्टाइल असायला हवी. यातला एक भाग म्हणजे तुम्हाला चांगले वाटतात व अतिशय आवडतात असे कपडे घालणे व अशा इतर गोष्टी वापरणे. तसेच ज्या कपड्यांमुळे तुम्ही कशा आहात हे समजेल असे कपडे वापरणे. मग अशा तुम्हाला आवडणाऱ्या गोष्टी म्हणजे एखाद्या कार्यक्रमात घातल्या गेलेल्या कपड्यांचा प्रकार असेल, तुमच्या आवडत्या टीव्हीस्टारसारखे दिसणे असेल किंवा तुमच्या मैत्रिणी घालतात तसे कपडे किंवा इतर गोष्टी असतील.

तुम्ही कोणतेही कपडे घालण्यासाठी निवडलेत, तरी तुमच्या कपड्यांवरून जगाचे तुमच्याबद्दल काय मत होईल, याचेही भान तुम्ही ठेवायलाच हवे. या सगळ्यामधला काही भाग, तुमची स्टाइल शोधणे आणि तुम्हाला काय चांगले दिसते, त्या तुलनेत तुम्हाला काय आवडते ते ठरवणे, हा आहे आणि काही भाग, योग्य वेळी योग्य असे कपडे घालण्याबाबतचा आहे. हे सर्व ठरवण्यासाठी तुम्ही

मेंदूचे डॉक्टर असण्याची गरज नाही; पण किती माणसे या बाबतीत चुकीचे वागत असतात हे ऐकून तुम्हाला आश्चर्य वाटेल.

तुमच्या दिसण्यात बदल करण्याचा फार मोठा परिणाम तुमच्या अवतीभोवतीच्या लोकांवर होत असतो. तुम्ही नव्याने शोधलेल्या तुमच्या स्टाइलबद्दल तुम्ही विलक्षण आनंदी असाल; पण मैत्रिणींना त्यामुळे असूया वाटेल आणि तुम्ही आधी जशा होतात तशाच परत राहू लागाव्यात, यासाठी त्या प्रयत्न करतील. तसेच तुमच्या पालकांनाही ते सगळे विचित्र वाटेल. विशेषतः तुमचे हे वेगळे दिसणे जर तुमच्या वयासाठी फारच 'सेक्सी' किंवा उत्तान दिसत असेल, तर त्यांना ते आवडणार नाही. तुम्ही जे कपडे घालता आहात आणि स्वतःसाठी काय काय करता आहात, ते सगळे तुम्ही बदलावे यासाठी हे सर्व जण प्रयत्न करतील. त्या सगळ्यांचे म्हणणे ऐकून घेणे आणि स्वतः कोणताही निर्णय घेण्यापूर्वी, त्यांचे म्हणणे बरोबर आहे की नाही याचा विचार करणे, हे अशा वेळी महत्त्वाचे असते.

सिया नावाची १४ वर्षांची मुलगी म्हणते, "मी आधी खरोखरच खूप सैल, पिशवीसारख्या ढगळ्या जीन्स घालणारी मुलगी होते. पण उन्हाळ्यामध्ये माझ्या लक्षात आले की, माझे पाय मला आवडतात आणि आता मी बऱ्याचदा स्कर्ट्स आणि उंच टाचेची पादत्राणे घालते. माझ्या वर्गातल्या काही मुली मला म्हणतात की, 'मी अमुक-अमुक सारखे कपडे घालते.' पण मी त्यांच्यासारखे कपडे घालत नाही, म्हणूनच केवळ त्या मला असे म्हणतात."

४. चांगली अंतर्वस्त्रे घालणे आवश्यक आहे.

अंतर्वस्त्रे तुमच्या कपड्यांना आधार देण्यासाठी असतात आणि तुम्ही जर योग्य असेच हे कपडे वापरलेत, म्हणजे तुमच्या वाढणाऱ्या स्तनांना 'फिट' बसेल अशी ब्रा (याबाबत पहिले प्रकरण पाहा.) आणि तशीच मापातली अंडरपॅन्ट वापरलीत, तर तुम्ही कपड्यांच्या बाबतीत बाजी माराल. पण हे लक्षात न घेता आतले कपडे वापरलेत, तर बाहेरचे कपडे तुमच्या आकाराला आणि स्टाइलला कितीही साजेसे

असले तरी ते उठावदार दिसणारच नाहीत, फिकेच वाटतील.

तुमच्या आईकडे आतल्या कपड्यांसाठी पैसे मागणे हे नेहमीच सोपे नसते आणि विशेषतः तीच जर नेहमी तुमचे कपडे खरेदी करत असेल, तर मग मुळीच नाही. पण कशाही प्रकारे तिच्यासमोर हा विषय काढा आणि तुम्ही निदान तुम्हाला आवडणाऱ्या स्टाइलचे कपडे तरी निवडू शकता का, ते पाहा. (पण योग्य दिसतील असेच कपडे निवडा. नुसते पट्टेच राहतील अशी किंवा अति सेक्सी अशी ब्रा निवडलीत, तर आईला दुकानातून पळून जावे लागेल!)

५ फॅशनचा एक तक्ताच तयार करून पाहा.

बरीच मासिके विकत घ्या आणि ती वाचा. त्यातला तुम्हाला आवडणारा एखादा चेहरा, कपड्यांचा किंवा त्या अनुषंगाने येणाऱ्या इतर गोष्टींचा एखादा प्रकार आणि तुम्हाला आवडलेले बूट याची सगळी चित्रे कापून ठेवा. तुमच्या खोलीत तुम्हाला सहजपणे पाहता येईल, असा एखादा तक्ता लावून त्यावर ती सगळी चित्रे चिकटवा. या चित्रांच्या बाजूला, तुम्हाला रंगाच्या बाबतीत किंवा कापडाच्या प्रकाराबाबतची अशी कोणतीही आवडणारी गोष्ट जोडा किंवा अगदी काही म्हणी किंवा वाक्प्रचारही लिहा. हा तुमच्या कल्पनांचा किंवा विचारांचा तक्ता असेल आणि तुम्ही कशा दिसू शकाल, तसेच तुमच्या आवडीनिवडी काय आहेत, याबाबतचे असंख्य विचार तुमच्या मनात यावेत यासाठी या तक्त्याची मदत होईल.

तुम्ही जे बघता, त्याची तुम्ही हुबेहूब प्रतिकृती बनाव्यात असा या सगळ्याचा हेतू नाही; तर तुमच्याकडे आधीपासून आहेत तेच कपडे वापरून आणि कदाचित तुमच्या कुटुंबीयांची आणि मैत्रिणींची मदत घेऊन तुम्हाला शक्य आहे तेवढ्याच पैशात, त्या चित्रांमधल्यासारख्या तुम्ही कशा दिसू शकाल, याबाबत विचार करणे हा इथे मुद्दा आहे.

आणखी एक छोटीशी गोष्ट म्हणजे फॅशनबाबतची तुमची समज सामान्य आहे की, त्याहून जास्त आहे हे पाहण्याचा हा एक बराच चांगला मार्ग आहे. जर तुम्ही बनवलेला तक्ता, अति मुलायम त्वचा असणाऱ्या आणि तुम्हाला परवडणारच नाहीत, अशी अतिशय महागडी सौंदर्यप्रसाधने किंवा कपडे वापरणाऱ्या स्त्रियांच्या चित्रांनी भरलेला असेल, तर फॅशन, शरीरप्रतिमा आणि सौंदर्य याबाबतचे तुमचे विचार किंवा मते तपासून पाहण्याची तुम्हाला गरज आहे, हे सांगणारे ते लक्षण आहे. (या संदर्भात दुसरे प्रकरण पाहा.)

६. स्टाइलच्या बाबतीत तुमच्या डोळ्यांसमोर एखादा आदर्श असणे आवश्यक आहे.

'फॅशनेबल' आणि 'स्टायलिश' या शब्दांचा आपण जेव्हा विचार करतो, तेव्हा आपल्यापैकी बहुतेकांच्या मनात, त्या संदर्भात एखादी व्यक्ती असते आणि जरी ती व्यक्ती तुमच्यापेक्षा अगदी वेगळी, तुमच्यापेक्षा अगदी विरुद्ध प्रकारची, प्रवृत्तीची, मतांची अशी असली तरी, ती व्यक्ती 'स्टाइलबद्दलच्या' महत्त्वाच्या गोष्टी तुम्हाला अप्रत्यक्षपणे शिकवू शकते. आणि तुमची स्वतःची स्टाइल शोधण्यास मदत करू शकते. स्वतःला पुढील प्रश्न विचारा–

१. त्या व्यक्तीच्या स्टाइलमध्ये असे काय आहे, ज्यामुळे ती व्यक्ती इतरांपेक्षा वेगळी वाटते?

२. ती व्यक्ती इतरांपेक्षा वेगळेपणाने असे काय करते, ज्याची आपण प्रशंसा करतो?

३. त्या व्यक्तीच्या दिसण्यातल्या कोणत्या तीन गोष्टी तुम्हाला आवडतात? (तिच्या शरीराचा आकार सोडून)

४. त्या व्यक्तीने तिच्या दिसण्यात कोणता व कसा बदल केला आहे?

५. तुमच्या दिसण्यात बदल व्हावा म्हणून तुम्ही काय करू शकता?

६. तुम्हाला स्वतःबद्दल कसे वाटते, त्यात सुधारणा व्हावी म्हणून तुमच्या स्वतःच्या दिसण्यासंदर्भातली कोणती गोष्ट तुम्ही सुधारू शकता? (तुमच्या शरीराचा आकार सोडून)

तुमच्या डोळ्यांसमोर असणारा आदर्श ही जर एखादी ख्यातनाम व्यक्ती असेल, तर अशा ख्यातनाम व्यक्तींपैकी खूप कमी व्यक्ती स्वतःच्या कपड्यांबद्दल स्वतः काही ठरवतात; हे तुम्ही लक्षात ठेवणे चांगले आहे. असे बहुतेक जण वेगवेगळ्या स्टाइल्स करून देणाऱ्या 'स्टायलस्टि्स'ची एक टीमच नोकरीला ठेवतात. त्यांतील लोक इतर लोकांना कपड्यांनी कसे सजवायचे, यातले तज्ज्ञ असतात. कसे दिसावे हे ठरवणे हे त्यांचे कामच असते आणि मग अशा ख्यातनाम व्यक्तींना ते नखशिखान्त तयार करून देतात, ज्यात बूट, बॅग्ज, दागिने, कपडे या सगळ्यांचा अंतर्भाव असतो. याचा अथ असा की, तुमची अगदी सर्वांत आवडती अशी लोकप्रिय व्यक्तीदेखील, तिच्या कपड्यांबद्दल बहुतेक वेळा अगदी अनभिज्ञ असते आणि चुकीच्या पद्धतीने कपडे घालावे लागणार नाहीत ना, या काळजीत असते.

७. शरीराची ठेवण किंवा ढब ही चांगले दिसण्यासाठीची एक महत्त्वाची बाब आहे.

तुमची स्वप्रतिमा ताबडतोब ढासळून टाकेल, अशी गोष्ट म्हणजे शरीराची वाईट ढब. त्याबद्दल विचार करा. जेव्हा तुम्हाला गोंधळल्यासारखे होत असते, कोणीतरी तुम्हाला कशाबद्दलतरी जाब विचारत असते, तुम्हाला लाजिरवाणे वाटत

असते किंवा आत्मविश्वास हरवल्यासारखे वाटत असते, तेव्हा तुम्ही कशा उभ्या राहता? खांदे उतरलेले असणे, हाताची घडी घालणे, डोके खाली असणे किंवा जमिनीवर कोसळणे अशा गोष्टी होऊ शकतात. किंवा कदाचित तुमचा चेहरा रागाने फुलून येतो; श्वासोच्छ्वास जोरजोरात होऊ लागतो, कपाळावर आठ्या पडतात, मुठी आवळल्या जातात आणि पाय लांब करून तुम्ही उभ्या राहता.

यांपैकी तुमच्या शरीराची ढब कशीही असली तरी (तुमची नेहमीची सामान्यपणे असणारी ढब कशी आहे हे पाहण्यासाठी तुमचे जुने फोटो पाहण्याचीही मदत होईल), तुमची उभे राहण्याची, स्वतःला सादर करण्याची ढब कशी सुधारायची यासाठी या विचारांची मदत होईल. विशेषतः तुम्ही घालता त्या कपड्यात तुम्ही चांगल्या दिसाव्यात आणि तुमचा आत्मविश्वास वाढावा यासाठी त्याची मदत होईल. शरीराची ठेवण किंवा ढब (म्हणजेच तुमची उभे राहण्याची किंवा शरीर सांभाळण्याची पद्धत किंवा 'पोझ') चांगली असण्यामुळे शारीरिक दृष्ट्याही अनेक गोष्टी साध्य होतात. उदाहरणार्थ :

- श्वासोच्छ्वास अधिक कार्यक्षमतेने व्हावा, म्हणून त्याची तुम्हाला मदत होते. कारण त्यामुळे तुमचे खांदे मागे आणि डोके ताठ वर राहते. तुमचा आवाजही ताबडतोब ताकदवान बनतो आणि तुमचा आत्मविश्वास वाढतो.
- छान ताठ उभे राहिल्याने तुम्ही अधिक उंच आणि सडपातळ दिसता. कारण त्यामुळे तुमची उंची जेवढी आहे तेवढी प्रत्यक्षात दिसते, आणि मग पोटाच्या स्नायूंचा उपयोग करून अगदी ताठ उभे राहण्यास तुम्ही उद्युक्त होता.
- तुम्ही जास्त तणावमुक्त दिसताही आणि तुम्हाला जास्त आरामदायी वाटतेही. कारण तुम्ही अगदी सामान्य असा बौद्धिक किंवा नैतिक दृष्टिकोन स्वीकारत असता.

पुढच्या चौकटीत दिलेल्या तीन गोष्टी म्हणजे, शरीराची ढब चांगली राखण्याच्या तीन युक्त्या आहेत आणि तुम्ही जेव्हा चालत असता, उभ्या राहता किंवा बसलेल्या असता, तेव्हा त्या गोष्टींची तुम्ही स्वतःला आठवण करून द्यायला हवी. या बाबतीत मॉडेल्सचे निरीक्षण करण्याची तुम्हाला खरोखरच मदत होते, कारण त्यांची ठेवण खरोखरच विलक्षण असते आणि तुम्ही स्वतःला कसे ठेवावे, म्हणजे तुमची ढब योग्य अशी कशी असावी, याबाबतची बरीचशी शिकवण त्यावरून तुम्हाला मिळू शकते.

ताठ राहा आणि तुम्हाला स्वतःबद्दल खूप छान, विशेष असे वाटेल

१. शरीराची ढब आणखी सुधारण्यासाठीचा उपाय म्हणजे, प्रथम अशी कल्पना करू लागा की, तुमच्या मस्तकाला एक दोरी बांधलेली आहे आणि ती तुम्हाला वर ओढत आहे. यामुळे तुमचे डोके आपोआप वर ओढल्यासारखे होईल आणि तुमची मान ताठ राहील.

२. यानंतर अशी कल्पना करा की, तुमच्या खांद्याची टोके, खांद्याच्यापेक्षा थोडी मागे उतरलेली आहेत, यामुळे तुमचे खांदे मागे खेचले जातील आणि छातीचा भाग आणखी मोकळा झाल्यासारखा, उघडल्यासारखा होईल. सुरुवातीला हे विचित्र वाटेल आणि थोडेसे असुरक्षितही वाटू लागणे शक्य आहे; पण तरीही तुमची खांद्याची ही स्थिती आहे तशीच ठेवा. कारण थोड्याच वेळात विचित्र वाटण्याची भावना नाहीशी होते.

३. तुमच्या बरगड्या सैल सोडण्याची आणि बेंबी अगदी हळुवारपणे मणक्यांच्या बाजूला (म्हणजे पोटाच्या आत) ओढण्याची सवय करा. हे अगदी नैसर्गिक पद्धतीने करा, नाहीतर कायम असे करत राहणे तुम्हाला शक्य होणार नाही. हा सगळा तुमच्या शरीराला आधार देणारा शरीराचा भाग असतो आणि तुम्हाला ताठ राहण्यास मदत करत असतो. तुमचा जर माझ्यावर विश्वास नसेल तर हे सगळे सोडून द्या आणि मग तुमचे शरीर एकदम खाली घसरत असल्याचे तुम्हाला वाटेल ते अनुभवा.

८. केस आणि मेकअप यालाही महत्त्व आहे

कपड्यांच्या बाबतीत किंवा शरीराच्या ठेवणीच्या बाबतीतच स्टाइल नसते, तर केस, त्वचा आणि तुम्ही कशा पद्धतीने मेकअप करता, अशासारख्या तुमच्या इतर गोष्टींच्या बाबतीत तुम्ही काय करता या संदर्भातही असते. ज्यांची स्वप्रतिमा खालावलेली आहे, अशा काही मुली त्यांच्या केसांचा आणि मेकअपचा उपयोग 'जगाविरुद्ध लढण्यासाठीची ढाल' म्हणून करतात. जर सध्या तुमच्या केसांनी

तुमचा चेहरा किंवा डोळे झाकून टाकले जात असतील, आणि तुमचा चेहरा कसा आहे हे कळू नये म्हणून तुम्ही मेकअपसाठीच्या डब्याच्या डब्या वापरत असाल, तर मला काय म्हणायचे आहे ते तुम्हाला कळेल.

केस आणि मेकअप (जर तुम्ही करत असाल तर) यांच्यामुळे तुमचे खरे सौंदर्य वाढायला पाहिजे, ते पूर्णपणे बदलून टाकले जायला नको किंवा मुळातले तुमचे 'दिसणे' पूर्णपणे झाकून टाकले जायलाही नको. कपडे आणि दाग-दागिन्यांसारखा इतर सहायक गोष्टींच्या बाबतीतही असेच आहे. जर लोक तुम्हाला सारखे चेहऱ्यावरचे केस बाजूला घ्यायला सांगत असतील किंवा तुम्ही एवढा मेकअप का करता असे विचारत असतील, तर ते याचे लक्षण समजा, की तुम्हाला तुमचे केस आणि मेकअप यात पूर्णपणे बदल करण्याची गरज आहे. लोकांच्या बोलण्याकडे थंडपणे दुर्लक्ष न करता, केस व मेकअप यात थोडा साधेपणा, सौम्यपणा आणणे हा यावरचा उपाय आहे. जर तुम्हाला मेकअप करणे आवडत असेल, पण तुम्ही तो फार थर दिल्यासारखा दाट, भडक, असा करत असाल, तर तुम्ही तो तसा जास्त का करता, याचा विचार करा. तुमची वाईट त्वचा झाकली जावी म्हणून तुम्ही तसे करता का? जर तसे असेल, तर तुम्ही हे माहिती करून घ्या की, खराब त्वचेवर मेकअप केला तर त्यामुळे तुलनेने फार कमी त्वचा झाकली जाते. मेकअप रोज थोडा-थोडा कमी करायचा आणि त्याचा काय परिणाम दिसतो, आणि त्याबद्दल तुम्हाला काय वाटते ते पाहण्याचा प्रयत्न करून पाहा. तुमच्या जास्त नैसर्गिक दिसण्याची तुम्हाला सवय होण्यासाठी थोडा वेळ लागू शकतो. पण त्यामुळे काही दिवसांनी, कृत्रिम सौंदर्यपेक्षा तुमच्या खऱ्या, नैसर्गिक सौंदर्यावरचा तुमचा विश्वास नक्कीच वाढेल.

खूप लोक केसांचा उपयोग, त्यामागे काहीतरी झाकून टाकण्यासाठी करतात. आणि तसे करणे जमतेसुद्धा; कारण तुमच्या पूर्ण चेहऱ्यावर खूप लव (म्हणजे अगदी बारीक, मऊ केस) असेल, तर केसांनी चेहरा झाकल्यामुळे तुमचा खरा चेहरा कसा आहे, हे कोणालाच दिसत नाही. चेहरा एकदम वेगळा दिसावा म्हणून कसा व कोणता प्रयोग करायचा याबाबत तुम्हाला खात्री नसेल किंवा काहीच कळत नसेल, तर त्याबाबत मैत्रिणींची मदत मागून पाहा. किंवा केशभूषा करणाऱ्यांचा सल्ला घ्या. (केशभूषाकार तुम्हाला सांगतील की, ते तुमच्या केसांबाबतीत काय-काय करू शकतात, आणि मग तुम्ही एखाद्या नंतरच्या दिवशीची त्यांची वेळ ठरवून घ्या.) याहूनही चांगले म्हणजे, या संदर्भात काही मासिके चाळा, आणि तुमच्या योग्य, तुम्हाला शोभेल अशी एखादी स्टाइल त्यात सापडते का ते शोधून पाहा. ती तुमच्यात अगदी समूळ बदल करणारी नसेल; पण तरीही तुमचा आत्मविश्वास वाढवेल. केसांच्या बाबतीतली एक साधीशी गोष्ट अशी की, बहुतेकदा

तुमची स्टाइल मुळापासून आणि पूर्णपणे बदलून टाकण्यासाठी, अगदी साधा हेअरकट करणे पुरेसे असते. (याची खात्री पटण्यासाठी टीव्हीवरचा कोणताही 'मेकओव्हर शो' पाहा.)

तुमचे आंतरिक सौंदर्य कसे शोधायचे

कमल नावाची १५ वर्षांची मुलगी म्हणते, "मी सौंदर्यासाठी काहीही करत नाही. तसे करण्याचे कारणच काय आहे? मी आतूनही सुंदर नाही, आणि बाहेरूनही सुंदर नाही."

सौंदर्याबद्दलचे सत्य हे आहे की, कधीकधी आपल्या सगळ्यांनाच आपण कुरूप, ओंगळ दिसत असल्यासारखे वाटते. आपण झोपून उठतो, तेव्हा आपले केस दहा दिशांनी उभे राहिल्यासारखे, पिंजारल्यासारखे आपल्याला दिसतात, आपल्या चेहऱ्यावर खूप डाग पडलेत, तो काळवंडला आहे, असे आपल्याला वाटते, आणि डोळेही अगदी विचित्र दिसतात. एका रात्रीत आपले वजन ४.५ किलो (म्हणजे १० पौंड) वाढले आहे असे वाटते, आणि आपल्या बाबतीतली प्रत्येकच गोष्ट फार विचित्र, भयानक आहे असे वाटू लागते. याचा परिणाम म्हणून आपणही भयानकपणेच वागू लागतो. मग कदाचित आपण अगदी क्षुद्रपणाने वागू, तिटकारा वाटावा असल्या गोष्टींचा विचार करू किंवा मनातील खंत दूर व्हावी म्हणून नेहमीपेक्षा अगदी वेगळेच वागायला लागू. अगदी खूप सुंदर असणाऱ्या स्त्रियांनादेखील असा अनुभव येतो. हे सगळे जरी सामान्य असले तरी सारखे असेच वाटत राहणे, कधीच आत्मविश्वास न वाटणे आणि स्वतःमध्ये वाईट किंवा चुकीच्या गोष्टी असूनही, आपण एक सुंदर व्यक्ती आहोत, अंतर्बाह्य मोलाच्या आहोत अशी स्वतःबद्दलच खात्री न वाटणे, हे सगळे नक्कीच सामान्य नाही.

म्हणूनच आंतरिक सौंदर्याचे भान असणे, खूप महत्त्वाचे आहे. जर तुम्हाला माहिती असले की, आतून तुम्ही, तुमच्यावर प्रेम करण्याजोग्याच आहात, तर अगदी एका रात्रीत तुम्ही खूप कुरूप दिसू लागला आहात असे जरी कधी तुम्हाला वाटले, तरीही तुम्हाला स्वतःलाच तुम्ही आवडत राहाल. म्हणूनच मुळात खरी गोष्ट ही आहे की, आंतरिक सौंदर्य म्हणजे, तुम्हाला तुमच्या स्वतःबद्दल आणि एकूणच तुमच्या आयुष्याबद्दल कोणत्या गोष्टीमुळे समाधान वाटते याचा विचार करणे आणि ज्या गोष्टी समाधानकारक वाटत नाहीत, त्यांनीच मन किंवा विचार व्यापून न टाकणे, हे होय. एकदा तुमच्यातल्या आंतरिक सौंदर्याच्या जागा तुम्हाला

सापडल्या, की मग तुम्ही त्याची मजा घ्यायला हवी, त्यातले सुख, त्यातला आनंद अनुभवायला हवा. कारण या सगळ्या गोष्टी तुमच्यात, तुमच्या आयुष्यात जे-जे चांगले आहे त्या सर्व गोष्टींची तुम्हाला छान आठवण करून देणाऱ्या असतात. तसेच तुमची स्वप्रतिमा जेव्हा डळमळीत झालेली असते, आणि पुन्हा कधीच तुम्ही तुम्हाला स्वतःला आवडणार नाही असे वाटत असते, तेव्हा याच सगळ्या गोष्टी तुम्हाला सावरणाऱ्या, खंबीर राहायला मदत करणाऱ्या असतात. तुमचे आंतरिक सौंदर्य जाणवावे, म्हणून पुढील गोष्टी करा –

१. **स्वतःचा आहे तसा स्वीकार करा :** याचा अर्थ असा की, चांगल्या गोष्टींबरोबर वाईट गोष्टींचाही स्वीकार करणे. म्हणून थोडे मागे वळून पाहा, आणि ज्या गोष्टी सुंदर आहेत असे वाटायला हवे, त्यांचा शोध घ्या. तुम्ही एक दयाळू, परोपकारी व्यक्ती आहात का? तुमचे डोळे लकाकणारे पाणीदार आहेत का? तुमचे केस खूप चमकदार आहेत का? तुम्ही खूप मिस्कील, इतरांशी अगदी छान वागणाऱ्या, तरतरीत आणि स्मार्ट, हुशार अशा आहात का? जरी तुम्ही अशा सगळ्या किंवा याहूनही काही जास्त असाल, तरीही, तुमच्यामध्ये जे काही वैशिष्ट्यपूर्ण आहे, ते आणखी वाढवण्याचा, सुधारण्याचा प्रयत्न करा, आणि मग तुमचे आंतरिक, तसेच बाह्य सौंदर्य तुमच्या आणखी जवळ आल्याचे तुम्हाला जाणवेल.

२. **सुंदर गोष्टी करा :** याचा अर्थ असा की, इतर लोकांना चांगले वाटेल, त्यांची स्वप्रतिमा उंचावेल आणि त्यांचा आत्मविश्वास वाढण्यास चालना मिळेल, अशा गोष्टी इतरांसाठी करा. इतर लोकांमध्ये सर्वांत उत्तम असे काय आहे, हे शोधण्यासाठी त्यांना मदत करणे, हा तुमच्यामध्ये उत्तम असे काय आहे, ते शोधून काढण्याचा मार्ग आहे. शिवाय त्यामुळे, जगाला देण्यासारखे काही चांगले तुमच्याकडे आहे. हे तुमच्याच लक्षात आणून देण्यासाठीही मदत होईल.

३. **सौंदर्यविषयक गोष्टींचा एक तक्ता करा :** आधी सांगितलेल्या फॅशनच्या तक्त्याप्रमाणेच, या तक्त्यावर तुम्हाला सुंदर वाटणाऱ्या प्रतिमा आणि इतर गोष्टींचे नमुने चिकटवा. तुमचाच लहानपणीचा फोटो, एखाद्या गाण्याच्या ओळी, तुमच्या परिचयाच्या एखाद्या व्यक्तीचे चित्र, तुमच्या हृदयाला स्पर्श करून जाणारी एखादी छान, सुंदर बातमी किंवा घटना, एखादे कार्टून, तुमच्या जुन्या एखाद्या सुंदर कपड्याच्या कापडाचा एखादा तुकडा, किंवा असे काहीही ते असू शकेल. यामागची कल्पना अशी आहे की, जेव्हा-जेव्हा, 'आपण कुरूप आहोत', अशा भावनेची लाट तुमच्या मनात दाटून येईल, तेव्हा तेव्हा प्रत्येक वेळी तुम्ही या तक्त्याकडे पाहा आणि तुमच्या आंतरिक सौंदर्याची जाणीव करून देणाऱ्या सगळ्या गोष्टींची तुम्ही स्वतःलाच आठवण करून द्या.

४. निसर्गतःच सुंदर असणाऱ्या मुलींचा धाक वाटणे, ही गोष्ट नैसर्गिक आहे; हे मान्य करा : हे आपल्या सगळ्यांच्याच बाबतीत होते, कारण असे विशेष गुण असणारी एखादी व्यक्ती आपल्यासमोर आली की, आपल्या स्वतःमधल्या उणिवा आपल्याला जास्त प्रकर्षाने जाणवू लागतात. मग आपल्यातली अपूर्णता, तुलना किंवा स्पर्धा आणि स्व-प्रतिमा खालावणे, अशा सर्व भावनांना खतपाणी मिळते. अशा वेळी हे लक्षात ठेवले पाहिजे की, एखाद्या माणसाच्या नुसत्या दिसण्यावरून, त्यांच्या आयुष्याबद्दल किंवा तो अगर ती कोण आहे याबद्दल आपल्याला काहीही समजत नाही. तुम्ही त्यांच्याबरोबर कोणत्याही स्पर्धेत नसता (जोपर्यंत तुम्ही स्वतः त्या जागी असल्याचे तुम्ही समजत नाही), आणि या सगळ्याचा तुमच्या आयुष्यावर खरोखरच काय परिणाम होत असतो?

५. काही मोजक्या गोष्टींवर तुमचे नियंत्रण असते हे मान्य करा : आयुष्यात कधीकधी, तुम्हाला जे हवे असते, ते मिळत नसते आणि कधीकधी तुम्ही ज्यांना आवडत नाही, असेही लोक तुम्हाला भेटत असतात. (पण हे ठीक आहे, कारण तुम्हाला भेटणारा प्रत्येक माणूस तुम्हाला आवडेलच असेही नसते.) अशा गोष्टी, विचाराला फार ताण द्याव्यात अशा नसतात; पण त्यातून बरेच काही शिकण्यासारखे असते. केवळ कोणाला तरी तुमच्याशी मैत्री करावी असे वाटत नाही म्हणून त्याचा अर्थ, तुम्ही माणूस म्हणून योग्य किंवा सर्वसाधारण नाही, असा नसतो. केवळ तुम्हाला जे हवे ते तुम्हाला मिळत नाही, याचा अर्थ तुम्ही अपयशी आहात असाही नसतो.

६. लक्षात ठेवा की, तुम्ही ज्या पद्धतीने स्वतःकडे पाहता, त्या पद्धतीने आणि इतक्या कठोरपणे कोणीही आणि कधीही तुमच्याकडे पाहणार नाही, आणि इतके नकारात्मक अनुमानही कोणी काढत बसणार नाही. ही एक चांगली गोष्ट आहे, कारण याचा अर्थ असा की, तुमची सर्वांत कठीण परीक्षा घेणारा माणूस तुम्हाला आधीपासूनच माहिती आहे. तुम्ही तुमच्या स्वतःकडे जास्त दयाळूपणाने आणि इतर लोक तुमच्याकडे ज्या दृष्टीने पाहतात त्या दृष्टीने पाहू शकता का, यात तुमची खरी परीक्षा आहे.

७. इतर लोकांना तुमच्याबद्दल काय वाटते, त्याचे महत्त्व

लक्षात घ्या : तुम्ही कोणाचीतरी मुलगी असणे, कोणाचीतरी मैत्रीण असणे, कोणाचीतरी भाची किंवा पुतणी असणे आणि अगदी एखाद्या मुलाची मैत्रीण असणे, हे सर्व शक्य आहे. म्हणजेच लोक तुमच्यावर प्रेम करतात आणि तुम्ही त्यांना आवडता (जरी तसे प्रत्येक वेळी तुम्हाला वाटले नाही तरी), आणि तुम्ही एवढ्या योग्यतेची व्यक्ती नक्की आहात की, जिला स्वतःबद्दलच चांगले वाटण्याइतकी तिची पात्रता आहे.

८. **तुमच्या तीव्र भावना, स्वभावातली वैशिष्ट्ये, स्वभावातला उपरोध आणि काही विलक्षण विचित्र अशा सवयी या सर्वांशी मिळतेजुळते घ्या.** कारण या अशा गोष्टी आहेत, ज्या तुमच्या आंतरिक सौंदर्यात भर घालतात, आणि तुम्ही कशा आहात, ते जगाला दाखवून देतात. या सगळ्या गोष्टींमुळे तुम्ही बेचैन होत असाल, गोंधळून जात असाल किंवा तुम्ही ज्या तऱ्हेने वागता, त्याची तुम्हाला लाजही वाटत असेल. पण आपण सगळे जण एकसारखेच सुंदर असतो, तर जग किती कंटाळवाणे वाटले असते की नाही?

आयुष्यभर सुंदर असणे :

मी अशी आशा करते की, तुमची स्वप्रतिमा कशी उंचावायची, शरीर प्रतिमेला आधार कसा द्यायचा आणि अंतर्बाह्य सौंदर्य जाणवण्यासाठी काय करायचे, याबाबत एव्हाना तुम्हाला सर्व माहिती झाले असेल. पण तरीही, आयुष्यभर तुम्हाला सुंदर असल्यासारखे कसे वाटेल याबद्दल इथे काही माहिती दिली आहे. तुम्ही कितीही प्रयत्न केलेत तरी, निरोगी स्वप्रतिमा ही उंचावणे-खालावणे, परत जागेवर येणे, अशी सारखी हेलकावे खात असते. म्हणजे काही दिवशी तुम्हाला आकाशात भरारी घेत असल्यासारखे वाटते आणि इतर दिवशी तुम्ही परत मूळ पदावर आल्यासारखे तुम्हाला वाटू शकते. असे जेव्हा होते तेव्हा तुम्ही अगदी छान, नेहमीसारख्या आहात, याची स्वतःलाच आठवण करून देणे, आणि इतकेच नाही, तर तुम्हाला अधिक चांगले आणि खंबीर वाटावे यासाठी आवश्यक ती शक्ती तुमच्याकडे आहे, हेही लक्षात ठेवणे महत्त्वाचे असते. उद्याचा दिवस नक्कीच आणखी चांगला असेल हे विसरायचे नाही किंवा तुम्हाला शक्तीहीन झाल्यासारखे- ढेपाळल्यासारखे जेव्हा वाटते, हरल्यासारखे वाटते, तेव्हा क्षणभर थांबा, आणि स्वतःशीच काय व कसे बोलता याचा विचार

करा. तुम्हाला असे सगळे वाटू लागण्याला कोणती गोष्ट कारणीभूत आहे, याचा विचार करा, आणि सगळ्या बाजूंनी तुम्ही जास्त सकारात्मक कशा राहाल यासाठी प्रयत्न करा. याचा अर्थ असा की, जेव्हा तुम्ही एखादा अगदी वाईट दिवस/आठवडा/महिना अनुभवत असता, तेव्हा नकारात्मक विचार आणि स्वतःवरच टीका करणे, आवर्जून थांबवायचे आणि मुळात तुम्हाला खूप आवश्यक असलेली विश्रांती (म्हणजे ब्रेक) घ्यायची, किंवा स्वतःच स्वतःला जवळ घ्यायचे, स्वतःबद्दल थोडी आदरभावना निर्माण करायची.

खाली दिलेल्या सूचना नियमितपणे अमलात आणा. कारण तुम्ही काय बोलता, काय करता किंवा काय विचार करता, याबाबत जागरूक राहण्यासाठी त्यांची तुम्हाला मदत होईल, म्हणजे मग पुन्हा तुम्ही आपणहूनच घाईघाईने काहीतरी चुकीचा विचार करणार नाही.

आपणहून घाईघाईने काहीतरी विचार करणे, म्हणजे –

- *आरशात पाहणे आणि लगेच 'ईऽऽ' असा विचार करणे.*
- *एखाद्याने तुम्हाला नवीन काही करून पाहायला सांगितले, की लगेचच, 'मी हे करू शकणार नाही,' असा विचार करणे.*
- *कुणी तुम्हाला कशासाठी तरी बोलावले, आमंत्रण दिले, तर त्याबद्दल अजिबात विचार न करता लगेच 'नाही' म्हणणे.*
- *तुमच्यातल्या सर्वांत वाईट, चुकीच्या अशा गोष्टींचाच सारखा विचार करणे.*
- *तुम्हाला माहिती असलेली सर्वांत वाईट व्यक्ती तुम्ही स्वतःच आहात असे गृहीत धरणे.*
- *खोलीत साधे फिरता फिरताही उगीचच, आणि लगेचच 'आपण नालायक आहोत' असे वाटणे.*

तुमच्या समजुती कुठून आल्या, कशा तयार झाल्या, याचा विचार करा

आपण कशा आहोत, कोण आहोत, याबाबतची प्रत्येक समजूत, आपल्या लहानपणापासून आजपर्यंत आपण ज्या काही समजुती करून घेतलेल्या असतात, त्यातून निर्माण झालेली असते. आपल्याला लोकांची पसंती मिळणे किती गरजेचे वाटते, लोकांना आवडावे म्हणून आपण काय करायला हवे, आणि लोकांनी आपल्यावर प्रेम करावे म्हणून आपण किती 'चांगले' असायला हवे, असे आपल्याला वाटते. या सगळ्या गोष्टींसंदर्भातल्या या समजुती असतात. या महत्त्वाच्या समजुतींपैकी बऱ्याचशा समजुती आपल्याला नेहमीच कठीण वाटणाऱ्या गोष्टींभोवती केंद्रित झालेल्या असतात. स्वतः पुरेसे चांगले असल्यासारखे वाटणे, आणि आपल्याबाबत घडणाऱ्या गोष्टींमधून आणखी कणखर किंवा खंबीर होण्याचा, काही शिकण्याचा प्रयत्न करणे, ही याची उदाहरणे होत. या आपल्याबाबत घडणाऱ्या गोष्टी म्हणजे, आपले कुटुंब, मित्र-मैत्रिणी आणि बाहेरचे इतर लोक, यांच्याबरोबर होणाऱ्या परस्पर क्रिया, किंवा एकमेकांचे एकमेकांबरोबर वागणे होय.

सरला नावाची १३ वर्षांची मुलगी म्हणते, "माझी बहीण नेहमी मला वाईट वाटावे, असे वागते. ती नुसती माझ्याकडे एक कटाक्ष टाकते, आणि मला माहिती असते की, तेव्हा ती असा विचार करत असते की, ती माझ्यापेक्षा सुरेख आणि स्मार्ट आहे. हे खूपच त्रासदायक होते, कारण तिचे बरोबर आहे हे मला माहिती आहे, आणि त्यामुळे मला स्वतःबद्दल खरोखरच खूप भयानक वाटायला लागते."

अशा महत्त्वाच्या समजुतींबाबत समस्या ही असते की, या समजुती आश्चर्यकारकपणे खूप पक्क्या असतात; पण नेहमीच त्या बरोबर नसतात. कधीकधी त्या तर्कविसंगत असतात किंवा मुद्द्याला धरून नसतात. म्हणूनच अशा समजुती तुम्ही लक्षात घ्यायला हव्यात आणि त्यांचा तुमच्यावर चांगला परिणाम होतो आहे की वाईट, याचा विचार करायला हवा. म्हणजे उदाहरणार्थ, जर तुम्ही सतत 'आपण मूर्ख आहोत' असे समजत असाल, तर जरासे थांबा, आणि तुमची ही समजूत कितपत खरी आहे याचा विचार करा. तो असा की :

- तुम्ही मूर्ख आहात, असे पहिल्यांदा तुम्हाला कोण म्हणाले?
- या समजुतीला बळकटी देणारा, कोणता पुरावा तुमच्याकडे आहे?

- कोणत्या पुराव्यामुळे, तुमची ही समजूत पूर्णपणे चुकीची आहे. असे दाखवून देता येईल?
- 'तुम्ही मूर्ख आहात' अशी समजूत करून घेतल्यामुळे तुम्हाला काय मिळते? ज्या नकारात्मक समजुतींचे सकारात्मक परिणाम होतील असे आपल्याला वाटते, त्याच नकारात्मक समजुती आपण मनात दृढ करून टाकतो. आपल्याकडे लक्ष दिले जावे, आपल्यावर प्रेम केले जावे, या अपेक्षेपोटीच आपण या नकारात्मक समजुतींना घट्ट चिकटून राहतो.

तुमच्या समजुती योग्यच असाव्यात यासाठी, तुमच्या समजुतींना तुम्ही सतत आव्हान देत राहिले पाहिजे. उदाहरणार्थ, केवळ तुम्हाला तुमचा गृहपाठ कठीण वाटतो म्हणून, किंवा तुमचे पालक अथवा शिक्षक तुम्हाला तसे म्हणतात, म्हणून तुम्ही खरोखरच मूर्ख आहात, असे आहे का? तुम्ही स्मार्ट आहात हे दाखवण्यासाठी तुमच्याकडे कशा प्रकारची उपजत बुद्धी किंवा कोणती कौशल्ये आहेत? तुमच्या स्मार्टपणे वागण्याची कोणती उदाहरणे तुम्ही दाखवू शकता? एखादी मैत्रीण तिला स्वतःला 'मूर्ख' समजत असेल, तसे बोलून दाखवत असेल तर तिला तुम्ही कसे सांगाल, काय समजवाल, आणि तिला बरे वाटावे म्हणून काय कराल?

तुमच्या आत्मसंवादात बदल घडवा

हा तुमच्या डोक्यातला आवाज असतो. तो नेहमी तुम्हाला क्षुद्रपणाच्याच किंवा नको त्याच गोष्टी सांगत असतो. उदाहरणार्थ, 'तू जाड आहेस', 'तू भयानक आहेस', 'तू एक छान व्यक्ती नाहीस', 'कोणालाही तू आवडत नाहीस', 'तू खोटारडी आहेस.' आपल्या सगळ्यांनाच एक आतला आवाज असतो. तो आपल्याला खाली ओढत असतो, आणि आपली स्वप्रतिमा जसजशी उंचावत जाईल, भक्कम होईल, तसतसा हा आवाज शांत होत जातो. म्हणून आत्मविश्वास निर्माण करण्यासाठी किंवा त्याला पुन्हा चालना देण्यासाठी, मनातल्या नोंदी तुम्ही सतत बदलत राहिले पाहिजे आणि नकारात्मक नोंदींची जागा सकारात्मक नोंदी कशा घेतील, हे पाहिले पाहिजे.

शीला नावाची १४ वर्षांची मुलगी म्हणते, "मी नेहमी स्वतःला सांगत असे की, 'मी एक विचित्र, भयानक मुलगी आहे.' कारण मी नेहमीच संकुचितपणाने व क्षुद्र गोष्टीच बोलत असे. मग माझ्या अगदी जिवलग मैत्रिणीने मला सांगितले की, प्रत्येक जण हेच करत असतो, आणि म्हणून प्रत्येक जण काही क्षुद्र वृत्तीचा असू शकत नाही."

अर्थात याचा अर्थ असा नाही की, या नुसत्या बोलण्याच्याच गोष्टी आहेत. तुम्हाला वाटते की तुम्ही अगदी वाईट दिसता; पण त्याच वेळी स्वतःचीच अशी खात्री पटवण्याचा प्रयत्न करत असता की, तुम्ही अगदी आश्चर्यकारक, चकित करून टाकण्यासारख्या दिसता. याचाच अर्थ, नकारात्मक विचारांची जागा घेईल असा सकारात्मक विचार खरोखरच शोधायला हवा आणि तो मोठ्याने बोलून दाखवायला हवा. उदाहरणार्थ –

नकारात्मक आवाज : 'तू आज खरोखरच खूप कुरूप दिसते आहेस.'

सकारात्मक आवाज : 'मी व्यवस्थित दिसते आहे. माझे केस चांगले दिसताहेत, माझे डोळे छान आहेत आणि ही जीन्स मला खरेच खूप आवडते.'

नकारात्मक आवाज : 'तू अगदी खोटारडी आहेस.'

सकारात्मक आवाज : 'मी एक चांगली व्यक्ती आहे, कारण माझ्या मैत्रिणींना मी आवडते, आणि मी नेहमी त्यांच्या बरोबर राहते.'

हे सगळे साधायला वेळ लागतो, म्हणून सुरुवातीला जरी हे विचित्र वाटले, तरी हा प्रयोग सोडून देऊ नका. कारण कितीही झाले तरी तुमच्यातल्या नकारात्मक आवाजाबरोबर जुळवून घेऊन तुम्हाला आरामदायी वाटावे यासाठी तुम्हाला कितीतरी वर्षे घालवावी लागणार आहेत. रोज याचा सराव करा, आणि जेव्हा-जेव्हा तुमचे नीतिधैर्य खचवणारा, तुम्हाला निराश करणारा आणि मूर्खपणाचा असा आंतरिक संवाद म्हणजे आतला आवाज तुम्हाला ऐकू येईल, तेव्हा तेव्हा प्रत्येक वेळी हे करून पाहा.

तुमच्या भीतीला तोंड द्या.

शालिनी नावाची १३ वर्षांची मुलगी म्हणते, "वर्गात प्रश्नांची उत्तरे देताना मला नेहमीच खूप भीती वाटायची. उभी राहून सर्वांसमोर बोलण्याची भीती तर वाटायचीच; पण मी चुकीचे उत्तर देईन आणि स्वतःचाच अपमान करून घेईन, अशीही भीती वाटायची. पण जेव्हा मी उभी राहून उत्तर द्यायला स्वतःला तयार केले, तेव्हा मला स्वतःचाच खूप अभिमान वाटला. माझे उत्तर बरोबर होते की चूक होते, हे मला माहीत नाही; पण मी त्याची काळजीच केली नाही."

जोपर्यंत तुम्ही एखादी गोष्ट करण्याचा प्रयत्नच करत नाही, तोपर्यंत तुम्ही काय काय करू शकता, हे तुम्हाला कळतच नाही. पण खरे तर समस्या ही आहे की, स्वप्रतिमा खालच्या पातळीवर असणारे आपल्यापैकी बहुतेक जण, कोणताही प्रयत्न करण्याआधीच, माघार घेतात आणि अगदी आपली स्वप्रतिमा उंचावली तरीही आपल्या या माघार घेण्याच्या वृत्तीवर मात करणे त्यांना कठीण वाटू शकते. तुमच्या क्षमतांबद्दल तुम्हाला खात्री किंवा विश्वास वाटावा, म्हणून तुम्हाला वाटणाऱ्या भीतीला तोंड देण्याचे आव्हान तुम्ही स्वतःलाच दिले पाहिजे. म्हणजे याचा असा टोकाचा अर्थ नाही, की तुम्ही अगदी विवस्त्र होऊन, शाळेच्या फुटबॉल ग्राऊन्डवर न घाबरता पळायला पाहिजे किंवा कोणाला तरी तसे करायला सांगितले पाहिजे. पण याचा अर्थ, भीतीमुळे तुम्हाला काही करताना काळजी वाटते किंवा भीती वाटते, त्या भीतीला तोंड दिले पाहिजे.

तुम्हाला ज्या गोष्टींची सर्वांत जास्त भीती वाटते, त्यांची एक यादी तयार करा. त्यातल्या त्यात सर्वांत जास्त भीती वाटायला लावणारी गोष्ट आधी लिहा, आणि त्यातल्या त्यात कमी भीती वाटायला लावणारी गोष्ट शेवटी लिहा.

सर्वांत जास्त भीती वाटणाऱ्या पाच गोष्टी

१. ....
२. ....
३. ....
४. ....
५. ....

आता तुम्हाला ज्या गोष्टीची सर्वांत कमी भीती वाटते ती गोष्ट लक्षात घ्या, आणि त्या भीतीवर मात करण्यास सुरुवात करा. अशी गोष्ट म्हणजे, शिक्षकांशी बोलताना, त्यांच्या नजरेला नजर भिडवून बोलणे असेल, सारखे काळे कपडे घालणे सोडून देणे असेल किंवा 'तुमची मैत्रीण ज्या पद्धतीने तुमच्याशी बोलते ते तुम्हाला अजिबात आवडत नाही,' असे त्या मैत्रिणीला स्पष्टपणे सांगणे असेल. एक गोष्ट लक्षात ठेवा की, अशा प्रकारे एखाद्या भीतीला तोंड देण्याचा प्रयत्न तुम्ही जेव्हा

करता, तेव्हा सुरुवातीला तुम्हाला ते गैरसोयीचे, अस्वस्थ करणारे असेच वाटणार आहे आणि तुमचे मन डगमगायला लागल्यासारखेही वाटणार आहे. पण अशा लहान लहान गोष्टींनी सुरुवात करत करतच, तुमची उमेद आणि आत्मविश्वास वाढत असतो.

जेव्हा जेव्हा तुमच्या भीतीवर तुम्ही अशी मात कराल, तेव्हा हे नक्की ठरवा की, शक्य आहे त्या प्रत्येक वेळी, तुम्ही पुन्हा तशीच मात करण्याचा प्रयत्न कराल. जोपर्यंत तुमची भीती जात नाही आणि तुम्हाला त्याबद्दल काहीच वाटेनासे होत नाही, तोपर्यंत तुम्ही तसेच करत राहाल. या सगळ्याचे ध्येय हे आहे की, तुमची पहिल्या क्रमांकाची भीती घालवण्यापर्यंत तुम्ही पोहोचणे. तसे करताना जसे वागायला हवे, जे करायला हवे, त्यासाठी तुम्हाला हवा तेवढा वेळ तुम्ही घेतला पाहिजे, म्हणजे मग तुम्ही सातत्याने अधिकाधिक खंबीर होत असल्याचे तुम्हाला जाणवू लागेल.

मनात एखादे ध्येय ठेवा

सलोनी नावाची १२ वर्षांची मुलगी म्हणते की, 'लेखिका व्हायचे' हे माझे ध्येय आहे, म्हणून मी खूप खूप पुस्तके वाचते. शाळेत निघण्याऱ्या पत्रिकेसाठी काहीतरी लिहिण्याचा प्रयत्न करते, आणि मला काही मदत करू शकतात का, ते पाहण्यासाठी माझ्या आवडत्या लेखकांना ई-मेल्सही करत राहते.'

सातत्याने आत्मविश्वास वाटत राहावा यासाठीचा महत्त्वाचा घटक म्हणजे हाती घेतलेली गोष्ट तडीस नेणे, पूर्ण करणे; पण तुम्हाला कोणते ध्येय गाठायचे आहे, हेच जर तुम्ही आधी ठरवले नसेल, तर तुम्ही कोणतीच गोष्ट पूर्णत्वाला नेऊ शकणार नाही. एखाद्या ध्येयाने प्रेरित होणे, म्हणजे आयुष्यामध्ये तुम्हाला काय साधायचे आहे आणि तुम्ही ते कसे साध्य करणार आहात, हे माहिती असणे होय. म्हणजे उदाहरणार्थ, जर समाजात मिळूनमिसळून राहायचे हे तुमचे ध्येय असेल, आणि, घरात सोफ्यावर बसून, टीव्हीवर पुनःपुन्हा दाखविले जाणारे तेच तेच कार्यक्रम बघण्यात आनंद मानायला तुम्ही सुरुवात केलीत, तर या ध्येयाच्या जवळही तुम्ही कधी पोहोचू शकणार नाही. तुमची ध्येये प्रत्यक्षात साध्य व्हावीत असे वाटत असेल, तर तुम्ही स्वतःला त्यासाठी उद्युक्त केले पाहिजे, त्यांचा ध्यास घेतला पाहिजे आणि त्यासाठी उत्साह बाळगायला पाहिजे.

ध्येय निश्चित करण्यासाठी :

१. सर्वप्रथम तुमचा प्राधान्यक्रम ठरवा. आता तुमच्या आयुष्यातले महत्त्वाचे ध्येय किंवा सर्वांत तीव्र अशी कोणती इच्छा आहे? स्वतःबद्दल आणखी चांगले वाटावे असे तुम्हाला वाटते आहे, नेटबॉलच्या टीममध्ये प्रवेश मिळवावा असे वाटते आहे, नवीन मैत्रिणी मिळवाव्यात असे वाटते आहे, की अगदी आरोग्यपूर्ण, निरोगी व्हावे, असे वाटते आहे? तुम्हाला सर्वांत जास्त करावेसे काय वाटते आहे, तिथून सुरुवात करा.

२. सुरुवात कुठून करायची हे नक्की ठरवल्यावर, मग ते कसे साध्य करायचे हे नक्की करा. उदाहरणार्थ, तुम्ही नवीन मैत्रिणी कशा मिळवणार आहात, किंवा आरोग्यपूर्ण होण्यासाठी काय करणार आहात? यासाठी एक यादीच तयार करा, तुमच्या एखाद्या मैत्रिणीची किंवा घरातल्या कुणाची तरी त्यासाठी मदत घ्या आणि इंटरनेटवरून यासंदर्भात काही माहिती मिळते का, तेही शोधून पाहा.

३. ठरवलेले ध्येय गाठण्यासाठी, तुम्ही लगेचच कोणत्या तीन गोष्टी सुरू करू शकता? जर तुम्ही नवीन मैत्रिणी मिळवण्याचे ठरवले असेल, तर शाळा सुटल्यानंतर भरणाऱ्या क्लासमध्ये तुम्ही नाव घालू शकता का? की, एखाद्या 'ऑनलाइन' ग्रुप मध्ये सहभागी होऊ शकता? की स्वयंसेवक म्हणून काम सुरू करू शकता? किंवा, आरोग्यपूर्ण राहावे या हेतूने एखादे नवीन काम किंवा व्यायाम सुरू करू शकता का? 'जंक फूड' खाणे सोडून देऊ शकता का? किंवा आरोग्याला पोषक असे जेवण घरीच घ्यावे याबद्दल तुमच्या आईशी बोलू शकता का?

४. शेवटी, तुम्हाला जे साध्य करायचे आहे, त्याबद्दलचे स्पष्ट व स्वच्छ चित्र तुमच्या मनात आहे, आणि ते वास्तवात येण्यासारखे आहे याची खात्री करून घ्या. तुम्हाला दोन नवीन मैत्रिणी हव्या आहेत की वीस नवीन मैत्रिणी हव्या आहेत? तुम्हाला तुमचे शरीर एकदम 'झीरो साइझ'चे करायचे आहे, का बस चुकू नये इतपत पळता येणे शक्य व्हावे, एवढेच वाटते आहे?

तुम्हाला अतिशय सोयीच्या, सुखद वाटणाऱ्या वर्तुळातून बाहेर पडा :

ज्या परिस्थितीबद्दल किंवा परिसराबद्दल आपल्याला खात्री असते की, तिथे आपल्याला कोणत्याही गोष्टीचे आव्हान नाही, किंवा कसलीच चिंता, किंवा थोडीशीही भीती वाटत नाही, ती परिस्थिती किंवा परिसर म्हणजे आपल्या सोईचे, सुखद वाटणारे वर्तुळ होय. ही आपल्यासाठी अतिशय सुरक्षित अशी जागा असते,

पण अशीच ही जागा असते, जिथे आपला आत्मविश्वास वाढणारच नाही अशी खात्री देता येते.

> *प्रतीक्षा नावाची १२ वर्षांची मुलगी म्हणते, "तुमचा आत्मविश्वास वाढायला हवा असेल, तर तुम्हाला कधीकधी थोडीशी भीतीही वाटायला हवी."*

तुमच्या या सोयीस्कर व सुखद वर्तुळातून तुम्हाला अगदी थोडेसे बाहेर काढू शकतील अशा कोणत्या गोष्टी करता येण्यासारख्या आहेत, याचा विचार करा. लोकांसमोर बोलता येणे, किंवा काही लिखाण करणाऱ्यांच्या किंवा नाटके बसविणाऱ्यांच्या ग्रुपमध्ये सहभागी होणे, किंवा अगदी वर्गात आपणहून प्रश्नांची उत्तरे देणे, या त्या गोष्टी असू शकतात. लक्षात ठेवा की, तुम्ही तेव्हा अशा सोयीस्कर जागी असता, जेव्हा –

- तुम्ही आहात तिथे तुम्हाला सुरक्षित असल्यासारखे वाटते.
- तुम्हाला आणखी काही मिळवावेसे, करावेसे वाटत असते; पण तुम्हाला सोयीच्या वाटणाऱ्या जागेपासून दूर जाण्याची तुम्हाला भीती वाटत असते.
- तुम्ही अशी मानसिकता घेऊन जगत असता की, जेव्हा मी आणखी बारीक होईन, म्हातारी होईन, आणखी आनंदी असेन, आणखी श्रीमंत होईन, तेव्हा मी अमुक एक गोष्ट करेन.

अशा वेळी तुम्हाला स्वतःलाच मदत व्हावी म्हणून एक गोष्ट करा. आणखी बारीक झाल्यावर, म्हाताऱ्या झाल्यावर, आणखी आनंदी असाल तेव्हा आणखी श्रीमंत झाल्यानंतर, ज्या गोष्टी तुम्ही कराल, असे तुम्ही स्वतःलाच नेहमी सांगत असता, अशा तीन गोष्टींची यादी करा, आणि त्या गोष्टी तुम्ही आता लगेच कशा करू शकाल याबद्दल विचार करा. उदाहरणार्थ –

१. स्वतःला दिलेले जुने वचन असे असेल की, मी जेव्हा आणखी बारीक होईन, तेव्हा अगदी तंदुरुस्त, 'फिट' होईन; तर,

नवा विचार असा हवा की –

- मी रोज शाळेत चालत जाईन आणि लगेचच तंदुरुस्त होईन.
- दर आठवड्याचा शारीरिक शिक्षणाचा तास मी चुकवणार नाही, म्हणजे मग मी लवकर तंदुरुस्त- फिट होईन.

२. स्वतःला दिलेले जुने वचन असे असेल, की मला जेव्हा

आणखी आत्मविश्वास वाटेल, तेव्हा मी माझ्या मैत्रिणींशी बरोबरी करेन; तर,

नवा विचार असा हवा की –

- जेव्हा मैत्रिणी क्षुद्रपणाने, संकुचित वृत्तीने वागत असतील, तेव्हा त्यांना मी तसे सांगेन, आणि त्यांच्या तोडीची होईन.
- जर मैत्रिणी माझ्याशी छान, नीट वागत नसतील तर, मी त्यांच्याशी असलेली मैत्री तोडून, त्यांच्यापासून दूर होईन, आणि त्यांच्या तोडीची होईन.

बाहेरच्या गोष्टींवर लक्ष केंद्रित करा

स्वतःमधील उणिवांबद्दल खंत करत बसणे, तुमचे कशामुळे बिनसले आहे, किंवा तुमचे काय चुकते आहे याचा नुसता विचार करत बसणे, आणि तुम्हाला पुरेसे चांगले का वाटत नाही, याचा विचार करत बसणे, हे सगळे थांबवण्यासाठी स्वतःला बाहेरच्या काही नवीन कामांमध्ये झोकून देता येईल का, याचा विचार करा. दुसऱ्या कोणाचे तरी आयुष्य तुम्ही कसे सुधारू शकाल याचा विचार करणे, हा असा उपाय आहे की, त्याव्यतिरिक्त कुठल्याच उपायाने स्वतःबद्दल इतक्या झटकन् चांगले वाटायला लागणार नाही.

जर हा उपाय तुमचे लक्ष वेधून घेत नसेल, म्हणजेच तुम्ही अशा वागू शकत नसाल, तर पुढील गोष्टी करून पाहा –

- एखादा क्लास लावायचा आणि तुम्हाला उपयोगी पडेल असे किंवा ज्यात तुम्हाला रस वाटेल, असे नवीन काही शिकायचे; मग ती एखादी नवीन भाषा असेल किंवा तुमची खोली कशी सजवता येईल याबद्दल काही असेल. ('ऑनलाइन' कोर्सेस किंवा मोफत वापरता येणारे 'ऑनलाइन व्हीडीओज' यांचा काही उपयोग करता येतो का ते पाहा.)
- याहून चांगले म्हणजे, एखाद्या धर्मादाय कामासाठी किंवा समाजोपयोगी कामाला मदत म्हणून योजल्या गेलेल्या कार्यक्रमांमध्ये सहभागी होण्याचे धाडस करून पाहा, उदाहरणार्थ ५ कि.मी. (३ मैल) पळणे, किंवा एखाद्या प्रायोजित, मोठ्या पदयात्रेमध्ये सहभागी होणे. अशा काही कामांसाठी मैत्रिणींना एकत्र आणणे आणि लोकांनाही त्यात सहभागी करून घेणे, असे करता-करता, तुम्हाला स्वतःबद्दल कसे वाटते त्या भावनेत आश्चर्यकारक बदल झालेले दिसतील.

कुत्र्यांना पाळण्याच्या कामात किंवा कोणत्याही धर्मादाय कामात स्वयंसेवक म्हणून सहभागी व्हा. तुमच्या माहितीच्या एखाद्या व्यक्तीला त्याच्या घरकामासाठी

किंवा खरेदी करण्यासाठी मदत करा, किंवा अगदी त्यांच्या बाळांना सांभाळण्याचे काम करा.

• तुम्ही ज्याची प्रशंसा करता, असा एखादा आदर्श निवडा (त्याचे दिसणे किंवा लोकप्रियता याहूनही वेगळे किंवा जास्तीचे काही तुम्हाला आवडायला हवे), आणि त्याच्याबद्दल तुम्हाला जितकी जास्तीत जास्त माहिती मिळेल ती वाचा. तुमच्या स्वतःच्या आयुष्याबद्दल त्यातून तुम्हाला काय शिकता येईल ते पाहा.

> *रागिणी नावाची १४ वर्षांची मुलगी म्हणते, ''आता मला जाणवते की, मी स्वतःबद्दल खूपच निराश होत असे. आणि त्यामुळे सतत मला खरोखरच किती अस्वस्थपणा आणि काळजी वाटत असे. आता मला इतर लोकांवर माझे लक्ष केंद्रित करावे लागण्याजोग्या गोष्टी मी करते. आणि जास्त आनंदी राहण्यासाठी या गोष्टीची मला मदत झाली आहे.''*

विचार कमी आणि काम जास्त करणे

आपल्याला असे वाटत नसले तरी, आयुष्य ही आवड-निवड ठरवता येईल अशी एक मालिका आहे. त्यामुळे तुमच्या बाबतीत जे जे घडत असते, ते तुमच्या कर्मगतीमुळे, प्रारब्धामुळे किंवा मिळणाऱ्या संधीमुळे घडत नसते. तुम्ही जे बदलू शकत नाही ते स्वीकारणे आणि जे बदलण्याची ताकद तुमच्याकडे आहे, ते बदलणे यासाठीची ती प्रक्रिया आहे. याचा अर्थ असा की, आयुष्य काही फारसे चांगले नाही, खरे नाही, अशी तक्रार करत नुसत्या बसून राहिलात, तर तुम्हाला काहीच मिळणार नाही. तुम्हाला काही किंमतच उरणार नाही.

आपल्याला चांगले वाटावे, असे तुम्हाला वाटत असेल, आणि तुम्ही एखादे काम हातात घेऊन ते पूर्ण करण्याच्या मागे असाल, तर त्यासाठीची युक्ती म्हणजे, विचार कमी करणे आणि काम जास्त करणे. उदाहरणार्थ, जर तुम्हाला फॅशन करणे आवडत असेल; पण मॉडेल बनण्यासारखा तुमचा बांधा किंवा शरीराची ठेवण नसेल, तर 'हे बरोबर नाही' म्हणत शोक करणे, तुम्ही थांबवू शकता आणि त्या ऐवजी, जरा कामाला लागून त्या उद्योगात प्रवेश करण्याचा मार्ग शोधू शकता. त्यासाठी ड्रेस-डिझायनिंग, कापड किंवा कपडेखरेदी, कापडाचे डिझायनिंग अशा कामांचा किंवा कोणासाठी तरी वैयक्तिक पातळीवर खरेदी करून देण्याचे काम करण्याचा तुम्ही विचार करा. तुम्ही काय करू शकत नाही, त्याच्या तुलनेत, काय करू शकता त्या गोष्टींची यादी अंतहीन आहे. स्वतःला मदत व्हावी, म्हणून पुढील गोष्टी करून पाहा

१. तुम्हाला अस्वस्थ करणारा, चिंतेत टाकणारा आणि आयुष्याबद्दलच्या नैराश्याने गिळंकृत करणारा विचार तुमच्या मनात केव्हा येतो, ते लक्षपूर्वक जाणून घ्या.

२. ताबडतोब स्वतःला असला विचार करणे थांबवण्यास सांगा, आणि त्याऐवजी तुम्हाला ज्या विचाराने चांगले वाटते, तोच विचार करा (एखादी आनंददायी आठवण, मिळालेले एखादे यश, किंवा तुमची केली गेलेली छान स्तुती या सगळ्यांचा यासाठी उपयोग होईल.)

३. तुमची मनःस्थिती बदलण्यासाठी, एखाद्या कामात स्वतःला झोकून द्या. (मोठ्याने संगीत लावून नाच करणे, आंघोळ करणे, किंवा सरळ उठून फिरायला जाणे, या सगळ्या गोष्टींची इथे मदत होईल).

४. तुमच्या आयुष्याबद्दल आणि तुमच्या स्वतःबद्दल तुम्हाला चांगले वाटू लागेल, अशा तीन सकारात्मक गोष्टी लगेच, आत्ताच्या आत्ता करा.

लीना नावाची १४ वर्षांची मुलगी म्हणते, "मी एखाद्या गोष्टीचा शोक करत बसण्यासाठी अगदी योग्य अशी मुलगी होते, आणि 'मला अभिनेत्री बनायची इच्छा आहे,' ही गोष्ट कोणीच मनावर घेत नाही, अशी सतत तक्रार करत होते. मग एक दिवस माझ्या आईने मला सांगितले की, याचे कारण म्हणजे, मी कधीच कोणता अभिनय केलेला नव्हता, आणि लोकांनी माझ्या अभिनयाकडे लक्ष द्यावे असे मला वाटत असेल, तर मी एखादी नाटक कंपनी किंवा नाटके करणारा एखादा गट यात सहभागी होण्याची आवश्यकता होती किंवा शाळेतल्या नाटकात काम करायला पाहिजे होते. अर्थात तिचे म्हणणे बरोबर होते."

पुनःपुन्हा प्रयत्न करण्यास शिका

यालाच पुन्हा उसळी मारायला शिकणे आणि अशा उसळ्या मारतच राहणे, असे म्हणतात. तुम्हाला माहिती असलेल्या कुठल्याही यशस्वी माणसाशी बोला (किंवा त्यांच्याबद्दलची माहिती वाचा.) आता ते कितीही यशस्वी असले, तरी त्यांना असंख्य वेळा अपयश आलेले असू शकेल, पण त्या अपयशातून ते उसळी मारल्यासारखे बाहेर पडले असतील. आत्मविश्वास आणि चांगली स्वप्रतिमा यात सातत्य राहावे, म्हणून पुनःपुन्हा प्रयत्न करणे, अपयशातून उसळून उठणे हा मूळ

उपाय आहे, कारण एखादी गोष्ट चुकीची घडली, एखाद्या गोष्टीत अपेक्षित यश मिळाले नाही, तर त्यावर काहीच उपाय न करता तिथेच थांबून राहण्यापेक्षा, सतत पुढे जात राहणे, हा यासाठीचा उपाय आहे.

जेव्हा एखाद्या अपयशामुळे तुमचे मन मोडते, निराश होते किंवा तुम्ही ज्या स्वप्नाच्या पूर्ततेसाठी धडपडत होतात ते पूर्ण होत नाही, तेव्हा स्वतःबद्दलच खूप खेद वाटणे, रडू येणे आणि अगदी आदळआपट करणे, या अगदी सामान्य गोष्टी आहेत; पण तरीही त्या परिस्थितीतून स्वतःला बाहेर काढणे आणि पुन्हा नव्याने सुरुवात करणे, यामुळे तुम्हाला अधिक चांगले वाटेल आणि परिस्थिती सुधारेल.

संशोधनावरून असे दिसते की, अशी पुन्हा उसळी मारून उठणारी किशोरवयीन मुले आणि तसे फारसे न करणारी मुले, यांतला फरक स्पष्ट करणारा एक घटक म्हणजे, प्रश्न सोडवण्याची आणि स्वतःसाठी काही ध्येय ठरवण्याची त्यांची क्षमता, हा होय. म्हणून एखादी गोष्ट चुकीची झाली, तर नुसतेच अस्वस्थ होत राहण्यापेक्षा, तुम्ही तो प्रश्न सोडवण्याचा प्रयत्न करण्यास सुरुवात कराल, हे पक्के ठरवून ठेवा.

१. तुम्ही अस्वस्थ का झाला आहात, ते जाणून घ्या आणि विचार करा की, 'हा प्रसंग मला काय वाटायला लावतो आहे, आणि का?'

२. नंतर जी चूक झाली त्यातून तुम्ही काय शिकू शकता याचा विचार करा.

३. स्वतःलाच या एक गोष्टीची आठवण करून द्या की, परिस्थितीवर तुमचे नियंत्रण नसले तरी, तुमच्या बाबतीत जे घडले आहे, त्यावर प्रतिक्रिया कशी द्यायची, यावर तुमचे नियंत्रण असू शकते.

४. आणि शेवटचे म्हणजे, सगळ्या गोष्टींना योग्य तेवढेच महत्त्व द्या. म्हणूनच जे काहीही घडले असेल ते बाजूला ठेवून तुम्हाला ज्या गोष्टींमुळे धन्य झाल्यासारखे वाटते, अशा सुखकर गोष्टींची स्वतःला आठवण करून द्या आणि स्वतःलाच पुन्हा उमेद यावी, यासाठी आणि पुन्हा प्रयत्न करण्यास सुरुवात करण्यासाठी, चालना द्यायला म्हणून अशा गोष्टींचा उपयोग करा.

'स्वप्रतिमेचे' स्वतःच पोषण करा

तुमची स्व-प्रतिमा उंचावण्यासाठी चालना मिळावी, म्हणून नेहमी तुमच्याव्यतिरिक्त बाहेरच्या कोणाकडून म्हणजे, मुले, मैत्रिणी किंवा पालक यांच्याकडून मदत घेऊ नका. स्वतःची पुन्हा खात्री करून घेण्यासाठी एखादी गोष्ट दुसऱ्याला विचारणे हे ठीक आहे; पण तुम्ही छान आहात, सुंदर आहात, हुशार आहात असे वाटण्यासाठी, त्याबद्दल सारखा इतरांचा आधार घेण्याची, म्हणजे सारखे इतरांकडून तसे वदवून घेण्याची गरज वाटणे, हे इतरांसाठी खूप कंटाळवाणे असते, आणि ते एखाद्या

खोल जखमेवर प्लॅस्टर चिकटवण्यासारखे असते. तुमची स्वप्रतिमा निरोगी स्थितीत आणण्यासाठीचा एकमेव मार्ग म्हणजे, तुम्हाला आत्मविश्वास वाटेल, आणि तुम्ही स्मार्ट आणि सुंदर असल्यासारखे वाटेल, असे मार्ग किंवा उपाय शोधणे. त्यासाठी तुम्ही पुढील गोष्टी करून पाहा :

१. तुमची ताकद आणि बुद्धिकौशल्ये किंवा हुशारी कशात आहे ते नेमके ओळखणे, आणि त्याबद्दल स्वतःला चांगले कसे वाटेल ते पाहणे, किंवा चांगले वाटू देणे.

२. स्वतःच्या आनंदाची जबाबदारी स्वतःवरच घेणे, आणि तुमच्या भावनांबद्दल किंवा एखादा दिवस वाईट गेला म्हणून, त्याचा दोष तुमच्या आईला, किंवा तुम्हाला आवडणाऱ्या मुलाला किंवा सगळ्या मॉडेल्स सडपातळ असतात या वस्तुस्थितीला न देणे.

३. तुमच्या चुकांबद्दल किंवा गोंधळाबद्दल तुम्ही स्वतःला माफ करणे. आपल्यापैकी कोणीच अगदी परिपूर्ण नसतो, म्हणून स्वतःलाच शांत करा, थोडी विश्रांती द्या.

४. स्वतःशी चांगले वागा (याबद्दल पुढे आणखी लिहिले आहे ते वाचा.) शेवटी तुम्हीच जर स्वतःला चांगले वागवले नाहीत, तर इतरांनी तुम्हाला चांगले वागवावे, असे तुम्ही कसे म्हणू शकाल?

'आपण इतरांना आवडत नाही का' असा विचार करून त्याविषयी प्रत्येक जणच काळजी करत असतो, हे लक्षात घ्या.

एक गुपित तुम्हाला कोणीही, कधीही सांगत नाही- ते म्हणजे ज्यांची स्वप्रतिमा अत्युत्तम असते त्यांच्यासह सर्वच जणांनी कधी ना कधी आपण दुय्यम असल्यासारखे आपल्याला वाटण्याचे क्षण अनुभवलेले असतात. आपण एकटे पडलो आहोत, वगळले गेले आहोत, अशी भीती वाटते. मग त्याचे कारण ते काय बोलतात किंवा ते कसे दिसतात, किंवा ते कसे आहेत, कोण आहेत अशासारखे कोणतेही असू शकते. असे का होते? तर याचे कारण म्हणजे सगळ्यांनी आणि अगदी आपण ज्यांना ओळखतही नाही अशा लोकांनाही आपण आवडावे, त्यांनी आपल्याला 'आपले' म्हणून स्वीकारावे; असे आपल्याला वाटत असते. हा केवळ मनुष्य स्वभाव आहे.

यावरची एक युक्ती म्हणजे असा विचार करणे ही शंभर टक्के सामान्य गोष्ट आहे, हे समजून घेणे आणि पुढे जात राहणे. असले विचार मनात घोळवत ठेवू नका आणि त्यांना प्रत्यक्ष कृतीतही येऊ देऊ नका. (म्हणजे तुम्ही जणू काही दुय्यमच आहात असे वागू नका.) तसेच त्या विचारांमुळे स्वतःलाचा स्वतःची

लाजही वाटू देऊ नका. हे सर्व साधण्याचे काही मार्ग असे आहेत-

१. जे करायचे, त्याचे नुसते ढोंग करू नका – तुम्हाला खूप नैराश्य आणणाऱ्या सामाजिक परिस्थितीत जर तुम्ही असाल, तर एक खोल श्वास घ्या, स्वतःला झोकून द्या आणि तुमच्या कामात स्वतःला गुंतवून घ्या. त्यामुळे इतर लोक तुमच्याबद्दल काय विचार करतात या काळजीतून तुमचे मन बाजूला होईल.

२. गोष्टींचा यथार्थ, म्हणजेच योग्य तेवढाच विचार करा – इतर लोक काही सतत तुमच्याबद्दल किंवा तुम्ही कसे दिसता याबद्दल विचार करत नसतात, तर स्वतःचीच काळजी करण्यात ते गर्क असतात.

३. चिंता करणे थांबवा – आपल्याला असहायता जाणवते तेव्हाच आपण चिंता करतो. त्यामुळे आपल्याला स्वतःवर ताबा असल्यासारखे वाटते; पण प्रत्यक्षात तेव्हा आपला आपल्यावर मुळीच ताबा नसतो. आणि या सगळ्यामुळे खरी एकच गोष्ट घडते, ती म्हणजे आपली अस्वस्थता वाढते.

४. तुम्हाला जेव्हा आत्मविश्वास वाटला होता आणि यशस्वी झाल्यासारखे वाटत होते तो प्रसंग अशा वेळी ताबडतोब आठवा, त्याचा विचार करा. त्या वेळच्या तुमच्या भावना नुसत्या आठवल्यात, तरी तुमचा आत्मविश्वास जागा होण्यास मदत होईल.

शेवटी स्वतःच स्वतःची उत्तम मैत्रीण बना आणि स्वतःच स्वतःच्या आवडत्या बना. तुम्ही खूप नालायक आहात, वाईट आहात; अशा भावनेनेच तुम्ही वागत राहिलात, तर इतरांनी तुम्हाला लाथा मारण्याच्याच लायकीच्या तुम्ही आहात, अशीच वागणूक जगाकडून तुम्हाला मिळेल. जाड असणे, बारीक असणे, सुंदर असणे, असाधारण दिसणे, उंच असणे, बुटके असणे, गोलाकार असणे, अशा कशाही तुम्ही असलात तरी त्यामुळे तुम्ही ज्या आहात, जशा आहात, त्या सगळ्याबद्दल तुम्हाला अभिमानच वाटायला हवा.

मला माहिती आहे की, ही गोष्ट साधायला कठीण, जरा लांबची अशी आहे; पण तुम्ही ती करू शकता, कारण तुमच्याआधी असंख्य लोकांनी ती केलेली आहे. लक्षात ठेवा की, तुम्ही कोणालाच आवडत नाही, कोणीच तुमची प्रशंसा करत नाही म्हणजे तुम्ही अपयशी आहात, अशा नजरेने तुम्ही स्वतःकडे पाहू लागलात तर ते योग्य नाही. त्याऐवजी स्वतःला थोडेसे थांबवा, एक दीर्घ, खोलवर श्वास घ्या आणि स्वतः जशा आहात, तशाच स्वतःवर प्रेम करा. म्हणजे स्वतःमधील सर्व गोष्टींवर प्रेम करा. चांगल्या गोष्टी, वाईट गोष्टी, ओंगळ किंवा कुरूप गोष्टींवर प्रेम करा. अर्थातच अभिव्यक्त होण्यासाठी आसुसलेल्या, धडपडत असलेल्या स्वतःमधील गोष्टींवरही अगदी नक्कीच प्रेम करा!